मानवी मनोगुणांचा शोध घेणाऱ्या कथा

# चिकन सूप फॉर द सोल
### भाग ३

लेखन व संकलन
**जॅक कॅनफिल्ड / मार्क व्हिक्टर हॅन्सन**

अनुवाद
**उषा महाजन**

मेहता पब्लिशिंग हाऊस

**A 3 rd Serving of Chicken Soup for the Soul**
by Jack Canfield, Mark Victor Hansen.


Copyright © 1996 by Jack Canfield, Mark Victor Hansen,
Published under Agreement with
Health Communications Inc.,
Deerfield Beach, Florida, U.S.A.

Translated in Marathi Language by Usha Mahajan

**चिकन सूप फॉर द सोल – भाग ३**

अनुवाद : उषा महाजन,
डी-२, चैत्रबन रेसिडेन्सी, आयटीआय रोड, औंध, पुणे ७.
✆ ०२०-२५८८३८५९
E-mail : sayhi2usha@rediffmail.com

प्रकाशक : सुनील अनिल मेहता, मेहता पब्लिशिंग हाऊस,
१९४१, माडीवाले कॉलनी, सदाशिव पेठ, पुणे - ४११०३०.

मराठी अनुवादाचे व प्रकाशनाचे हक्क मेहता पब्लिशिंग हाऊस, पुणे.

प्रथमावृत्ती : मार्च, २००८ / जुलै, २००९ / पुनर्मुद्रण : ऑगस्ट, २०११
मुखपृष्ठ : चंद्रमोहन कुलकर्णी

ISBN 978-81-7766-960-2

कथा-गोष्टींना नेहमीच एक प्रकारचं सजीव रूप असतं. आपल्या आयुष्यात साथसंगत करण्याचं आपण त्यांना आमंत्रण देत असतो. त्या बदल्यात आपलं जीवन खूप समृद्ध करण्यासाठी या गोष्टी खूप काही शिकवत असतात. आदर्श घालून देत असतात. कालांतराने आपल्या आयुष्यातून पुढे सरकायची त्यांची वेळ झाली की तशी जाणीव त्या आपल्याला करून देतात आणि तदनंतर आपण या गोष्टीचा अनमोल ठेवा दुसऱ्यांच्या हवाली करत असतो.

कोट्यवधी प्रतींची विक्री झालेल्या जगप्रसिद्ध **'चिकन सूप मालिके'** तील
खालील पुस्तके उपलब्ध आहेत.

| | |
|---|---|
| चिकन सूप फॉर द सोल | उषा महाजन |
| चिकन सूप फॉर द सोल - भाग २ | प्रज्ञा ओक |
| चिकन सूप फॉर द सोल - भाग ३ | उषा महाजन |
| चिकन सूप फॉर द वुमन्स सोल | श्यामला घारपुरे |
| चिकन सूप फॉर द सोल ॲट वर्क | श्यामला घारपुरे |
| चिकन सूप फॉर द मदर्स सोल | सुप्रिया वकील |
| चिकन सूप फॉर द टीनएज सोल | सुप्रिया वकील |
| चिकन सूप फॉर द सिस्टर्स सोल | सुनीति काणे |
| चिकन सूप फॉर द कपल्स सोल | अवंती महाजन |
| चिकन सूप फॉर द सोल - भाग ४ | उषा महाजन |
| चिकन सूप फॉर द सोल - भाग ५ | उषा महाजन |
| चिकन सूप फॉर द पेरेन्ट्स सोल | प्रज्ञा ओक |

वरील पुस्तके आपल्याला हवी असल्यास आम्हाला E-mail अथवा फोनद्वारे कळवावे. नवीन येणाऱ्या या पुस्तकांची माहिती आपल्याला कळविली जाईल.

# प्रस्तावना

मराठी, इंग्रजी वर्तमानपत्रं, मासिकांतून लहान-मोठे लेख लिहिता लिहिता अखेर माझं पहिलं-वहिलं अनुवादित पुस्तक 'चिकन सूप फॉर द सोल' प्रकाशित झालं आणि त्याला वाचकांचा भरभरून प्रतिसादही मिळाला. अनेक फोन, इ-मेल्सद्वारे व पत्रांतून वाचकांनी केलेल्या कौतुकाला सीमा राहिली नाही. त्याबद्दल मी प्रत्येकाची ऋणी आहे. अनेकांनी पुस्तक वाचून भेट देण्यासाठी म्हणून बऱ्याच प्रती घेऊन ठेवल्या. मनाला स्पर्श करणाऱ्या, डोळ्यात अश्रू आणणाऱ्या अशा या कथा आहेत तशी बऱ्याच वाचकांकडून पावती मिळाली. कोणी लिहिलं की इंग्रजी भाषेतल्या या सत्यकथांचा अनुवाद म्हणजे आम्हा मराठी वाचकांसमोर एक खजिना किंवा जादूचा पेटाराच उघडलाय असा अनुभव आला.

एका व्यावसायिक महिलेनी तर पुस्तकावर बरंच मनन करून स्वत:मध्ये खूप बदल घडवायचं ठरवलंय, दुसऱ्यांच्या गुणांची तोंड भरून स्तुती करायला अडखळण्याची जुनी सवय त्या काढून टाकणार आहेत असं आवर्जून फोन करून सांगितलं. एका वृद्ध जोडप्याने अनेक संकटातून पार पडून जीवनात उभारी धरली आहे व मागे वळून न बघता आता ते फक्त भविष्यकाळाकडे आशावादानी बघत असतात. हे पुस्तक भेट म्हणून मिळाल्यावर त्यातील अनेक गोष्टींमधून त्या दोघांनी स्वत:ला शोधायचा प्रयत्न केला.

आज माझी आई कै. संजीवनी औटी (मी पूर्वाश्रमीची कुमुदिनी औटी) हयात असती तर तिला किती आनंद झाला असता ह्या कल्पनेनी माझं मन वारंवार भरून येत असतं.

एवढा प्रतिसाद बघून मनात आलं की चला आता पुढील भागाचाही अनुवाद करून लाडक्या वाचकांना नव्या कथांची मेजवानी द्यावी. चांगलं-चुंगलं वाचायला मिळालं की नकळत मनावर त्याचा चांगलाच परिणाम होणार अशी खात्री वाटते. वाचकांच्या प्रेमाची परत एकदा अनुभूती मिळेल अशी आशा बाळगते.

खडतर परिस्थितीतून जिद्दीने बाहेर येऊन आपली स्वप्नं पुरी केलेल्या अनेक व्यक्ती इथे आपल्या देशातही आहेत, परंतु त्यांच्या श्रमाचं, जिद्दीचं आयुष्य लोकांसमोर येत नाही. कधीतरी वर्तमानपत्राच्या एखाद्या कोपऱ्यात छोटीशी बातमी येते की एखाद्या रिक्षाचालकाचा मुलगा डॉक्टर, इंजिनियर झाला किंवा एखाद्या दुर्गम

भागातल्या छोट्या खेड्यातल्या मुला/मुलीने ऊन, पाऊस, थंडीवारा यांची पर्वा न करता रोज दहा-दहा मैल शाळेसाठी पायी जाऊन शालांत परीक्षेत उत्तम मिळवलं. पुण्यातील सांगवी भागातील प्रेरणा सहाणे या मुलीचंच उदाहरण घ्या ना केवळ सहा महिन्यांची असताना तिला अर्धांगवायूचा झटका आला. अनेक उपचारांनंतर अडीच वर्षांची झाल्यावर ती चालायला लागली, परंतु दुर्दैवाने नंतर तिची ऐकण्याची व बोलण्याची शक्ती पूर्ण नष्ट झाली. तरीही आईवडिलांचे कठोर परिश्रम व तिची जिद्द या बळावर सर्वसामान्य मुलांच्याच शाळेत जाऊन ती दहावी पास होऊन आज अभिनव महाविद्यालयात चित्रकला शिकत आहे. लहानपणीच तिची नृत्याची आवड ओळखून पालकांनी तिला भरतनाट्यम्‌चे शास्त्रोक्त शिक्षण घेण्यास प्रोत्साहन दिलं. संगीत, सूर, तार, बोल, ऐकू न येता देखील गेली तेरा वर्षे तिने नृत्यसाधना करून नुकतंच अरंगेत्रम् सादर करून उच्चतम ध्येयाचा सुंदर आविष्कार केलाय. हा कार्यक्रम बघण्याचं भाग्य मला लाभलं ह्याचा आनंद वाटतो. खऱ्या अर्थाने ती सर्वांची प्रेरणा ठरलीय. अशा सत्यकथा सर्वांपर्यंत पोहोचल्या तर कितीजणांना स्फूर्ती, मनोबल मिळेल.

जाता जाता मनात एक विचार येतोय की, मराठी माध्यमाच्या शाळा-कॉलेजच्या वाचनालयात अशी पुस्तके ठेवली गेली तर वाढीच्या वयाच्या मुला-मुलींना या मार्गदर्शक, स्फूर्तीदायक कथा वाचायला मिळतील व त्यांच्यावर नक्कीच चांगले संस्कार होतील, मनावर सकारात्मक परिणाम होईल. पुढील पिढी मानसिकरीत्या चांगली सबळ करण्यासाठी हा खारीचा एक चिमुकला वाटा ठरेल.

मेहता पब्लिशिंग हाऊसचे श्री. सुनील मेहता ह्यांनी दिलेलं प्रोत्साहन व त्यांच्या संपूर्ण स्टाफने दिलेल्या सहकार्यामुळेच आज हा पुढील भाग प्रसिद्ध होत आहे. याबद्दल त्या सर्वांचे मी मन:पूर्वक आभार मानते. या वाटचालीत माझे पती डॉ. अरुणच्या मदतीचा उल्लेख आवर्जून करावासा वाटतो.

■

उषा महाजन

## अनुक्रम

### १ – प्रेमाबद्दल

मनात लपवलेल्या वचनपूर्तीची वाटचाल / ३
२ निकेल्स आणि ५ पेनीज / ८
आईस्क्रीम आणणारी मुलगी / १०
काय जादू घडली? / १३
मॅन्युअल गार्सिआ / १६
स्वातंत्र्याची चाखली चव / १९
नजरेतली सहानुभूती / २४
अंत:करणातील ऊब / २६
मूर्तिमंत दयाळूपणा / २९
रात्रीचे पाहुणे / ३१
मुद्दाम घडवून आणलेली प्रेमभेट / ३८
ज्याला हे मिळेल, समजा मी
तुमच्यावर प्रेम करतेय / ४२
बागेतली एक दुपार / ४४
महत्त्वाचा मुद्दा! / ४६
एक सुद्धा शिल्लक नाही उरलं / ४७

### २ – पालकत्व

पेसो, घरी परत ये / ५१
टॉमीचा निबंध / ५३
बार्नें / ५५
अल्मि रोझ / ५६
का बरं मी असं करत असेन? / ५८
या सम हाच - माझे वडील! / ६४
कामकरी / ६८
कसं खेळता ते महत्त्वाचं! / ७०
अपेक्षा शून्य / ७३
धैर्याची कृती / ७५
दत्तक मुलाचा वारसा हक्क / ७७
दत्तक जाणं म्हणजे काय? / ७८
वर्गमित्र-मैत्रिणींची पुनर्भेट / ७९
नजराणा / ८१

### ३ – शिकवणूक व विद्वत्ता

बेथच्या पहिलीच्या वर्गशिक्षिकेस / ८५
मिस्टर वॉशिंग्टन / ८८
श्रद्धा, आशा व प्रेम / ९२
ते बूट / ९६
बोनहेड / १००
माझ्या मनावर उमटलेल्या खुणा / १०२

### ४ – मृत्यूची चाहूल व प्रत्यक्ष मृत्यूविषयी

सोनेरी सारस पक्षी / १०९
ट्रकड्रायव्हरचं अखेरचं पत्र! / ११२
मुलांना गरज प्रेमाची / ११७
अखेरचं नृत्य / १२१
माझे बाबा / १२६
चिमण्या मेल्यावर कुठे जातात? / १३०
माझ्यावर लाल रंगाचा ड्रेस
चढवाल हं! / १३३
काळजी नको, सगळं ठीक होईल / १३५
सदैव आशावादी / १३९
माझी आठवण जागृत ठेवा / १४१
काटा हातात धरून ठेव / १४३
स्वर्गात नसतात चाकाच्या खुर्च्या / १४६

## ५ – दूरदृष्टी

नाताळचा सण / १५३
बिस्किट चोर / १५६
दृष्टिकोन बदलला असता तर? / १५८
बाई, तुम्ही श्रीमंत आहात? / १६२
केसात फूल घालणारी / १६४
ॲव्हलॉन्श / १६८
काय चपळ आहात तुम्ही! / १७२
वर मागा / १७५
अपघात / १७८
एका लहानग्याचे बोल / १८१
निमुळता सुळका / १८३

## ६ – दृष्टिकोन

आपल्याला खोलवर वाटणारी
भीती / १८९
नाशाची खरी किंमत / १९०
चांगली बातमी / १९२
तुमच्या वाट्याची भूमिका कशी
वठवता? / १९३
जॉनी / १९४

## ७ – अडचणींवर मात

मनस्वी पाठपुरावा शक्यतेचा! / १९९
तुला अशक्य काही नाही / २०१
मनाची शिकवण / २०४
चौदा पायऱ्या / २०६
कला व सौंदर्य अमर - वेदना
क्षणिक / २११
अद्भुत पूल / २१२
अस्सल उंची / २१४
ह्यावर विचार करा / २१९
सुसंधी / २२४
ती दुर्लक्ष करू शकली नाही / २२८
विचारा, थांबपणे विचारा, त्या दिशेने
कृती- करा / २३१
आयुष्य बदलून टाकणारी घटना / २३५
अशक्यतेच्या शक्यतेत रूपांतराला
विलंब लागणारच / २३९
ज्या दिवशी मी डॅनियलना भेटलो / २४३

## ८ – वाईटातून चांगलं शोधण्याची कला

देवाची कामं / २५१
एका शब्दाचं चातुर्य / २५२
जीवनाचे रहस्य / २५५
स्वर्ग-नरकाची रहस्ये / २५६
धैर्याची व्याख्या (परिभाषा) / २५८
जगण्याचे नीति-नियम / २६२
लाल हॅटमधली देवदूत / २६३
केलेल्या चुकीच्या कबुलीचं महत्त्व / २६५
स्टेशन / २६८

## १

# प्रेमाबद्दल

*"जग जिंकण्याची शक्ती आहे प्रेमात"*

# मनात लपवलेल्या वचनपूर्तीची वाटचाल

मी कोणाला तरी एका ठिकाणी भेटायची ठरावीक वेळ दिली होती. काम अतिशय महत्त्वाचं होतं, पण मला आधीच उशीर झाला होता आणि त्यातून ती जागाही मला सापडत नव्हती. कुठे, कोणाला विचारायचं असा विचार करत गाडी चालवत असता शेवटी गाडीतलं पेट्रोलही संपत आलं होतं. तेवढ्यात मला शहरातली अग्निशामकदलाची इमारत दिसली. तिथे मला हवा असलेला पत्ता नक्कीच मिळेल अशी खात्री वाटली.

मी पटकन गाडी थांबवली व रस्ता ओलांडून तिथे पोहोचलो. आत जाण्याचे तिन्ही दरवाजे उघडेच होते. त्यामुळे मला आत असलेले आग विझवणारे लाल रंगाचे, चकचकीत बंब दिसत होते.

आत जाताच तिथल्या त्या वैशिष्ट्यपूर्ण वासाने मला सुखावलं. आगीवर पाण्याचे फवारे मारणाऱ्या मोठाल्या रबरी नळ्या धुवून वाळत ठेवल्या होत्या. फरशीही स्वच्छ धुतलेली दिसत होती. एका जागी मोठाले रबरी बूट, हेल्मेट्स, जाकिटे ठेवलेली होती. मी डोळे बंद करून एकूण सर्व वातावरणाचा गंध माझ्या रोमारोमांत भिनवला आणि मग मला आठवले माझे बालपणाचे दिवस! माझ्या वडिलांनी आयुष्याची तब्बल ३५ वर्षे अशाच एका अग्निशामकदलात व्यवस्थापक म्हणून काम केलं होतं. त्यांच्या त्या ऑफिसमधला चकाकणारा भलमोठा खांब मला आठवला. एकदा माझ्या बाबांनी मला व माझ्या मोठ्या भावाला पाठोपाठ दोन वेळा या खांबावरून घसरत घसरत खाली यायला परवानगी दिली होती. तिथल्या एकेका मशीनला हात लावून बघण्यात काय मस्त मजा यायची म्हणून सांगू!

तिथे जवळच एक सोडा मशीन (कोकाकोला मिळण्याचं) ठेवलेलं होतं. त्यावर 'कोका-कोला' असं मोठ्या, ठळक अक्षरात लिहिलेलं असायचं. त्या काळी १० सेंटसूला १० औंसाची बाटली मिळत असे. आता तीच ३५ सेंटसूला मिळते. कधीही बाबांच्या ऑफिसमधे गेलं की कोका-कोला पिणं म्हणजे आम्हा भावंडांना मोठी पर्वणीच वाटायची.

मी दहा वर्षांचा असताना एकदा माझ्या दोन मित्रांना घेऊन बाबांच्या कामाची

जागा दाखवायला मोठ्या अभिमानाने घेऊन गेलो. बाबांकडून आम्हाला कोका-कोला प्यायला मिळावा अशी मनोमनी प्रार्थना करत होतो. सगळीकडे हिंडून झाल्यावर शेवटी मीच बाबांना विचारलं की आम्ही कोका-कोला घेऊन पिऊ नं?

बाबा जरा घुटमळले असं मला वाटलं पण लगेच ते म्हणाले, "हो हो, घ्या नं." त्यांनी आम्हा प्रत्येकाच्या हातावर १० सेंटसूचं एकेक नाणं ठेवलं. आम्ही तिघं धावतच सोडा मशीनशी पोहोचलो व कोका-कोलाच्या बाटल्या विकत घेतल्या. बाटलीचं झाकण उघडून झाकणाच्या आतल्या बाजूला एक छानशी चांदणी छापलेली आहे की नाही ते आधी पाहिलं. व्वा, काय छान दिवस होता तो! माझं नशीब बलवत्तर होतं कारण माझ्या झाकणात चांदणीचं चित्र छापलेलं होतं. अजून अशी दोन झाकणं जमली की ती देऊन मला 'डेव्ही क्रॉकेट'ची एक हॅट मिळणार होती, फुकट!

बाबांना "थँक्यू" म्हणून आम्ही जेवायला आपापल्या घरी पळालो. घरी जाऊन जेवून मग थोड्या वेळानं मी जवळच्या तळ्यावर पोहायला गेलो व लवकरच घरी आलो. दारातूनच मला आतमध्ये आईबाबांच्या बोलण्याचा आवाज आला. आई बाबांवर नाराज वाटत होती. तेवढ्यात माझ्या नावाचा उल्लेख कानावर आल्यावर मी थबकलो. "तुम्ही सांगायचं नं स्पष्टपणे की, कोका-कोलासाठी तुमच्याजवळ पैसे नाहीत म्हणून. आपल्या ब्रियानला समजलं असतं तेवढं. एवढा काही लहान नाहीये तो आता. ते पैसे दुपारचं जेवण विकत घेण्यासाठी ठेवले होते नं तुम्ही? मुलांना आता कळायला पाहिजे की, आपल्याकडे खूप जास्तीचा पैसा नाहीये आणि तुम्ही जेवणं महत्त्वाचं नव्हतं का त्यांच्या कोका-कोला पिण्यापेक्षा?"

नेहमीच्या लकबीनं बाबांनी खांदे उडवून तो विषय तिथेच थांबवला. मी ऐकतोय हे त्यांच्या लक्षात यायच्या आत मी पटकन जिन्याकडे वळून वरती गेलो. आम्हा चार भावंडांच्या खोलीत.

मी खिसा रिकामा केला व ते बाटलीचं झाकण खाली पडलं. ते उचलून मी आधीच्या जमवलेल्या ७ झाकणांत टाकणार होतो; पण मग माझ्या लक्षात आलं की या झाकणासाठी बाबांनी केवढा त्याग केलाय. न जेवता उपाशी राहाणं म्हणजे माझ्या बालमनासाठी फार मोठी गोष्ट होती. मी ते झाकण जपून वेगळं ठेवून दिलं.

त्या रात्री मी ह्याची भरपाई कधीतरी करायचीच असा मनाशी दृढनिश्चय केला. स्वत:लाच वचन दिलं. मोठा झाल्यावर एक दिवस मी बाबांना सांगू शकेन की, त्या दिवशी व अशा अनेक दिवशी तुम्ही आमच्यासाठी कितीतरी त्याग केला होता जो मी कधीच विसरू शकणार नाही.

आम्हा ९ जणांच्या कुटुंबाचा भार सांभाळण्यासाठी दिवसातून तीनतीन ठिकाणी कामं करायच्या धकाधकीने बाबांना अवघ्या ४७ व्या वर्षीच हृदयविकाराचा तीव्र

झटका आला. आईबाबांच्या विवाहाच्या रौप्यमहोत्सवी वाढदिवशी संध्याकाळी सर्व नातेवाईक, मित्रमंडळीत रमलेल्या आमच्या भरभक्कम शरीरयष्टीच्या बाबांचं आमच्या भोवती असलेलं पोलादी कवच भंगू लागलं. हे कवच अभेद्यच राहणार या आम्हा भावंडांच्या कल्पनेला तडा गेला.

पुढील आठ वर्ष बाबांचं दुखणं कमी-जास्त प्रमाणात चालूच होतं. त्यात त्यांना तीन वेळा हृदयविकाराचे झटके आले व शेवटी पेसमेकर बसवावा लागला.

एकदा बाबांची निळी प्लेमाऊथ गाडी नादुरुस्त झाली म्हणून त्यांनी मला फोन करून ऑफिसमध्ये बोलावलं कारण त्यांची त्याच दिवशी दर महिन्याच्या तब्येत तपासणीसाठी डॉक्टरांची भेट ठरलेली होती. मी ऑफिसमध्ये त्यांना घ्यायला पोहोचलो तर बाबा व त्यांचे सहकारी बाहेर उभा असलेला एक गडद निळ्या रंगाचा फोर्ड कंपनीचा छोटा ट्रक (पिक-अप) कौतुकाने न्याहाळत उभे होते. किती छान ट्रक आहे असं मीही बाबांना म्हटल्यावर त्यांनी इच्छा बोलून दाखवली की, ते देखील कधीतरी असा ट्रक विकत घेतील. (अमेरिकेत असे पिक-अप ट्रक खाजगी वाहन म्हणून वापरतात.)

आम्ही दोघेही हसायला लागलो कारण हे त्यांचं अनेक वर्षांपासूनचं स्वप्न होतं, जे साकार होणं तसं अशक्यच होतं. मनोमन आम्ही ते जाणून होतो.

खरं म्हणजे त्यावेळी मी माझ्या व्यवसायात बऱ्यापैकी स्थिरस्थावर झालो होतो व माझे इतर भाऊही चांगलं कमावत होते. आम्ही सगळे मिळून त्यांना ट्रक विकत घेऊन देऊ असं नुसतं म्हटलं तर ते पटकन म्हणाले, "मी स्वत: माझ्या हिमतीवर जर विकत नाही घेतला तर मला तो माझा ट्रक आहे असं वाटणारच नाही."

डॉक्टरांची भेट घेऊन ते बाहेर पडल्यावर त्यांचा निस्तेज चेहरा, कृश शरीर मला बघवेना. तोंडावरचं काळजीचं सावट ते लपवू शकत नव्हते. "चल, निघू या." एवढंच बोलून ते गाडीत बसले. काहीतरी बिनसलंय हे मला जाणवत होतं. गाडीत आम्ही दोघं गप्पगप्पच होतो. बाबा आपणहून काहीतरी बोलतील ह्याची मी वाट बघत होतो.

त्यांच्या ऑफिसचा परतीचा रस्ता बराच लांबचा होता. वाटेत आमचं जुनं घर लागलं, जवळचं तळं, लहान लहान शेतं, वाण्याचं दुकान हे सगळं बघून बाबा बरेच हळवे झाले व त्या जुन्या स्मृती आठवून बोलू लागले. तेव्हाच माझ्या मनात शंकेची पाल चुकचुकली. बाबांचा मृत्यू जवळ आल्याची ती चाहूल होती, मी त्यांच्याकडे मूकपणे नुसतं बघितलं व त्यांनी होकारार्थी मान हलवली. माझी भीती खरी ठरली होती.

कॅबॉटच्या आईस्क्रीमच्या दुकानाशी मी गाडी थांबवली. १५ वर्षांच्या दीर्घ कालावधीनंतर आम्ही दोघांनी एकत्र बसून आईस्क्रीमचा आनंद लुटला. खूप गप्पा

मारल्या. आपल्या सगळ्या मुलांचा खूप अभिमान वाटतो असं बाबांनी बोलून दाखवलं. सगळ्यांचं छान चाललंय तेव्हा आता मरणाची भीती वाटत नाही असं जरी त्यांनी कबूल केलं तरी आपल्या पत्नीपासून कायमचं दूर जावं लागणार हा विचारही सहन होत नाही असं सांगून त्यांनी काळजी व्यक्त केली.

'माझ्या बाबांइतकं कोणीच आपल्या पत्नीवर एवढं प्रेम केलं नसेल.' मी गालातल्या गालात हसून म्हटलं.

त्यांचा मृत्यू बराच समीप आलाय व आता कोणी त्याला थोपवू शकणार नाही हे कटू सत्य घरच्या कोणाला मी सांगणार नाही असं त्यांनी माझ्याकडून वचन घेतलं. मी त्यांना होकार दिला खरा पण आता हे गुपित ठेवणं मला किती कठीण जाणार आहे हे मला समजत होतं.

काही काळानंतर मी व माझी पत्नी नवी गाडी किंवा छोटा ट्रक घ्यायचा विचार करत होतो. बाबांच्या ओळखीचा एक विक्रेता होता. त्याच्या दुकानात आपण जाऊ व काय विकत घ्यायचं ते ठरवू, असं मी बाबांना सांगितलं.

बाबांच्या घरून त्यांना बरोबर घेतलं व आम्ही दुकानात गेलो. मी विक्रेत्याशी बोलत असताना बाबांची नजर मात्र एका मस्त चॉकलेटी रंगाच्या पिक-अप ट्रकवर खिळली होती. मी देखील इतका सुंदर ट्रक प्रथमच बघत होतो. एखाद्या शिल्पकाराने स्वत:च्या हातांनी तयार केलेल्या शिल्पावर हळूवार हात फिरवावा तसं बाबा त्या ट्रकवरून प्रेमाने हात फिरवत होते.

"बाबा, मला वाटतं मी ट्रकच घ्यावा कारण ह्याला पेट्रोलही कमी लागतं. एक गॅलनमधे भरपूर चालतो ट्रक." मी म्हटलं.

तो विक्रेता काही कामासाठी आत गेल्यावर मी बाबांना म्हटलं की, त्या चॉकलेटी रंगाच्या ट्रकमधून आपण एक चाचणी चक्कर मारून येऊ या.

"अरे, हा एवढा महागडा ट्रक घेणं परवडणार नाही तुला." बाबा म्हणाले.

"हे तुम्हाला व मला माहिती आहे, पण त्या विक्रेत्याला तर माहिती नाहीये ना." मी म्हणालो.

बाबा तो ट्रक चालवायला बसले व मी शेजारी. बरंच लांब आल्यावर आम्ही लहान मुलांप्रमाणे हसू लागलो. दहा मिनिटे चालवून बाबा खूप खूष झाले त्या ट्रकवर.

दुकानात परत आल्यावर एक निळ्या रंगाचा सनडाऊनर कंपनीचा छोटा ट्रक मी पाहिला व तोच घ्यायचा असं ठरवलं. पेट्रोल कमी लागणारा तो ट्रक बाबांनीही पसंत केला. कारण मी खूप प्रवास करत असे. विक्रेत्याला आमची निवड दाखवून गाडीचे पेपर वगैरे तयार करायला सांगितले.

दोन-चार दिवसांनी गाडीचा ताबा घेण्यासाठी माझ्याबरोबर येण्याची मी बाबांना विनंती केली. तो चॉकलेटी रंगाचा मस्त ट्रक परत एकदा बघायची संधी मिळेल म्हणून बाबा पटकन तयार झाले.

आम्ही दुकानाजवळ पोहोचलो. दुरूनच पाहिलं तरी माझा तो निळा सनडाऊनरचा ट्रक 'विक्री झालीय.' (सोल्ड) असं स्टिकर लावून उभा होता व त्याच्या शेजारी तो बाबांच्या मनात भरलेला ट्रकही 'सोल्ड'चं स्टिकर लावून दिमाखात चमकत होता.

मी बाबांकडे हळूच पाहिलं तर त्यांच्या चेहऱ्यावर नैराश्य दिसलं. "हं! कोणीतरी घेतला वाटतं विकत?" बाबा पुटपुटले.

मी नुसती मान डोलावली व म्हणालो, "बाबा, तुम्ही उतरून जरा आत जाऊन विक्रेत्याला सांगता का, मी माझी गाडी लावून येतोच म्हणून?" आत जाता जाता बाबांनी विषण्ण मनाने त्या ट्रकवरून शेवटचा हात फिरवून घेतला.

मी माझी गाडी लावत असताना खिडकीतून बघत होतो माझ्या बाबांकडे. "हेच माझे बाबा, किती त्याग केलाय ह्यांनी आपल्या सगळ्या कुटुंबीयांसाठी." मी बघत होतो. विक्रेत्याने बाबांना बसायला खुर्ची दिली व त्यांच्या हातात त्या, त्याच चॉकलेटी रंगाच्या ट्रकच्या किल्ल्या सुपूर्द केल्या व म्हणाला की, "ट्रक माझ्यातर्फे दिलेली प्रेमाची भेट आहे व आम्हा दोघांतलं ते गुपित होतं."

बाबांनी तिथून खिडकीतून माझ्याकडे पाहिलं. आमची नजरानजर झाली व मग आम्ही मोकळेपणाने हसू लागलो.

त्या दिवशी रात्री मी माझ्या घराच्या दारासमोर बाबांची वाट बघत उभा होतो. बाबा त्यांच्या नव्या कोऱ्या ट्रकमधून खाली उतरले व मी त्यांना प्रेमभराने मिठी मारली व त्यांच्यावर माझं किती प्रेम आहे असं परत एकदा त्यांना सांगितलं.

नंतर आम्ही दोघं त्याच ट्रकमध्ये बसून लांबवर चालवत जात असताना बाबा म्हणाले, "तू ट्रक घेतलास माझ्यासाठी हे सर्व मला मान्य पण या कोका-कोलाच्या बाटलीचं आत चांदणीचं चित्र असलेलं हे झाकण काय करतंय इथे स्टिअरिंगच्या मध्यभागी? कुणी आणि का चिटकवलंय ते इथे?"

■

ब्रिअॅन कीफे

'A Secret Promise Kept'

## २ निकेल्स आणि ५ पेनीज

पूर्वीच्या काळी जेव्हा आईस्क्रीम संडे (आताचं एक महागडं आईस्क्रीम) खूपच स्वस्त मिळत असे, त्या वेळची ही गोष्ट. एक छोटासा १० वर्षांचा मुलगा एकदा आईस्क्रीमच्या दुकानात शिरला व ऐटीत टेबल पकडून खुर्चीवर बसला. वेट्रेसने (महिला वेटर) त्याच्या पुढ्यात पाण्याचा ग्लास ठेवला व त्याच्या ऑर्डरची वाट बघत ती उभी राहिली. "आईस्क्रीम संडेची काय किंमत आहे?" त्याने प्रश्न केला.

"पन्नास सेंटस्." वेट्रेसनं सांगितलं.

मुलाने खिशात हात घालून त्याच्याजवळ किती नाणी आहेत ह्याचा आतल्या-आतच अंदाज घेतला. "बरं मग साधं प्लेन आईस्क्रीम कितीला पडेल?" त्याने चौकशी केली.

बाजूच्या टेबलवर इतर दुसरी गिऱ्हाईकं थांबली होती. तिला त्यांचीही ऑर्डर घ्यायची होती, त्यामुळे वैतागून ती म्हणाली, "पस्तीस सेंटस्."

छोटूने परत एकदा खिशातल्या खिशातच किती पैसे आहेत हे चाचपून पाहिलं व तो तिला म्हणाला, "मग असं करा, मला साधंच आईस्क्रीम द्या."

तिने आईस्क्रीम आणून त्याच्यासमोर ठेवलं व जोडीला बिलही टेबलवर ठेवून ती आपल्या कामाला लागली. छोटूने शांतपणे एकेक चमचा करत चवीने आईस्क्रीम खाल्लं. काऊंटरपाशी जाऊन बिल भरून तो बाहेरही पडला. नंतर जेव्हा ती वेट्रेस टेबल पुसायला परतली तर तिची नजर टेबलवर पडली. आईस्क्रीमच्या रिकाम्या प्लेटजवळ त्याने २ निकेल्स व ५ पेनीज ठेवलेल्या होत्या. तिची बक्षिसी म्हणून! का नाही तिचे डोळे भरून येणार?

■

'द बेस्ट ऑफ बिटस् ॲण्ड पिसेस्' मधून
'Two Nickels and Five Pennies'

# आईस्क्रीम आणणारी मुलगी

आपल्या आजीला काय झालंय हे छोट्याशा एलेनॉरला काही केल्या समजत नव्हतं. आजी खूप विसराळू व्हायला लागली होती. कधी साखरेचा डबा कुठे ठेवलाय हे तिला आठवायचं नाही तर कधी वीज, पाण्याची बिले भरायचे ती विसरून जायची. कधी कधी तर तयार होऊन बाहेर जायचंय आणि आपल्याला दुकानात खरेदीला जाण्यासाठी कोणी घ्यायला येणार आहे याचाच तिला विसर पडायचा.

"आई, काय झालंय आपल्या आजीला?" एलेनॉर विचारायची. "ती आधी कशी छान व्यवस्थित राहायची, गप्पा मारायची. पण आता सारखी ती दुःखी असते, नाहीतर कुठेतरी शून्यात बघत बसून राहते. जोडीला कश्शाकश्शाची म्हणून तिला आठवणही राहात नाही. का गं असं?"

"हे बघ, आजी किनई आता म्हातारी व्हायला लागलीय." आई तिची समजूत घालत म्हणाली. "आणि हो, आता तिला आपल्या सगळ्यांकडून जास्तच प्रेम मिळायची गरज आहे बरं का!"

"म्हातारं होणं म्हणजे काय असतं, आई?" एलेनॉरने विचारलं. "सगळी लोकं म्हातारी झाल्यावर अशीच विसराळू होतात? म्हणजे मग मी पण...?"

"नाही राणी. अगदी प्रत्येकजण असा विसराळू होतोच म्हातारवयात असं नाही. आमच्या मते आजीला आता अल्झायमरच्या व्याधीनं हळूहळू ग्रासायला सुरुवात केलेली आहे. कारण असा विसराळूपणा, एकटंच बसून राहाणं ही या रोगाची सुरुवातीची लक्षणं आहेत. आपल्याला आता तिला एखाद्या चांगल्याशा शुश्रूषाकेंद्रात ठेवावं लागणार असं दिसतंय, कारण तिथेच तिची सतत योग्य काळजी घेतली जाईल."

"आई गं. किती भयंकर हे सगळं; पण मग ती तिचं स्वतःचं हे छोटंसं घर देखील विसरून जाईल. काहीच आठवणार नाही तिला घराबद्दल?"

"हं, असंही होईल कदाचित, पण आपण काहीच करू शकत नाही या बाबतीत. एलेनॉर, अगं तिथे तिची नीट शुश्रूषा होईल. तिला तिथे अशा तिच्यासारख्या नव्या मैत्रिणी मिळतील."

हे सगळं ऐकल्यावर एलेनॉरला खूपच वाईट वाटलं. ह्या सगळ्याची कल्पना करणं देखील तिला असह्य वाटत होतं.

"पण मग आपण तिला वरचेवर भेटायला तर जाऊ शकू नं?" काळजीच्या सुरांतला एलेनॉरचा प्रश्न. "जरी ती विसरभोळी झाली असली तरी तिच्याशी गप्पा मारणं बंद होणार आता माझं. मला कित्ती मजा यायची तिला सगळं सांगताना."

"आपण नं दर शनिवार, रविवार जाऊ शकू तिला भेटायला, शिवाय तिच्यासाठी काहीतरी खाऊ, भेटवस्तू पण नेता येईल आपल्याला." आईने तिला आश्वासन दिलं.

"हो हो, आपण आईस्क्रीम न्यायचं बरं का. आजीला स्ट्रॉबेरीचं आईस्क्रीम किती आवडतं, नाही?" एलेनॉरची कळी थोडीशी खुलली.

"नक्की ठरलं मग. स्ट्रॉबेरी आईस्क्रीम!" आई हसून म्हणाली.

परंतु शुश्रूषाकेंद्राच्या पहिल्याच भेटीत एलेनॉरला रडू आवरेना. "आई, बघ नं इथे तर सगळे चाकाच्या खुर्चीत बसून आहेत नुसते." रडक्या सुरांत एलेनॉर म्हणाली.

"त्यांना असंच बसवावं लागतं, नाही तर त्यांचा तोल जाऊन पडण्याची शक्यता असते." आईने तिला सोप्या भाषेत सांगितलं आणि आता तू आजीला भेटशील न जवळ जाऊन तेव्हा तिच्याकडे बघून गोड हसायचं आणि ती किती छान दिसतेय असं देखील म्हणायचं तिला, कळलं?"

तिथे व्हरांड्यात कोवळ्या उन्हात चाकाच्या खुर्चीत बसलेली आजी सगळ्यांपासून दूर अगदी एकटीच झाडाकडे एकटक बघत बसलेली!

एलेनॉरने धावत जाऊन आजीला घट्ट मिठी मारली. "बघ, बघ, काय गंमत आणलीये आम्ही तुझ्यासाठी. तुझं आवडतं स्ट्रॉबेरी आईस्क्रीम!"

पुढ्यात आलेला आईस्क्रीमचा कप व चमचा घेऊन आजी एकही अक्षर न बोलता आईस्क्रीम खाऊ लागली.

"आजीला अगदी मनापासून आवडलेलं दिसतंय आईस्क्रीम, हो नं एलेनॉर?" आई तिला म्हणाली.

"पण तिनं तर आपल्याला ओळखलेलं पण दिसत नाहीए." निराशेच्या स्वरात एलेनॉर म्हणाली.

"असं नाही म्हणू, ती इथे जरा रुळू दे, सध्या सगळं नवं नवं आहे नं आणि तिला जमवून घेण्यासाठी आपणही थोडी वाट पाहिली पाहिजे." आई तिला जवळ घेत म्हणाली.

पुढच्या भेटीतही हीच पुनरावृत्ती झाली. आजीने चुपचाप आईस्क्रीम खाल्लं. त्यांच्याकडे बघून थोडंसं स्मितहास्य केलं पण बोलली मात्र काहीच नाही. जणू या

दोघी कोणी अनोळखीच होत्या तिच्यासाठी.

"आजी, ए आजी, मी कोण आहे सांग बरं. तू ओळखलंस का मला?" एलेनॉरने उत्सुकतेने विचारून पाहिलं.

"तूच ती मुलगी नं. माझ्यासाठी आईस्क्रीम घेऊन येणारी?" आजी एवढंच बोलली.

"हो, हो, तीच मी! पण मी तुझी लाडकी नात एलेनॉर आहे की नाही? तुला मी आठवत नाही?" असं म्हणत तिने आजीच्या गळ्यात आपले हात टाकले.

आजी किंचित हसली. ते देखील क्षीणपणे, अगदी केविलवाणं!

"आठवतंय? हं, हं, आठवलं आठवलं मला. तूच ती मुलगी नं, मला आईस्क्रीम आणणारी!"

एलेनॉरला अचानक साक्षात्कार झाला की यापुढे आजी तिला कधीच ओळखू शकणार नाही. मनातल्या मनात ती उमजून चुकली की आजी आता तिच्या एकटीच्याच विश्वात रमून राहणार. धूसर आठवणीत अगदी एकाकी! आपण आता तिच्या हिशेबी फक्त एक आईस्क्रीम आणणारी अनोळखी मुलगी.

"आजी, मला तू कित्ती कित्ती आवडतेस म्हणून सांगू. खूप प्रेम आहे माझं तुझ्यावर." – एलेनॉर म्हणाली. आजीच्या गालावर एक अश्रू ओघळून आलेला तिला दिसला.

"प्रेम— हं, मला प्रेम म्हणजे काय ते आठवतंय." आजी उत्तरली.

"बघ, बघ, आजीला फक्त प्रेमाची गरज आहे. बाकी काही नकोय." डोळ्यांतले अश्रू थोपवत आई एलेनॉरला म्हणाली.

"मी आता दर शनिवार-रविवार तिच्यासाठी आईस्क्रीम तर घेऊन येणारच शिवाय तिला दरवेळी अशीच कडकडून मिठी मारणार. नाही तिने मला ओळखलं तरी काही फरक पडणार नाही."

थोडक्यात तात्पर्य काय तर प्रेमाची भावना, जाणीव सतत जागृत राहणं हे सर्वात महत्त्वाचं. कोणाचं तरी फक्त नाव लक्षात ठेवण्यापेक्षा! नुसत्या नावात काय ठेवलंय असं?

■

मॅरियन शूबार्लिन

'The Ice-CreamGirl'

## काय जादू घडली?

व्हिट हा माझा मित्र एक व्यावसायिक जादूगार आहे. लॉस एंजेलिसमधल्या एका रेस्टॉरंटमधे तो जादूचे खेळ दाखवत असे व ते देखील तिथे एकीकडे भोजनाचा स्वाद घेणाऱ्या लोकांच्यात फिरत-फिरत. असंच एकदा एका संध्याकाळी तो तिथे आलेल्या एका कुटुंबाजवळ गेला, आपली ओळख करून दिली आणि बोलत बोलत त्याने पत्त्यांची जादू दाखवायला सुरुवात केली. त्या कुटुंबातल्या एका लहान मुलीजवळ जाऊन तिच्यासमोर पत्ते धरून त्यातला एक पत्ता उचल असं सांगितलं. घाईने तिचे वडील त्याला म्हणाले की, त्यांची मुलगी वेंडी दृष्टिहीन आहे.

व्हिट त्यांना म्हणाला, "ठीक आहे, त्याने काही फरक पडत नाही. तिची हरकत नसेल तर मी तिच्यावरच जादूचा एक प्रयोग करायला तयार आहे." वेंडीकडे वळत व्हिट तिला म्हणाला, "वेंडी, ही जादू दाखवण्यात तू करशील मला मदत?"

लाजरी बुजरी वेंडी संकोचून म्हणाली, "हो, करीन मी मदत."

व्हिट तिच्या टेबलपाशी समोरच्या खुर्चीवर बसला आणि म्हणाला, "वेंडी, मी आता हातात एक पत्ता धरणार आहे. तो काळा किंवा लाल यापैकी एका रंगाचा असेल. आता तू एकच करायचं, तुझ्या अंतर्दृष्टीच्या बळावर हा पत्ता लाल आहे का काळा आहे हे तू मला सांगायचं. आलं तुझ्या लक्षात, काय करायचं ते?" वेंडीने होकारार्थी मान हलवली.

किलवरचा राजा हातात धरून व्हिट म्हणाला, "वेंडी, काळा का लाल पत्ता आहे हा ओळख बरं."

क्षणभर विचार करून वेंडी म्हणाली, "काळा पत्ता आहे." तिच्या घरचे समाधानाने हसले. नंतर पाठोपाठ व्हिटने बदाम सत्ती उचलून विचारलं, "कोणता पत्ता आहे लाल का काळा?"

वेंडी उत्तरली, "लाल".

तिसरा पत्ता चौकटची तिर्री हातात घेऊन, "सांग, काळा का लाल?" व्हिटने विचारलं.

थोडाही विलंब न लावता वेंडीने उत्तर दिलं "लाल." हे बघून तिच्या घरची मंडळी जरा गोरीमोरीच झाली. नंतर व्हिटने तिला अजून तीन पत्ते ओळखायला

लावले आणि काय आश्चर्य, त्यांचादेखील अचूक रंग तिने ओळखून दाखवला. सहापैकी सहाही पत्त्यांचा रंग वेंडीने अचूकपणे ओळखला. तिचं हे कसब बघून घरच्यांचा विश्वासच बसेना.

आता तर सातवा पत्ता व्हिटने हातात उचलून घेतला. बदामची पंजी आणि म्हणाला, "वेंडी, आता हा पत्ता कोणता (चव्वी, पंजी, छक्की इ.) आणि जोडीला इस्पिक, बदाम, किलवर की चौकट आहे हे देखील तू सांगायचंस."

जरा विचार करून आत्मविश्वासाने वेंडी म्हणाली, "ही बदामची पंजी" आता मात्र तिच्या घरचे आश्चर्याने बधिरच झाले.

तिच्या वडिलांनी शेवटी व्हिटला विचारलं की, तो काही साधी चलाखी करतोय? का त्यांच्या आकलनाच्या पलीकडची अशी काही खरोखरीची जादू करतोय? व्हिटने त्यांना सांगितलं, "ह्याचं उत्तर वेंडीच देऊ शकेल."

"वेंडी बेटा, कसं काय तू हे ओळखू शकत आहेस?" असं वडिलांनी विचारल्यावर वेंडी हसत हसत म्हणाली. "ही तर आहे जादू, गम्माडी गंमत." व्हिटने सर्वांशी हस्तांदोलन केलं. वेंडीला प्रेमाने जवळ घेतलं, आपलं नाव-पत्त्याचं ओळखकार्ड दिलं व त्यांचा निरोप घेतला. खरंच व्हिटने निर्माण केलेले त्या दिवशीचे ते जादूचे क्षण हे कुटुंब कधीच विसरू शकणार नव्हते.

आता खरी गंमत तर पुढेच आहे बरं का, वेंडीला कसा काय ठरावीक पत्त्यांचा रंग ओळखता येत होता? बरं, व्हिटची व तिची त्या प्रयोगाच्या आधी भेट होऊन त्याने तिला रंग ओळखायची काही गुपितं सांगितली होती असंही नाही. वेंडी दृष्टिहीन होती हे तर निर्विवाद होतं, त्यामुळे पत्त्यांचा रंग, त्यावरचा नंबर, कोणत्या गटातला पत्ता हे सर्व ओळखणं अशक्य कोटीतलं. मग हे कसं काय झालं?

आयुष्यात क्वचितच घडू शकणारा हा चमत्कार, व्हिटने एका सांकेतिक माध्यमातून व चटपटीतपणे विचार करूनच खरा करून दाखवला होता. ह्यापूर्वी व्हिटने काहीही न बोलता फक्त पावलांनी टक्‌टक् करून आपली गुप्त माहिती एका माणसाकडून दुसऱ्याकडे पोहोचवणाऱ्या पद्धतीचा विचार केला होता, परंतु ती पद्धत त्याने अजूनपर्यंत वापरून पाहिली नव्हती. परंतु त्या दिवशी वेंडीवर त्याने हा प्रयोग करण्याचं ठरवलं. जेव्हा वेंडीच्या समोरच्या खुर्चीवर व्हिट बसला (दोघांमध्ये टेबल होतंच) आणि तिला म्हणाला, "मी एक पत्ता उचलीन तो लाल का काळ्या रंगाचा आहे हे तू सांगायचं" तेव्हा हे तिला सांगता सांगता टेबलच्या खालून त्याने आपल्या पावलांनी वेंडीच्या पावलांवर 'लाल शब्द उच्चारताना एकदा व 'काळा' शब्द म्हणताना दोनदा टक्‌टक् केलं होतं.

त्याने परत एकदा तसाच संकेत देऊन जोडीला 'तुझ्या अंतर्दृष्टीचा वापर कर' असं म्हणून तिच्या पावलावर 'लाल'साठी एकदा व 'काळा'साठी दोनवेळा टक्‌टक्

केलं होतं. 'आलं न लक्षात?' असं मुद्दाम विचारून तिला ते संकेत समजल्याची खात्री करून घेतली व तिने 'हो' म्हटल्यावर मग त्याने जादूचा खेळ सुरू केला. त्याचे तोंडी आदेश तो परत परत तिला समजावत आहे याच भ्रमात प्रेक्षकवर्ग राहिला.

पुढचा प्रश्न असा पडतो की बदाम पंजीचा पत्ता आहे असं त्याने वेंडीला कोणत्या संकेताने सांगितलं असेल अगदी सोपं उत्तर आहे. त्याने मोजून पाच वेळा तिच्या पावलावर टक्‌टक् केलं तिला ती पंजी आहे हे कळावं म्हणून. जेव्हा त्याने ती पंजी 'बदाम, इस्पिक, किलवर का चौकटची आहे' असं म्हणत असताना 'बदाम' शब्द उच्चारताना तिच्या पावलावर टक्‌टक् केलं होतं. त्यामुळे तिला दोन्ही उत्तरांचा संकेत समजला होता.

या घटनेचं खरं गमक एका गोष्टीत आहे, की ह्या घटनेमुळे वेंडीचं मन किती प्रफुल्लित झालं. थोड्या काळासाठी ती किती चमकली! आपल्या कुटुंबात आपलं असं एक वेगळंच स्थान आहे ह्याची अनुभूती तर तिला मिळालीच पण त्याबरोबर जेव्हा तिचे आई, बाबा, बहीण, भाऊ, ओळखीच्या सगळ्यांना तिच्या आगळ्या-वेगळ्या अंतर्दृष्टीबद्दल सांगू लागले तेव्हा कौतुकाच्या वर्षावात न्हाऊन व सगळीकडे चर्चेचा केंद्रबिंदू झाल्यामुळे तिला परमावधीचा आनंद झाला.

काही महिन्यांनंतर व्हिटला वेंडीने पाठवलेलं एक पार्सल मिळालं. त्यात ब्रेल लिपीतला पत्त्यांचा एक डाव व त्या जोडीला एक छानसं पत्रं तिनं पाठवलं होतं. पत्रात तिने त्याच्यामुळेच तिला किती मानाचं स्थान मिळालं व थोड्या क्षणापुरती का होईना तिला 'दृष्टी' लाभली याबद्दल त्याचे त्रिवार आभार मानले होते. पत्रात तिने असंही लिहिलं की तिच्या घरचे सगळे अजूनही तिला ह्या मागचे रहस्य विचारत असतात पण तिने अजिबात गौप्यस्फोट केलेला नाही. तिने व्हिटला ब्रेल लिपीतला पत्त्यांचा डाव एवढ्यासाठी पाठवलाय की जेणेकरून तो भविष्यात नक्कीच दृष्टिहीनांसाठी पत्त्याच्या नवनवीन जादू करून दाखवायची पद्धत शोधून काढेल.

■

मायकेल जेफ्रिज

'How Magic Helped a Blind Girl See'

# मॅन्युअल गार्सिआ

मॅन्युअल गार्सिआ एक अभिमानी माणूस
व मेहनती व्यक्ती म्हणून होता प्रसिद्ध त्याच्या गावात.
एक सुखी कुटुंब, जोडीला चांगली नोकरी,
त्यामुळे उज्ज्वल भविष्याकडे होत होती छान वाटचाल।।
एक दिवस उजाडला तो मॅन्युअलला पोटशूळ घेऊनच,
गेला मग तो तत्वर निदान करून घ्यायला.
दडला होता शरीरात शत्रू कॅन्सररूपात
दैवाचं पडलं होतं उलटं दान।।
मिलवॉकी शहरातला हा मॅन्युअल
झाला भरती एका रुग्णालयात,
डोळ्यांपुढे येऊ लागलं ३९ वर्षांचं आयुष्य,
लागलीय घसरायला जणू वाळूच्या घड्याळातली वाळू।।
"संभाव्य गोष्टी काय आहेत पुढ्यात?" मॅन्युअल कळवळला,
"दोनच पर्याय आहेत आता तुझ्यापुढे"– डॉक्टरांचं स्पष्टीकरण
"नाही करून घेतलेस काही उपचार तर मृत्यू अटळ."
पण उपचारांचं दु:ख तीव्र – शिवाय कसलीच खात्री नाही...।।
आता सुरू झाली मॅन्युअलची खरी सत्त्वपरीक्षा,
उपचारानंतरच्या गुंगीतल्या अनेक तळमळत्या रात्री,
रुग्णालयाच्या भीषण शांततेमधले पायांचे दबके आवाज
जीवनांतून घटत जाणारा मिनिटा-तासांचा हिशेब।।
आतून शरीर कुरतडत चालल्याची ती जाणीव
नेत होती त्याला हळूहळू निराशेच्या गर्तेत,
चाळीस पौंड वजन गमावलेला मॅन्युअल
औषधांच्या दुष्परिणामांनी गमावू लागला डोक्याचे केस।।
नऊ आठवड्यांच्या उपचारांनंतर डॉक्टर आले सांगत,
मॅन्युअल, आम्हाला शक्य होते तेवढे केले उपचार

आता पुढचं आहे तुझ्या हातात, तुझ्या विचारसरणीत.
कसा काय तू सामना करशील ह्यावर आहे तुझं नशीब॥
समोरच्या आरशात बघितलं स्वतःला, एक दुःखी, अनोळखी
किती कृश, किती एकाकी, किती केविलवाणा
एक दुर्बल रोगी 'मी कोणाला हवासा वाटत नाही' हे जाणणारा
केवळ एकशे वीस पौंड शरीराचा – डोक्याचा गोटा झालेला॥
कल्पनेत बघू लागला – त्याच्याविना जगणारी त्याची पत्नी,
त्याची चार चिल्लीपिल्ली – पितृछत्र गमावलेली.
ज्युलिओच्या घरी दर गुरुवारी मित्रांबरोबर रंगणारे पत्त्यांचे डाव
आणि अशा बऱ्याच काही बाही अपूर्ण इच्छा...॥
रुग्णालयातून घरी परतण्याचा आला दिवस,
झोपेतून जागा होऊन ऐकली आसपासची हालचाल.
अरे – स्वप्न तर नव्हे हे?...
समोर उभी पत्नी व चार मित्र – संपूर्ण केशविहीन॥
डोळे चोळून नीट नजर फिरवली – अविश्वसनीय.
एका ओळीत उभी असलेली पाच तुळतुळीत डोकी.
सगळे कसे अळीमिळी गुपचिळी, पण मग लागले
इतके हसू की डोळ्यांत जमा झाले अश्रू॥
रुग्णालयाच्या चार भिंतीत लागला आवाज घुमू
एका सुरांत गाऊ लागले – "केवळ तुझ्यासाठी –
फक्त तुझ्याचसाठी आम्ही हे असे"
आले घेऊन त्याला बाहेर अन् धरली घरची वाट॥
आला मॅन्युअल, आला त्याच्या सग्यासोयऱ्यांत,
उतरला त्याच्या छोट्याशा घरासमोर.
रविवारची सकाळ, पण का अशी नीरव शांतता?
एक खोल श्वास घेऊन, सावरलं त्यानं स्वतःला॥
जाणार दारातून आत, तोच उघडलं गेलं दार
त्याचे जिवलग, त्याचे शेजारी-सहकारी
पुरी पन्नासाची फौज तुळतुळीत गोट्याची,
गाऊ लागली एकसुरात "तू आमचा खूप आवडता..."॥
असा हा मॅन्युअल गार्सिआ – एक कॅन्सरचा रोगी,
एक पिता, पती, शेजारी, मित्र अनेक रूपांतला
हुंदका आवरत वदला, "येत नाही मला भाषण-

पण मी आज बोलल्याशिवाय नाही राहणार।।
या कॅन्सरपायी व केशविहीन अवतारानं
झालो होतो मी एकलकोंडा,
आता तुम्ही माझे सोबती – देवाची कृपा.
दिलीत मला हरवलेली शक्ती – देव तुमचे भले करो
याच प्रेमभावनेत आपलं दीर्घायुष्य सफल होत जावो।।''

■

डेव्हिड रॉथ
'Manuel Garcia'

# स्वातंत्र्याची चाखली चव

*“दुसऱ्या व्यक्तीबद्दलची कळकळ आस्था जर का तुमच्या हृदयात वास करत असेल तर तुम्ही बाजी मारलीच समजा.”*

**माया अँजेलो**

भीतीने माझी गाळण उडाली होती. कॅलिफोर्निया राज्यातल्या प्लेझेंटन गावच्या कैद्यांच्या राष्ट्रीय सुधारणागृहातून माझी रवानगी आज पार केंटकी राज्यातल्या लेक्झिंग्टन गावच्या महिला कैद्यांच्या राष्ट्रीय सुधारणागृहात झाली होती. हे सुधारणागृह असंख्य कैद्यांनी भरलेलं व सतत चालणाऱ्या मारामाऱ्यांसाठी कुप्रसिद्ध होतं.

माझ्या वडिलांच्या धंद्यात मी काही अफरातफरी केल्याच्या गुन्ह्यामुळे आठ महिन्यांपूर्वी मला शिक्षा झाली होती. मी अगदी लहानपणापासून वडिलांकडून होणाऱ्या शारीरिक, मानसिक व लैंगिक छळाची बळी झाले होते. माझी आई गेल्यावर जेव्हा वडिलांनी मला त्यांच्या धंद्यात हातभार लावायला सांगितला तेव्हादेखील मी पाच वर्षांची असताना ज्या भेदरलेल्या नजरेने त्यांच्याकडे बघायची त्याच नजरेने पाहिलं. त्यांना नकार द्यावा असं मला सुचलंच नाही. काही महिन्यांनी एफ.बी.आय. (अमेरिकन पोलीस)ची माणसं येऊन काही महत्त्वाच्या कागदांवरच्या सह्या माझ्याच आहेत का असं विचारू लागल्यावर, लहानपणापासून वडील सांगतील तसंच करायची, बोलायची सवय लागल्याने मी म्हटलं, “हो माझ्याच आहेत, वडिलांचा यात काही सहभाग नाही.” मीच गुन्हा कबूल केल्याने मला शिक्षा झाली व अतिसुरक्षा असलेल्या कारागृहात माझी रवानगी झाली.

तुरुंगात जाण्याआधी प्रौढांसाठी आयुष्यात तग धरण्यासाठी, मनोबल वाढवणाऱ्या एका शिक्षणक्रमात मी नाव घातलं होतं व तिथे मी बालपणात माझ्या मनावर पडलेले घाव बुजवायला शिकू लागले. दीर्घकाळ छळ झाल्यानंतर त्याचे आयुष्यावर काय परिणाम होतात हे मला उमगू लागलं. तसंच काही दु:खद आठवणी व मानसिक धक्क्यातून स्वत:ला सावरता येऊ शकतं हे देखील कळलं. या शिक्षणक्रमामुळे तुरुंगात असताना माझा एक विचार पक्का झाला, की माझ्या अवतीभोवती होणारे

हिंसा, दंगे, मारामाऱ्या, जेलरची कडक नजर हे माझ्या अंतर्मनातल्या कल्लोळाचं एक बाह्यरूप आहे. त्यामुळे मी स्वत:मधे बदल घडवायचं ठरवलं. तत्त्वज्ञानावरची पुस्तके वाचून मी सत्याचा शोध घेऊ लागले. मी खरंच कोण आहे यावर विचार करू लागले. जेव्हा मला वडिलांचं "तू कस्पटासमान आहेस" हे कटू वाक्य आठवायचं तेव्हा त्या वाक्याच्या जागी जणू देवच मला म्हणतोय, "तू माझी लाडकी आहेस" असा मी विचार करायची. दिसामाशी माझ्यात फरक पडू लागला. माझ्या विचारशक्तीत आमूलाग्र बदल घडू लागला.

"चल, सामान बांध तुझं" अशी आज्ञा कानावर पडल्यावर मला वाटलं आता मला या अतिसुरक्षा कारागृहातून जरा सैल वातावरणाच्या तुरुंगात पाठवणार बहुतेक. वाटेत प्रवासात पळून जाण्याचा बेत कैद्यांनी आखू नये म्हणून कुठे नेणार, कधी निघणार ह्याबद्दल खूप गुप्तता राखतात. शेवटी मी लेक्झिंग्टनच्या सुधारणाकेंद्रात पोहोचल्यावर मला धक्काच बसला. भीतीने माझा थरकाप उडाला पण तेवढ्यात इथल्या वास्तव्यात काहीतरी अद्भुत घडेल असं मनोमनी वाटलं. शिवाय देवाचा माझ्यावर आता कृपाहस्त आहे ह्याची मला खात्री होती. मला कारागृहाच्या ज्या विभागात ठेवलं होतं त्याचं नाव पुनरुज्जीवन! (Renaissance) काय योगायोग होता

बघा. देवावर श्रद्धा असल्याने मी इथे खूप सुरक्षित राहणार असं वाटू लागलं. माझं खरंच पुनरुज्जीवन होण्यासाठी मला अजून बरंच शिकावं लागणार हे उमगलं.

दुसऱ्या दिवशी आमच्या इमारतीच्या दुरुस्तीच्या कामावर मला पाठवलं. फरशीला पॉलिश करणं व इतर अनेक कामं इथे शिकावी लागत होती. तुरुंगातून सुटका झाल्यावर उदरनिर्वाहासाठी ह्याच शिक्षणाचा फायदा होणार होता. आमचे पहारेकरी एक श्री. लिअर (खरं नाव नाही) म्हणून होते. ते एक उत्तम शिक्षक होते. मजा म्हणजे ते चक्क प्रेमळ व विनोदीदेखील होते.

सर्वसाधारणपणे पहारेकरी व कैदी ह्या दोघांच्यात दोन प्रकारचे समज निर्माण झालेले असतात. कैदी पहारेकऱ्याला कधी चांगलं म्हणत नाही व पहारेकरी तर कधीच कैद्यांच्या कोणत्याही बोलण्यावर विश्वास ठेवत नाही, परंतु लिअर जरा वेगळेच होते. त्यांच्या सहवासातला आमचा वेळ फक्त शिकण्यातच न जाता अधूनमधून गमती-जमतीतपण जात असे. त्यांनी नियम-कायदे कधीच सैल केले नाहीत, पण जाणूनबुजून आम्हाला कधीच अर्वाच्य शब्दांची लाखोली वाहून अपमानकारक वागणूक दिली नाही.

बरेच दिवस मी लिअरचं निरीक्षण केलं व मग माझ्या लक्षात आलं की ते माझ्याकडे बघताना नेहमी गमतीशीर हावभाव करतात. मी एखाद्या पट्टीच्या गुन्हेगारासारखी न दिसता कॅनसस् शहरातील एखाद्या सर्वसामान्य गृहिणीसारखी दिसत असे, त्यामुळे असावं असा मी विचार केला.

एकदा मी व लिअर दोघंच बाजूला असताना त्यांनी मला विचारलं, "एक सांग मला, तुझ्यासारखी बाई इथे या तुरुंगात कशी काय आली?" काहीही लपवून न ठेवता सगळं खरं खरं घडलेलं मी त्यांना सांगितलं. त्यांनी माझं बोलणं शांतपणे ऐकून घेतलं व मग विचारलं की माझे वडिलही बंदी आहेत का दुसऱ्या कुठल्या तुरुंगात? मी नाही म्हणून सांगितलं आणि हे ही सांगितलं की, त्यांच्याविरुद्ध गुन्हा केल्याचा काही पुरावा न मिळाल्याने व माझ्या बहीणभावांनी त्यांच्या कपोलकल्पित गोष्टींवर विश्वास ठेवून त्यांच्याच बाजूने साक्ष दिली होती.

हे ऐकून लिअरना खूप राग आल्याचं दिसलं. त्यांनी विचारलं, "तरीदेखील तू एवढी खुषीत कशी दिसतेस नेहमी?" मी नुकतंच कमावलेलं ज्ञान-भांडार त्यांच्यापुढे उघडलं— मी बोलू लागले. आनंद, शांती ही आपल्या हृदयातच वसलेली असते. स्वातंत्र्याचा खरा अर्थ काय ह्याबद्दलही मी त्यांच्याशी चर्चा केली. शिवाय प्रत्येकाने स्वत:वर विश्वास ठेवला की त्या विश्वासाची फळं एक ना एक दिवस नक्कीच चाखायला मिळतात हे तत्त्वज्ञानही बोलून दाखवलं.

लिअरना मी एक प्रश्न केला की, रोज न कंटाळता ते कैद्यांना ही कामं कशी काय शिकवू शकतात? कारण तसं पाहिलं तर एकाही कैद्याला ह्यात अजिबात रस

नसतो. लिअरचं ऐकावं असं त्यांना वाटत नसतं, तरी काम शिकायला त्यांना ते कसे प्रोत्साहित करू शकतात? दुसरा प्रश्न असा केला की ते नेहमी इतके प्रसन्न कसे असतात व दयाळूपणे कैद्यांशी कसे वागू शकतात? कारण मुळातच ह्या कैद्यांना इथे अजिबात राहावंसं वाटत नसतं.

हे सगळं खूप कठीण असतं हे लिअरने मान्य केलं; पण ह्या नोकरी ऐवजी खरं म्हणजे त्यांना दुसरीच नोकरी करायची होती. सैन्यात भरती होण्याचं त्यांचं स्वप्न होतं; पण ह्या नोकरीतली आर्थिक सुरक्षितता त्यांना आपल्या ह्या स्वप्नामागे धावण्याचा धोका पत्करू देत नव्हती. आता बायको व मुलांची जबाबदारी होती त्यांच्यावर, त्यामुळे तारुण्यातलं स्वप्न अपुरंच राहिलं.

स्वप्नपूर्तीची इच्छा प्रचंड प्रबळ असल्याशिवाय ती त्यांच्या मनात आलीच नसती असा माझा विचार मी त्यांना बोलून दाखवला. त्यांना जे करावंसं वाटतं ते त्यांनी करायचा जरूर प्रयत्न करावा. आपण उगाचच असे वेगवेगळ्या प्रकारच्या प्रश्नांच्या, अडचणींच्या पिंजऱ्यात अडकून पडत असतो असंही मी त्यांना सांगितलं.

अशा विचारांची देवघेव वरचेवर आम्हा दोघांच्यात होऊ लागली व मग त्यांच्या सहवासात मला खूप सुरक्षित वाटू लागलं. हेच एक असे पहारेकरी होते की, त्यांची मला भीती वाटत नसे. मला खात्री वाटत असे की त्यांच्या वैयक्तिक अडचणींचा राग ते माझ्यावर काढणार नाहीत किंवा मला कमीपणाची वागणूक देणार नाहीत. मी अवज्ञा केली अशी सबब दाखवून मला खोलीत एकाकी डांबणार नाहीत. साधारणत: अशा गोष्टी तुरुंगात नेहमीच घडत असतात.

पण एक दिवस अकस्मात लिअरने माझ्यावर ओरडायला सुरुवात केली. त्यांचा तो अवतार बघून मला धक्काच बसला व वाईटही वाटलं. जोरात ओरडून ते म्हणाले, ''रॉगॉफ, आत्ताच्या आत्ता माझ्या ऑफिसमधे जाऊन नीट आवर, झाडून स्वच्छ कर, सगळ्या शेल्फवरचं सामान खाली काढून ठेव. हे सगळं झाल्याखेरीज बाहेर आलीस तर खबरदार!''

माझ्या हातून असा काय गुन्हा घडला की लिअर माझ्यावर एवढे संतापले हे मला कळेना पण त्यांची आज्ञा पाळणं तर भागच होतं.

''हो सर.'' म्हणून मी ऑफिसमधे गेले. झालेला अपमान गिळायचा प्रयत्न करत होते. माझ्या भावनांना ठेच लागली होती. इतरांपेक्षा ते खूप वेगळे आहेत असं मला वाटायचं. आम्ही दोघांनी कित्येक वेळा किती छान गप्पा मारल्या होत्या. पण प्रत्यक्षात — हुं! मी त्यांच्यालेखी केवळ एक कैदीच होते!

माझ्यापाठोपाठ लिअरही आत आले व त्यांनी दरवाजा बंद करून त्याला पाठ लावून ते उभे राहिले. मी डोळ्यांतले अश्रू पुसून सगळ्या शेल्फवर नजर टाकली. हळूहळू माझ्या तोंडावर हसू फुलू लागलं. सगळी शेल्फस् तर रिकामीच होती. फक्त

एका शेल्फवर मात्र एक ताजाताजा, रसरशीत लालभडक रंगाचा टोमॅटो ठेवलेला होता व त्याच्याजवळ मिठाची एक बाटली. लिअरना माहिती होतं की तिथं राहून मला आता जवळजवळ वर्ष होत आलं होतं व इतके दिवसांत मला एकदाही ताजा टोमॅटो खायला मिळाला नव्हता. लिअरने त्यांच्या घराच्या परसदारातला ताजा टोमॅटो तर आणलाच होता आणि आता इतर पहारेकऱ्यांनी मला बघू नये म्हणून ते चौफेर नजर टाकून टेहळणी करत उभे होते आणि एकीकडे मी माझ्या आयुष्यातल्या त्या अमूल्य टोमॅटोचा आस्वाद घेण्यात रंगले होते.

प्रेमळपणा दर्शवण्याचा किती सोपा उपाय. कैद्याच्या नंबरनी ओळखली जाणारी मी. मी देखील शेवटी एक माणूसच आहे हे त्यांनी मला दाखवून दिलं. त्यांच्या ह्या कृतीचा माझ्या पुढील जीवनात फार मोठा परिणाम झाला. कारागृहातलं माझं वास्तव्य हा एक अपघात नसून माझ्या आयुष्यातल्या जखमा पूर्णपणे भरून काढायची संधीच होती. या जखमा इतक्या नीट भरल्या गेल्या की, पुढे मी इतरांच्या मनाच्या जखमा भरून काढण्यासाठी उत्तम मार्गदर्शक बनेन.

लिअर हे जसे माझे पहारेकरी होते तसेच एक उत्तम मित्रही झाले होते. शिक्षा संपवून कारागृहातून बाहेर आल्यापासून मला त्यांची काहीच बातमी नाही की मी त्यांना परत कधी भेटले नाही. आजही प्रत्येकवेळी माझ्या बागेतला टोमॅटो तोडताना तीव्रतेने मला त्यांची आठवण झाल्याशिवाय राहत नाही. त्यांचा तो जिव्हाळा, ते प्रेम, ती आपुलकी मी कशी विसरू शकेन? आज माझ्याइतकेच लिअरदेखील स्वातंत्र्याचा उपभोग घेत असतील अशी मला आशा आहे.

■

बार्बरा रॉगॉफ
'A Taste of Freedom'

# नजरेतली सहानुभूती

खूप वर्षांपूर्वी व्हर्जिनिया राज्यातील ऐन कडाक्याच्या थंडीमधली ही घटना आहे. नदीच्या ऐलतीरी एक वयोवृद्ध गृहस्थ तिष्ठत उभा होता. त्याला पैलतीरी जायचं होतं. त्याची पांढरीशुभ्र दाढी हिमकण पडल्याने जास्तच चमकत होती. अनंत काळपर्यंत प्रतीक्षा करावी लागतेय की काय अशी चिन्हं दिसत होती. थंडीमुळे बिचारा अगदी गोठून गेला होता व वाऱ्यामुळे त्याचं शरीर बधीर होऊ लागलं होतं.

तेवढ्यात बर्फाने झाकून गेलेल्या त्या रस्त्यावरून खूप दुरून त्याला घोड्यांच्या टापांचा आवाज ऐकू येऊ लागला. थोड्याच वेळात वळणावर त्याला एकापाठोपाठ येणारे घोडेस्वार दिसू लागले. पहिला घोडेस्वार जवळून गेला तरी त्या वृद्धाने त्याला थांबवलं नाही. असं करतकरत एकेक घोडेस्वार पुढे निघून गेला पण जेव्हा शेवटचा घोडेस्वार जवळ आला व त्याने निरखून या बर्फाच्या पुतळासदृश वृद्धाला बघितलं. दोघांची नजरानजर झाली. तो वृद्ध त्याला म्हणाला, "सर, तुम्ही या म्हाताऱ्याला तुमच्या घोड्यावरून नदीच्या पैलतीरावर सोडू शकाल का? पायी जाण्यासाठी नदीतला पूल दिसत नाहीये एवढं बर्फ झालंय सगळीकडे."

घोड्याचा लगाम खेचून धरत तो घोडेस्वार म्हणाला, "हो, हो. अवश्य सोडीन की. चढा घोड्यावर तुम्ही." पण थंडीने आकसलेलं शरीर उंचावून त्याला काही केल्या घोड्यावर चढता येईना असं बघितल्यावर घोडेस्वार स्वत: खाली उतरला व म्हाताऱ्याला वर चढण्यास मदत केली. त्याने म्हाताऱ्याला नुसतं नदीपलीकडे सोडून न देता, थोडं पुढे जाऊन त्याला जिथे जायचं होतं, पार त्या जागेपर्यंत नेऊन सोडलं.

जेव्हा ते दोघं त्या छोट्याशा परंतु सुबक झोपडीपाशी पोहोचले तेव्हा मात्र एवढा वेळ दाबून धरलेली उत्सुकता घोडेस्वाराला स्वस्थ बसू देईना. त्याने त्या वृद्धाला विचारलं, "सर, माझ्याआधी कितीतरी घोडेस्वार तुमच्याजवळून गेले पण तुम्ही त्यांना विनंती केली नाही हे मी बघत होतो. मग मी जेव्हा तुमच्याजवळ पोहोचलो तेव्हा मात्र तुम्ही मला नदीपलीकडे घेऊन जाण्याबाबतीत विनंती केलीत. मला आश्चर्य एवढ्याच गोष्टीचं वाटतंय की अशा या जीवघेण्या कडाक्याच्या थंडीत शेवटच्या घोडेस्वारापर्यंत तुम्ही कसे काय थांबून राहिलात? आणि समजा मी

तुम्हाला नदीपलीकडे सोडण्यासाठी नकार दिला असता तर? काय केलं असतं मग तुम्ही?''

म्हातारा हळूहळू घोड्यावरून खाली उतरला. घोडेस्वाराच्या डोळ्यांत रोखून बघत तो म्हणाला, ''अरे कित्ती उन्हाळे-पावसाळे बघितलेत मी. त्यामुळे मी आता प्रत्येकाला बरोबर जोखू शकतो.'' पुढे तो असंही म्हणाला, ''मी प्रत्येक घोडेस्वाराकडे नीट न्याहाळून बघत होतो पण एकाच्याही नजरेत माझ्याबद्दलची सहानुभूती दिसली नाही. मग त्यांना विनंती करणं फोलच ठरलं असतं ना? पण जेव्हा तुम्ही माझ्याजवळून जात होतात तेव्हा तुमच्या नजरेतील कणव, सहानुभूती माझ्या नजरेतून सुटली नाही. माझ्या निकडीच्या वेळेला तुम्हीच माझ्या उपयोगी पडणार ह्याची मला मनातून खात्री वाटली. तुमच्या आपुलकीचा झरा माझ्या दिशेने वहायला लागायची ती संधी तुम्ही हातातून जाऊ देणार नाही हे मी जाणलं.''

मनापासून काढलेले ते उद्‌गार घोडेस्वाराच्या अंत:करणाला जाऊन भिडले. ''माझ्याबद्दल तुम्ही किती छान गौरवास्पद बोललात. माझ्या गुणांचं इतकं कौतुक केलंत की भरून पावलो. मी तुमचे मनापासून आभार मानतो.'' तो घोडेस्वार त्याला म्हणाला, ''ह्यापुढे देखील मी माझ्या जीवनात इतका कधीच व्यस्त होऊन जाऊ नये की आजूबाजूला माझ्या प्रेमाची, दयेची, सहानुभूतीची, मदतीची कोणाला गरज असू शकते ह्याची मला जाणीवही होणार नाही, माझ्यातली माणुसकी कायम राहावी अशीच माझी देवाजवळ प्रार्थना.''

एवढं बोलून थॉमस जेफरसनने (तेव्हाचे अमेरिकेचे राष्ट्राध्यक्ष) आपल्या घोड्याला वळवून परतीचा रस्ता धरला. राष्ट्रपतीभवनाचा मार्ग!

■

लेखक अज्ञात

ब्रिॲन कॅव्हॅनोच्या 'द सोअर्स सीडस्' या पुस्तकातून

'Compassion Is In The Eyes'

# अंत:करणातील ऊब

डेनवर शहरातली ती तीव्र थंडीतली एक सकाळ होती. हवेचा काहीच भरवसा देता येत नव्हता. थोडा वेळ आलेल्या उन्हामुळे थोडं बर्फ वितळलं व वाहू लागलं. वाहता-वाहता रस्त्याच्या कडेच्या, पावसाच्या पाण्याचा निचरा करणाऱ्या नालीत जाऊन गडपही झालं. उन्हं पळाली व सगळीकडे थंडगार वातावरण होऊन परत बर्फाची भुरभुर सुरू झाली. बेघर लोकांची तर अवस्था विचारूच नये इतकी वाईट झाली होती.

खरं म्हणजे अशावेळी घरातल्या उबदार हवेत, हातात आईनं दिलेलं गरम सूप पीत थंडीला पळवत राहून दिवस घालवला पाहिजे. दिवसभर रेडिओवरच्या बातम्या ऐकत बाहेर बर्फाच्या वादळाने काय थैमान घातलंय हे जाणून घ्यायचं व आपण घराच्या चार भिंतीत किती सुरक्षित आहोत या कल्पनेनं सुखावून जायचं.

मला मात्र या दिवशी डेनवरच्या कन्व्हेन्शन सेंटरमधे भाषण करायला जायचं होतं. मी व माझे श्रोते घरात बसून, सूप पिण्याचं सुख अनुभवू शकणार नव्हतो. सेंटरमधे बसून वाईट हवेवर चर्चा करत बसलो होतो. कारण भाषणाला थोडा वेळ होता.

अचानक माझ्या लक्षात आलं की, माझ्या मायक्रोफोनमधली बॅटरी संपायला आलीय. माझं भाषण ऐकू नाही गेलं तर कसं होणार? मी तरी किती आळशी, जास्तीची बॅटरी ठेवायची नाही का जवळ? आता बोचऱ्या थंडीत बाहेर पडून, डोकं खाली वाकवून बर्फाचा मारा चुकवत, कोटाची बटणं वरपर्यंत लावून आणि नेमके साधे बूट घातले असल्याने बोटं गारठवत मला बॅटरी आणण्यासाठी जाण्याखेरीज दुसरा पर्याय नव्हता.

प्रत्येक पावलागणिक माझ्या हाडापर्यंत थंडी पोहोचत होती. माझा सूट फार गरम कापडाचा नव्हता त्यामुळे तर अजूनच त्रास होत होता. अशा हवेत पायी बाहेर जाण्यासाठी मी अगदी चुकीचे कपडे घातले होते.

जरा पुढे गेल्यावर कोपऱ्यावरच मला '७-११' (सकाळी ७ ते रात्री ११ पर्यंत उघडं असणारं दुकान) उघडं दिसलं. कुडकुडत, भरभर चालत मी कसाबसा तिथे पोहोचलो. आत जाऊन पाहिलं तर दुकानात फक्त दोनच माणसं होती. एक होती

महिला-विक्रेती. काऊंटरच्या पलीकडे ती बसली होती. तिच्या ड्रेसवर नावाची पट्टी होती व त्यावरचं रॉबर्टा हे नाव स्पष्ट दिसत होतं. तिच्या मनात नक्कीच विचार येत असावेत की अशा हवेत ती घरी असती तर आपल्या मुलांना गरम गरम सूप बनवून दिलं असतं व त्यांच्याशी गप्पा करत बसली असती, पण प्रत्यक्षात बिचारी त्या जीवघेण्या थंडीत शुकशुकाट असणाऱ्या दुकानात बसून होती. अर्थात अशावेळी बाहेर पडण्याचा वेडेपणा करून तिच्या दुकानात येणाऱ्यांसाठी मात्र ती एखाद्या देवदूतासारखी भासत होती.

दुकानातली दुसरी व्यक्ती म्हणजे एक उंच म्हातारा गृहस्थ. शांतपणे तिथल्या वस्तू बघत उभा. त्याला बोचऱ्या थंडीत दुकानातून बाहेर पडायची काही घाई दिसत नव्हती. त्याच्याकडे बघून मी मनात म्हटलं वेडाच दिसतोय हा, अशा थंडीत बाहेर पडणारा आणि ते सुद्धा साध्या दुकानात काहीतरी एवढं तेवढं विकत घ्यायला येणारा!

मला त्या म्हाताऱ्या माणसाबद्दल विचार करत बसायला वेळ नव्हता. बॅटरी विकत घेऊन मला चटकन परतायचं होतं. तिकडे सेंटरमधे माझ्या भाषणासाठी कितीतरी लोक थंडीतही खोळंबून बसले होते. आम्हाला केवढ्या महत्त्वाच्या विचारांची देवघेव करायची होती.

तेवढ्यात तो वृद्ध हव्या असलेल्या वस्तू हातात घेऊन पैसे द्यायला माझ्या आधीच काऊंटरवर पोहोचला देखील. मी त्याच्यामागे जाऊन उभा राहिलो. रॉबर्टा त्याच्याकडे बघून हसली पण त्याने लक्षही दिलं नाही की काही बोललाही नाही. मग तिने त्याच्या बारीक-सारीक वस्तू घेऊन त्यावरची किंमत बघून बिल बनवलं. कमालच हं त्या म्हाताऱ्याची. खरेदी करून-करून त्याने काय घेतलं होतं तर मफिन (छोटा केक) व एक केळं! आणि एवढ्यासाठी तो अशा प्रचंड थंडीत घरातून बाहेर पडून रखडत, रखडत इथपर्यंत आला होता. मी मनात म्हटलं. डोकं फिरलेलं दिसतंय ह्याचं!

अरे, जरा हवा ठीक झाली की, बाहेर पडावं की, मग मफिन व केळं खात स्वच्छ, कोरड्या रस्त्यावरून हळूहळू फिरत घरी गेलं तर बरं नाही का? पण हा वेडा जणू काही त्याच्या जीवनाचा हा शेवटचा दिवस आहे अशा घाईने आलाय इथे– असे काहीबाही विचार माझ्या मनात आले.

खरंच तो बराच वयस्कर दिसत होता. उद्याचा काय भरवसा?

रॉबर्टाने त्याला बिल दिल्यावर त्याने थरथरणारा, कृश हात आपल्या कोटाच्या खिशात घातला. 'चल रे बाबा, आटप लवकर, तुला घाई नाहीये; पण इथे मला तुझ्यामुळे उशीर होतोय त्याचं काय?' मी मनातच म्हणालो.

त्याच्यासारखंच जीर्ण झालेलं पैशाचं पाकीट त्याने बाहेर काढलं. चुरगळलेली

एक डॉलरची नोट व काही नाणी त्याच्या थरथरणाऱ्या हातातून काऊंटरवर विखुरली. रॉबर्टानी एखादा मौल्यवान खजिना उचलावा अशा काळजीपूर्वकपणे ते पैसे गोळा केले.

त्याच्या वस्तू तिने एका प्लॅस्टिक बॅगमध्ये ठेवल्या आणि काहीतरी अद्‌भुत घडलं. आत्तापर्यंत तोंडातून एकही शब्द न निघालेल्या त्याने आपला थरथरणारा हात तिच्यासमोर केला आणि मोठ्या प्रयत्नाने जरा स्थिर केला. मग रॉबर्टाने प्लॅस्टिक बॅगची हँडल्स त्याच्या कृश मनगटावर सरकवली. त्याची सुरकुतलेली, वेडीवाकडी झालेली बोटं पुढे लोंबकळत होती. त्यांच्यावर वृद्धावस्थेत आलेले काळे डाग स्पष्ट दिसत होते.

रॉबर्टा परत एकदा त्याच्याकडे बघून गोड हसली. तिने मग पुढे वाकून त्याचा दुसरा हातही पुढे घेतला व दोन्ही हात एकत्र करून स्वत:च्या गालाभोवती ठेवले. जणू तिचा चेहराच त्या कृश हातांच्या ओंजळीत अलगदपणे जाऊन बसला. तिने त्या हातांना हळुवारपणे चोळलं. पंजाचा तळवा व बाहेरची बाजूही चोळून गरम केली.

नंतर तिने त्याच्या खांद्यापर्यंत घसरून आलेला मफलर नीट करून पुढे ओढला व गळ्याभोवती नीट लपेटून दिला. हे सर्व मूकपणे चाललेलं होतं. तो वृद्ध ते आनंदाचे अनमोल क्षण साठवायचा प्रयत्न करत होता. दुसऱ्या दिवशी परत दुकानात येईपर्यंत ह्या क्षणांची स्मृती त्याला जपायची होती.

त्याच्या कोटाचं उघडं राहिलेलं बटण रॉबर्टाने पटकन लावून दिलं. त्याच्या डोळ्याला डोळा भिडवून व लटक्या रागाने ती त्याला म्हणाली, ''हं, मिस्टर जॉन्सन काळजी घ्यायची असते आपणच आपली.'' क्षणभर थांबून मनापासून म्हणाली. ''आता उद्या परत इथेच आपल्याला भेटायचं आहे रोजच्यासारखं– हो नं?''

ते शेवटचं वाक्य मनाशी घोळवत तो हळूहळू दाराकडे सरकू लागला. थोडा थबकला. मागे वळून पाहिलं आणि मग डेनवरच्या त्या गारठ्यात दाराबाहेर पडला.

अचानक माझ्या लक्षात आलं की तो रोज तिथे फक्त मफिन व केळं विकत घ्यायला येत नव्हता. ते तर एक निमित्त होतं. खरा हेतू होता इथे येऊन प्रेमळ ऊब मिळवण्याचा!

''शाब्बास रॉबर्टा'' मी उत्स्फूर्तपणे म्हणालो, ''ही खरी ग्राहकसेवा! पण काय ग, हा कोणी तुझा काका, मामा लागतो का कोणी खास शेजारी वगैरे?''

माझं हे बोलणं रॉबर्टाला रुचलेलं दिसलं नाही. कारण तिच्यासाठी तिथे येणारी प्रत्येक व्यक्ती – गरीब, श्रीमंत, लहान, मोठी – खासच होती!

■

स्कॉट ग्रॉस

'WarmIn Your Heart'

## मूर्तिमंत दयाळूपणा

*"आपल्या सहकाऱ्यांसाठी मुद्दाम वेळ काढा. त्यांच्यासाठी काहीतरी करा. छोटंसं का होईना! ह्यासाठी तुम्हाला मोबदला मिळणार नाही. पण त्यांच्यासाठी काही करण्याचा विशेष हक्क तर आहे ना तुम्हाला."*

### अल्बर्ट श्वाईट्झर

अमेरिकेत यादवी युद्ध चालू असताना राष्ट्राध्यक्ष अब्राहम लिंकन जखमी सैनिकांना भेटायला रुग्णालयात जात असत. एकदा तिथल्या डॉक्टरांनी लिंकनना एका रुग्णाबद्दल सांगितलं की तो तरुण, कोवळा सैनिक अगदी मृत्यूच्या वाटेवर आहे. हे ऐकून लिंकन ताबडतोब त्याच्याजवळ गेले.

"मी काही मदत करू शकतो का तुला?" राष्ट्राध्यक्षांनी विचारलं. त्या सैनिकाने अर्थात लिंकनना ओळखलं नव्हतं. मोठ्या प्रयत्नांनी, तो क्षीण आवाजात पुटपुटला, "माझ्या आईसाठी एक पत्र लिहून देऊ शकाल का?"

लिंकनना कागद-पेन आणून दिलं गेलं व मग तो काय सांगतोय ते कान देऊन ऐकून लिंकन पत्र लिहू लागले.

"माझ्या प्रिय आईस,

माझं कर्तव्य बजावत असताना मी अतिशय जखमी झालो आहे. मी आता ह्यातून वाचेन असं वाटत नाही. माझ्यासाठी खूप दुःख करत बसू नकोस. माझी धाकटी बहीण मेरी व भाऊ जॉनला समजाव, प्लीज. देव तुझं, बाबांचं व सर्वांचं रक्षण करो."

अशक्तपणाने तो अजून जास्त काही सांगू शकला नाही म्हणून लिंकनने खाली आपली सही केली व एक वाक्य लिहिलं. 'तुमच्या लाडक्या पुत्राच्या विनंतीनुसार अब्राहम लिंकनने लिहिलेलं हे पत्र.'

त्या तरुण सैनिकाने नंतर ते पत्र वाचायला मागितलं आणि वाचून, त्याला पत्र कोणी लिहिलं ते कळल्यावर तो आश्चर्यचकीत होऊन म्हणाला,

“तुम्ही खरंच का राष्ट्राध्यक्ष अब्राहम लिंकन आहात?

“खरं आहे हे.” लिंकनने हळुवारपणे सांगितलं. “मी तुझ्यासाठी अजून काही करू शकतो का?” त्यांनी परत त्याला विचारलं.

“तुम्ही माझा हात हातात घ्याल का? त्यामुळे मी शांतपणे जगाचा निरोप घेईन.”

त्या नीरव शांततेत, ते उंच, काटकुळ्या शरीरयष्टीचे राष्ट्राध्यक्ष अब्राहम लिंकन त्या सैनिकाचा हात आपल्या हातात घेऊन बसले. त्याला उल्हसित वाटेल असे चार शब्द बोलले आणि मग शांतपणे त्या सैनिकाने प्राण सोडला.

■

‘द बेस्ट ऑफ बिटस् अँण्ड पीसेस्’ मधून
'An Act of Kindness'

## रात्रीचे पाहुणे

*"प्रेमाचा फायदा दुतर्फा असतो – देणाऱ्याला व घेणाऱ्याला देखील!"*

डॉ. कार्ल मेनिंजर

एका धाडसी सहलीला मी, पत्नी ज्युडिथ व आमची दोन वर्षांची मुलगी लैला असे तिघेजण निघालो होतो. प्रवासासाठी सर्व सुखसोयींनी युक्त अशी गाडी (कँपर) आम्ही भाड्याने घेतली होती. कॅलिफोर्निया राज्यातल्या बाजा या भागातून आम्ही जात होतो. दुसऱ्या दिवशी आम्ही सॅन दिएगोला पोहोचणार होतो पण ती रात्र निसर्गसान्निध्यात काढायची असा विचार करून आम्ही समुद्रकिनाऱ्यावर (बीचवर) कँपर थांबवून तिथेच उभा केला. (कँपरमध्ये झोपायची जागा, टीव्ही, गॅस, फ्रिज सर्व असतं.)

मध्यरात्रीची वेळ असावी. ज्युडिथ मला जोरजोरात हलवून जागे करत होती. 'लवकर ऊठ' म्हणून ओरडत होती. जाग आल्यावर मला सुरुवातीला कँपरच्या बाहेर बराच गोंधळ ऐकू आला व खिडक्यांवर कोणीतरी धक्के मारतंय असं वाटलं.

अर्धवट झोपेत काहीच कळत नव्हतं की कपड्याचं भान नव्हतं. तसाच उठून मी ड्रायव्हरच्या सीट समोरच्या काचेतून बघू लागलो.

आमच्या गाडीभोवती तोंडावर रुमाल बांधून काही दरोडेखोर उभे होते व खिडक्यांवर थाडथाड हात मारत होते. यापूर्वी जेव्हा काही धाडसी सिनेमे बघितले होते तेव्हा आपल्यावर कधी जर असा प्रसंग आला तर आपण संकटाला कसं सामोरं जाऊ ह्याबद्दल मी नेहमी साशंक असायचो पण आत्ता– आत्ता तर मी एका क्षणात हिरो बनलो. आपल्या बायको व मुलीला कसंही करून वाचवायचं या निश्चयानं मला मुळीच भीती वाटली नाही.

मी ड्रायव्हरच्या सीटवर उडी मारून बसलो व गाडी सुरू करण्यासाठी किल्ली फिरवली. आत्ताच्या या ट्रिपमध्ये मी ५० वेळा तरी गाडी अगदी सहजपणे चालू केली होती; पण आता ती काही केल्या चालू होईना. थोडी चालू होऊन लगेच इंजिन बंद पडत होतं. थाड्कन काच फोडल्याचा आवाज आला व माझ्या बाजूच्या खिडकीतून एक हात आतमध्ये आला. मी तो हात जोराने पिरगळला. (म्हणजे अगदी मोडेपर्यंत नाही पिरगळला कारण तसा मी शांतीभक्त आहे. बरं झालं माझ्या हातात बंदूक नव्हती, नाहीतर कदाचित माझ्या हातून चाप दाबला गेला असता, नसती आफत आली असती!)

खिडकीच्या काचेचा मोठा तुकडा हाताला लागल्याने रक्ताची धार लागली होती. तरी अजून एक प्रयत्न करून गाडी चालू होतेय का बघायचं ठरवलं. पण छे– हजारवेळा कल्पनेत दाखवलेली हिरोगिरी काही मदतीला येईना. गाडी थंड ती थंडच! तेवढ्यात खिडकीतून एकाने माझ्या गळ्यावर बंदुकीचं टोक टेकलं– 'अरे बापरे, आता मी कसं काय रक्षण करणार या दोघींचं?' तेवढ्यात माझ्या मनात विचार आला.

एका दरोडेखोराला मोडकं तोडकं इंग्रजी बोलता येत होतं. तो ओरडत होता, "पैसे, पैसे काढा." बंदूक तशीच रोखलेली गळ्यावर, पण तशाही अवस्थेत मी हळूच सीटखाली लपवलेलं माझं पैशाचं पाकीट काढून त्याच्या हातावर ठेवलं. एवढ्याने आपली सुटका होईल असं मला वाटलं, पण कसचं काय, दैव मदतीला धावून येत नव्हतं.

उघड्या खिडकीतून आत हात घालून त्याने हँडल फिरवून दारच उघडलं. बंदुकीने मला इतक्या जोरात ढकललं की मी भेलकांडत गाडीत आतमधे पडलो. ते सगळे गाडीत शिरले.

खालच्या दर्जाच्या मेक्सिकन सिनेमातल्या दरोडेखोरासारखे ते दिसत होते. डोक्याला तशाच वैशिष्ट्यपूर्ण पट्ट्या बांधल्या होत्या. एकूण चौघेजण होते. एक बंदुकधारी, एक गंजलेला सुरा हातात घेतलेला, तिसरा तलवारधारी तर चवथ्याकडे

काहीच शस्त्र नव्हतं. गाडीत खालच्या बाजूला मी पडलो होतो. एकाने परत माझ्या गळ्यावर बंदुकीचं टोक रुतवलं व बाकीचे तिघं गाडीमधे सगळं उचकटून बघत होते. स्पॅनिश भाषेत जोरजोरात ओरडून बोलत होते.

माझं मलाच आश्चर्य वाटलं. गाडी सुरू झाली नाही. बायको-मुलीचं काय होणार कळत नव्हतं, तरी पण माझ्यात अजून हिंमत शिल्लक होती. अंगावर पातळ कपडे असल्याने थंडीत मी कुडकुडत होतो व बघता-बघता भीतीने मी थरथरायला लागलो. एका सेकंदाला मनोधैर्य वाढत होतं तर दुसऱ्या क्षणी भीती वाटत होती. मनात विचार आला की, त्या वेळेला खरं म्हणजे ध्यान करून देवाची आळवणी करायला पाहिजे मदतीसाठी.

बायबल ग्रंथातले काही उतारे माझ्या डोळ्यांसमोर आले. नंतर मी कल्पना करू लागलो की या दरोडेखोरांना मी चांगलं चुंगलं खायला घालतोय. काय झालं, ती वाईट माणसं असली तरी. समजा त्यांच्या जागी आमचे मित्र असे वेळी-अवेळी घरी आले असते तर त्यांचं स्वागतच केलं असतं, मग ह्यांचा पाहुणचार केला तर काय बिघडणार आहे?

आम्हा तिघांचा खूनही करतील कदाचित किंवा माझ्या पत्नीशी ते गैरव्यवहार करतील अशीही शक्यता नाकारता येत नव्हती, पण लगेच मन म्हणत होतं. ही देखील देवाचीच लेकरं– दुसऱ्यांच्या उपयोगी पडणं हेच माझं कर्तव्य राहील असं मी कित्येकवेळा देवाला बोलून दाखवलंय. आता ही संधी अनायसे चालून आलीय.

मी आता एका नव्या दृष्टीने त्यांना बघू लागलो. ''हे दरोडेखोर नव्हेत, खरं म्हणजे ही पण देवाचीच लेकरं.'' ते चौघं अगदी तरुण होते यात शंकाच नव्हती आणि जोडीला अननुभवी व मूर्ख वाटत होते. मनातून तेही तसे थोडे घाबरल्यासारखे वाटत होते, पण आव मात्र आणला होता क्रूरतेचा. जोरजोरात ओरडून बोलणं म्हणजे त्यांच्या शक्तिप्रदर्शनापेक्षा भीती लपवण्याची केविलवाणी धडपड वाटत होती. ह्यामुळे गोंधळून जाऊन आम्हाला कसं लुटावं त्यांना कळतच नव्हतं. माझं मन मला परत बजावायला लागलं—

''अरे वेड्या, तूच ह्यांना त्यांच्या कामात मदत कर.''

ज्याला थोडंफार इंग्रजी येत होतं त्याला मी म्हणालो, ''अरे, किती चांगल्या चांगल्या गोष्टी आहेत आमच्याकडे जरा नीट बघ. तिथे त्या कपड्यांखाली कॅमेरा आहे बघ.'' त्याने माझ्याकडे बघून तोंडाचा 'आ' केला.

आपल्या सोबत्यांना स्पॅनिशमधे काहीतरी सांगून माझा कॅमेरा काढून घेतला. ''काय मस्त फोटो येतात या कॅमेराने.'' मी जास्तीची माहिती पुरवली. मी पुढे त्याला असं म्हणालो, ''काय तुम्ही सगळे वेंधळ्यासारखे वागत आहात, मी दाखवू का तुम्हाला कुठे कुठे काय काय ठेवलंय आम्ही?''

त्यांनी माझ्याकडे विचित्र नजरेनं पाहिलं. माझं असं वागणं त्या दरोडेखोराच्या कल्पनेत अगदी बसत नव्हतं. माझा काही डाव असावा अशी शंका येत असावी त्याला. पण जेव्हा उठून मी त्यांना अनेक भारी गोष्टी दाखवू लागलो तेव्हा त्या चौघांना खात्री पटली.

"बघा. बघा. हे गिटार बघा." असं म्हणून मी त्याच्या तारा छेडल्या.

"तुमच्यापैकी कोणी वाजवतं का, घे हे तुला आणि हे पाहिलंत सोनीचा वॉकमन, बॅटरीज्, हेडसेट, टेपस् कोणाकोणाला काय काय हवंय?" असं हे वाटप करताना मला मजाच वाटायला लागली. जणू आमची थोडी संपत्ती त्यांना देऊन मी आर्थिक स्थितीचा समतोल साधायचा प्रयत्न करत होतो. त्यांना अशा भेटवस्तू देताना मला एक वेगळ्याच आनंदाची अनुभूती व्हायला लागली. आमच्या भारी गोष्टींपैकी कोणती गोष्ट त्यांना सर्वांत जास्त आवडेल असा विचार माझ्या मनात आला.

माझ्या अशा वागण्याचा पूर्णपणे नाही पण बराचसा परिणाम होतोय असं दिसत होतं. हातात सुरा घेतलेला तो दरोडेखोर मादकद्रव्याच्या सेवनाने बराच कावला होता. सारखा मला ढकलत होता. शिवीगाळही करत होता. "दारू, मादकद्रव्य पाहिजे मला, अजून पैसे दे." इतपतच बोलायचं त्याच इंग्रजी भाषेचं ज्ञान होतं. त्याला आमच्या सामानात लोमोटिल औषधाची (पोट बिघडल्यावर घेण्याचं) बाटली दिसली. तो ती उघडत होता तेव्हा मी त्याला म्हटलं त्या गोळ्या त्याच्या कामाच्या नाहीत पण जेव्हा तो फारच दंगामस्ती करू लागला तेव्हा मी मनात म्हटलं, 'घे बेट्या, चांगला धडा मिळेल तुला.'

एव्हाना इंग्रजी जाणणारा माझा एकुलता एक 'मित्र' बाकीच्या तिघांना शांत करण्याचं काम करू लागला होता.

मला शक्य होतं तेवढं सामान मी त्यांच्या सुपूर्द केलं. गाडीत मी मागच्या बाजूला डोकावलं तर ज्युडिथ व लैला एक ब्लँकेट गुंडाळून लपून बसल्या होत्या. ज्युडिथच्या मनात तेव्हा नक्की तिच्यावर बलात्कार होणार व लैलाचं अपहरण करणार असले भयानक विचार येत असणार. लैलानं तिच्या दोन वर्षांच्या इवल्याशा आयुष्यात आजपर्यंत कधी अशा वाईट लोकांना बघितलंदेखील नव्हतं. ती मधूनच "डॅडी, ही कोण माणसं आहेत?" असं बरळत होती.

मी मनाशी म्हटलं, 'आता पुढे काय?' आणि माझ्या तोंडून आपोआपच शब्द बाहेर पडले— त्यांना मी विचारलं, "काही खायला हवंय का तुम्हाला?" त्या दुभाष्याने आपल्या साथीदारांना त्यांच्या भाषेत समजावलं. ते सगळे माझ्याकडे आश्चर्याने बघायला लागले. तेवढ्यात मी फ्रिजचं दार उघडून उभा राहिलो. आता प्रश्न होता आमच्या भिन्न भिन्न आहारपद्धतीचा. सोयाबीनच्या दुधाचं पनीर, दही, मोड

आलेलं धान्य, शेंगदाण्याच्या तेलाचं बटर असल्या आरोग्यदायी पदार्थांनी आमचा फ्रिज भरला होता. ह्यात अन्न म्हणून पटकन ओळखता येईल असं काहीच नव्हतं. तेवढ्यात मला एक छान रसदार सफरचंद फ्रिजमधे दिसलं. "हं, हे तर माहिती असेल तुम्हाला." असं म्हणून मी एकाच्या समोर ते धरलं. हा क्षण अतिशय महत्त्वाचा व मौल्यवान होता. कारण बहुतेक सगळ्या ठिकाणच्या संस्कृतीत अन्न वाटून खाणे ही एक प्रकारची समान श्रद्धा असते व मैत्री कबूल करण्याचं, शांतता प्रस्थापित करण्याचं द्योतक असतं. मी हातात सफरचंद घेऊन तसाच उभा होतो व त्याच्या मनात विचारांचं काहूर उठलेलं दिसत होतं. आत्तापर्यंत जे काही आमच्यात घडलं होतं ते सर्व विसरून जाण्यासाठी त्याच्या मनाची धडपड चालली होती. अस्पष्टपणे थोडंसं स्मित करून त्याने माझ्या हातातून सफरचंद घेतलं. ते घेत असताना आम्हाला एकमेकांच्या बोटांचा निसटता स्पर्श झाला आणि शरीरात एक अद्‌भुत सळसळ निर्माण झाली.

त्यांना भेटवस्तू देऊन झाल्या, खायलाही देऊन झालं. आता तो दुभाष्या म्हणाला की, सगळ्यांनी आता गाडीने फेरफटका मारायला जायचं. माझ्या पोटात गोळा आला. आता ते आम्हाला कुठे घेऊन जाणार होते कुणास ठाऊक! त्यांनी आम्हाला मारूनच टाकायचं असतं तर ते काम या जागी देखील करू शकले असते. आमचं अपहरण करून खंडणी मागण्याइतकं धैर्य त्यांच्यात असेल असं वाटत नव्हतं. मी त्यांना सुचवून पाहिलं की आमची गाडी ते घेऊन जाऊ शकतात बिनदिक्कत, पण आम्हाला मात्र इथेच सोडावं. खरं म्हणजे रात्रीच्या अंधारात त्या जागी उघड्यावर राहणं कमी धोक्याचं नव्हतं, पण त्यांच्याबरोबर कुठे जाण्यापेक्षा हे परवडलं असतं. आम्ही यावर बरीच चर्चा केली परंतु अचानक त्यांचा आवाज चढू लागला. ते दरडावून बोलू लागले. हातातले सुरे सरसावून उभे राहिले. माझी भीती परत आली व तिच्यापोटी ते मला परत दरोडेखोर भासू लागले. "बरं बाबांनो, चलतो आम्ही तुमच्याबरोबर."

मी गाडीत मागच्या बाजूला पत्नी व मुलीस जवळ घेऊन बसलो व त्यांनी गाडी सुरू केली. मी बसल्याबसल्याच अंगावर जरा ठीकठाक कपडे चढवले, त्यामुळे गेलेलं अवसान परत येऊ लागलं. काय खरं अन् काय खोटं आहे ह्या कल्पनेच्या हिंदोळ्यावर माझं मन झुलत होतं व इकडे वाळवंटातून गाडी झपाट्याने रस्ता कापत होती. बऱ्याच वेळाने दूरवर मला दिवे दिसू लागले. विचार केला की, एखाद्या वस्तीपाशी जर गाडीचा वेग यदाकदाचित कमी झाला तर कसंतरी करून मला मागचं दार उघडून या दोघींना बाहेर ढकलता येईल.

परंतु गाडी तशीच वेगाने पुढे जात राहिली. 'आता समजा मी गाडी चालवत असतो व हे माझे सन्माननीय पाहुणे माझ्या शेजारी बसलेले असते तर मी काय केलं

असतं? एखादं गाण म्हणायला लागलो असतो, नक्कीच' — माझे मनातल्या मनात संवाद चालू होते.

मी, ज्युडिथ व लैलाने मिळून गाणं म्हणायला सुरुवात केली.

"ऐका, ऐका, अहो ऐका – माझ्या हृदयाचे गाणे
ऐका, ऐका, अहो ऐका – माझ्या हृदयाचे गाणे॥
मी नाही तुम्हाला विसरणार – ना मी तुम्हा कधी सोडून जाणार
अहो, मी नाही तुम्हाला विसरणार – ना मी तुम्हा कधी सोडून जाणार॥"

गोड हसत लैला सगळ्यांना मोहवत होती. त्या तरुणाचं लक्ष आपल्याकडे वेधून घेत होती; पण ते मुद्दाम तिची नजर चुकवत मख्ख चेहऱ्याने बसले होते. (जणू मनात म्हणत असतील 'ए चुप गं, आम्ही क्रूर दरोडेखोर आहोत. कळतंय नं?) तरी गालातल्या गालात हसू येतच होतं. एकंदरीत आमचा गाण्याचा कार्यक्रम त्यांना आवडलेला दिसत होता. पण मग माझ्या लक्षात आलं की हे गाणं (इंग्रजी) त्यांना माहिती देखील नसेल व मग त्यांना गाण्याचा अर्थही कळला नसेल. झालं, मला स्फूर्ती आली व त्यांच्या स्पॅनिश भाषेतलं एक थोडंसं आठवणारं गाणं मी म्हणू लागलो.

ही मात्रा मात्र बरोबर लागू पडली. आता तर ते देखील माझ्या सुरांत सूर मिसळून गाऊ लागले. माझ्या उल्हसित वृत्तीची लागण त्यांना झाली. पायाने ठेका देत, आनंदाने गात गात त्या वाळवंटातून आमची गाडी वेगाने जात होती.

एक छोटंसं गाव ओलांडून आम्ही पुढे आलो. तिथे मला उतरता येईल हा मघाशी आलेला विचार मनातच राहिला. परत रस्त्यावरचे दिवे दिसेनासे झाले व एका निर्जन जागी, डोंगराच्या पायथ्याशी त्यांनी गाडी थांबवली. मला व ज्युडिथला शंका आली की आता तिथे ते आम्हाला मारून फेकून देणार. एकमेकांना खुणांनी धीर देत आम्ही स्वस्थ बसलो.

गाडीतून उतरून ते उभे राहिले. हं, म्हणजे दरोडा घालण्यासाठी ते एवढ्या लांब आले होते व आता गाडी घेऊन आपल्या मुक्कामी पोहोचले होते...

बाहेर उभं राहून ते स्पॅनिश भाषेत आमचा निरोप घेऊ लागले. शेवटी उरला आमचा 'मित्र' इंग्रजी बोलणारा, तोडक्या मोडक्या इंग्रजीत कशीबशी शब्दांची जुळवाजुळव करत तो म्हणाला, "कृपा करून आम्हाला क्षमा करा. मी व माझे हे मित्र, आम्ही खूप गरीब आहोत. आमचे आई-वडिलही खूप हलाखीच्या स्थितीत राहात आहेत. पैशासाठी आम्ही असे डाके घालत असतो. आम्हाला कल्पना नव्हती की तू, तुझी बायको व मुलगी एवढ्या चांगल्या स्वभावाचे असाल म्हणून."

तो वारंवार माझी माफी मागत होता. "तुम्ही भली माणसं. आम्हाला दोष देऊ नका. तुमच्या सहलीचा आनंद आम्ही हिरावून घेतला नं?" असं म्हणून त्याने

खिशात हात घालून माझं पैशाचं पाकीट काढलं. "हे घे." असं म्हणत त्याने माझं क्रेडिट कार्ड परत केलं. "आम्ही याचा काही उपयोग करू शकत नाही. तुला वापरता तरी येईल." तसंच माझं ड्रायव्हिंग लायसेन्सही त्याने मला परत देऊन टाकलं. नंतर त्याने स्वत:च्या पाकिटातून मेक्सिकन चलनाच्या काही नोटा काढून माझ्या हातात जवळजवळ कोंबल्याच. "ह्या घे, तुला इथे पेट्रोल भरायला उपयोगी पडतील." त्याचं हे वागणं बघून त्याचे मित्रही चाटच पडले. (त्या रात्री कॅलिफोर्निया राज्याची हद्द पार करून ते आमच्यासह त्यांच्या मेक्सिको या देशात येऊन पोहोचले होते.)

त्याच्या सहकाऱ्यांइतकाच मी देखील आश्चर्यचकीत झालो होतो. पेट्रोलसाठी त्याच्या खिशातून पैसे देऊन जणू तो हिशेब सारखा करत होता.

माझा हात त्याने आपल्या हातात घेतला. माझ्याकडे एकटक बघत असताना आम्हा दोघांच्या डोळ्यांत अश्रूंचा पडदा तयार झाला. काही क्षणासाठी त्याच अवस्थेत आम्ही उभे होतो. नंतर तो मला म्हणाला, "बाय, बाय. देव तुम्हा तिघांचे भले करो."

क्षणात आमचे ते दरोडेखोर मित्र अंधारात दिसेनासे झाले. नंतर भानावर येऊन आम्ही तिघं एकमेकांना घट्ट मिठीत घेऊन हमसून हमसून रडायला लागलो.

■

रॉबर्ट गास
'Guests In The Night'

# घडवून आणलेली प्रेमभेट

ग्रँड सेंट्रल स्टेशनवरच्या चौकशी केंद्रापाशी असणाऱ्या मोठ्या घड्याळात संध्याकाळचे सहा वाजायला सहा मिनिटे अवकाश दिसत होता. समोरून एक सैनिक अधिकारी (लेफ्टनंटच्या हुद्याचा) रस्ता शोधत शोधत तिथे पोहोचला व डोळे बारीक करून किती वाजले ते बघत होता. उन्हाने त्याचा चेहरा बराच रापलेला दिसत होता. आपल्या हृदयाची वाढलेली धडधड त्याला थांबवता येत नव्हती. अजून बरोब्बर सहा मिनिटांनी त्याला 'ती' भेटणार होती जिला त्याने अजूनपर्यंत प्रत्यक्षात बघितलंच नव्हतं. पण तीच ती, जिने गेल्या तेरा महिन्यात त्याला अनेक पत्र लिहून त्याचं मनोबल कायम राखलं होतं.

त्या चौकशी केंद्राच्या अगदी जवळच तो उभा होता. त्याच्यासमोर फक्त माहिती विचारण्यासाठी येणाऱ्या लोकांची थोडी गर्दी होती.

लेफ्टनंट ब्लँडफोर्डच्या मनात त्या रात्रीची आठवण आजही ताजी होती. धुमश्चक्रीच्या लढाईने त्या दिवशी कहर केला होता. त्याच्या विमानाला शत्रुराष्ट्राच्या 'झिरो' विमानाच्या ताफ्याने घेरलं होतं. क्रूरपणे हसणाऱ्या एका वैमानिकाचा चेहराही त्याला विमानाच्या खिडकीतून दिसला होता.

तिच्याशी पत्रव्यवहार चालू असताना एका पत्रात त्याने त्याला नेहमी वाटणाऱ्या एका अनामिक भीतीची कबुली दिली होती. ही लढाई सुरू होण्याआधी अगदी थोड्या दिवसांपूर्वीच तिच्याकडून पत्राचं उत्तर आलं होतं. "ठीक आहे, कबूल. तुला भीती वाटते, पण त्याचा एवढा बाऊ कशाला करतोस? अरे, मी मी म्हणवणाऱ्या शूरवीरांनादेखील मनातून नाही म्हटलं तरी भीती ही वाटतच असते. आपल्या धार्मिक ग्रंथात काय लिहिलंय की डेव्हिड राजालाही भीती वाटायची. आता ह्यापुढे जेव्हा कधी तुला भीती वाटेल तेव्हा मी काहीतरी म्हणत आहे व ते तुझ्या कानापर्यंत पोहोचत आहे असं तुला वाटलं पाहिजे. २३ व्या भागात देव त्याला हेच सांगतो. तसंच तुलादेखील. हो, जरी तू आत्ता मृत्यूच्या खाईतून जात आहेस, पण तू घाबरत नाहीयेस कारण तुला माहितेय, मी तुझ्या पाठीशी आहे. असं मी तुला आश्वासन देतेय असं वाटलं पाहिजे" आणि खरंच, जेव्हा त्याच्या विमानाला शत्रूच्या विमानांनी घेरलं तेव्हा त्याने कल्पनेत तिचा आवाज ऐकला आणि त्याचं खचलेलं मनोधैर्य,

शक्ती व कौशल्य परत आलं.

आज तो प्रत्यक्षात तिचा आवाज ऐकणार होता. सहा वाजायला चारच मिनिटं होती. तो ताठ मानेने इकडे तिकडे बघू लागला.

लोक लगबगीने इकडून तिकडे जात होते. स्टेशनवर खूप गर्दी वाढली होती. तेवढ्यात एक मुलगी त्याच्याजवळ आली. तिने तिच्या कोटावर लाल फूल अडकवलं होतं; पण जरा निरखून पाहिल्यावर त्याला कळलं ते दुसरंच फूल होतं. पत्राद्वारे त्या दोघांनी ठरवल्याप्रमाणे लाल गुलाबाचं फूल नव्हतं ते. ही मुलगी साधारण १८ वर्षांचीच वाटत होती. हॉलिस मेनेलने तर त्याला स्पष्टपणे लिहिलं होतं की ती ३० वर्षांची आहे म्हणून. त्याने तिला उत्तर दिलं होतं— ''मग काय झालं? मी ३२ वर्षांचा आहे.'' खरं तो २९ वर्षांचा होता.

त्याचं मन भूतकाळात गेलं. फ्लॉरिडाच्या सैनिकी शिक्षणक्रमासाठी जो कँप लागला होता तिथे लायब्ररीमधे शेकडो पुस्तकं होती. बऱ्याच लोकांनी आपल्या घरातली पुस्तकं देणगी म्हणून दिलेली होती. सुदैवानेच त्याच्या हाती 'ऑफ ह्युमन बाँडेज' लागलं होतं. पूर्ण पुस्तकभर एका बाईच्या हस्ताक्षरातले बरेच अभिप्राय लिहिलेले होते. पुस्तकात असे शेरे लिहिण्याची सवय त्याला आवडायची नाही पण हे अभिप्राय मात्र खूप उच्च दर्जाचे वाटले त्याला. एखादी स्त्री पुरुषाच्या हृदयाला एवढं हळुवारपणे समजू शकेल असं त्याला कधी वाटलं नव्हतं. पुस्तकाच्या पहिल्या पानावर तिचं नाव लिहिलेलं होतं. हॉलिस मेनेल. त्याने मग न्यूयॉर्क शहराची टेलिफोन डिरेक्टरी घेऊन त्यातून तिचं नाव शोधून काढून त्यासमोर लिहिलेला पत्ता मिळवला. मग त्याने तिला एक पत्र लिहिलं. तिने उत्तर दिलं. असा हा पत्रांचा सिलसिला सुरू झाला. फ्लॉरिडातला कँप संपवून त्याची दुसरीकडे बदली झाली पण नव्या पत्त्यावरही ते पत्राद्वारे एकमेकांच्या संपर्कात राहिले.

तेरा महिने न चुकता तीही त्याच्या पत्रांना उत्तर देत होती. नुसतं उत्तर नव्हे तर जरा खास मजकूर (जवळीक वाढवणारा) कधी त्याला पत्र पाठवायला वेळ झाला नाही तरी ती नेमाने पत्र पाठवत राहिली. त्याला आता खात्री पटायला लागली की त्याचं तिच्यावर प्रेम बसलंय व ती देखील त्याच्यावर प्रेम करतेय.

परंतु त्याने अनेकवेळा पत्रातून विनवण्या केल्या तरीदेखील तिने स्वत:चा फोटो मात्र त्याला पाठवला नाही. हे शिष्टाचाराला धरून नव्हतं तसं, पण तिने आपली बाजू स्पष्टपणे मांडली होती. ''माझ्याबद्दल वाटणाऱ्या तुझ्या भावना जर खऱ्या असतील तर मग फोटो बघून असा काय फरक पडणार आहे? समजा मी दिसायला खूप सुरेख आहे, तर फक्त माझ्या बाह्य सौंदर्यावर भाळून तू जास्त जवळ यायचा प्रयत्न करत आहेस असंच मला नेहमी वाटलं असतं. अशा प्रकारचं दिखाऊ प्रेम मला अजिबात पसंत नाही. समजा मी बेताच्या रूपाची आहे (शक्यता हीच

जास्त आहे असं मनाशी धर) तरी माझा फोटो बघून तू पत्रव्यवहार चालू ठेवलास तर तुला दुसरी कोणी मैत्रीण नसावी म्हणून एकाकीपणा नाहीसा करण्यासाठी मी बरी आहे अशी माझी धारणा झाली असती. म्हणूनच म्हणते की फोटोत मला बघायचा आग्रह सोडून दे. न्यूयॉर्कला जेव्हा येशील तेव्हा मला बघशीलच. मग तुला काय निर्णय घ्यायचा तो घे. एक मात्र लक्षात ठेव, की आपल्या भेटीनंतर संबंध वाढवणं किंवा आपापल्या दिशेला निघून जाणं ह्यासाठी आपल्या दोघांनाही पूर्ण स्वातंत्र्य राहील. बघूया आता, आपण कोणता निर्णय घेतो ते...''

सहा वाजायला आता फक्त एक मिनिटच राहिलं होतं. त्याने ऐटीत सिगारेट शिलगावली.

समोरून एक तरुणी चालत येताना बघून त्याच्या हृदयाच्या ठोक्याने असा काही वेग घेतला की त्याचं विमानदेखील इतक्या वेगात कधी उडलं नसेल. ती उंच, शेलाट्या बांध्याची युवती, तिच्या सोनेरी केसांच्या लटा कानामागे वळवल्यामुळे फारच मोहक दिसत होती, निळेशार डोळे, देखणा चेहरा, रसरशीत ओठ, नाजुकशी जिवणी तिच्या सौंदर्यात अजून भर घालत होती. फिक्कट हिरव्या रंगाचा तिचा ड्रेस इतका खुलून दिसत होता तिच्या अंगावर, की जणू ती वसंतऋतूलाच आपल्या समवेत घेऊन आलीय असा भास होत होता.

तिच्याकडे अनिमिष नजरेने तो बघतच राहिला व तिने ड्रेसवर गुलाबाचं लाल फूलही अडकवलेलं नाहीये हे ही त्याच्या लक्षात आलं नाही. तो थोडा पुढे आला तेव्हा तीच आपले मादक ओठ मुडपून त्याच्याकडे बघून सूचकतेने हसली.

माझ्याच रस्त्याने चालला आहेस का तू? तिने हळूच विचारलं. त्याचा स्वत:वरचा ताबा जणू सुटून गेला होता. भारावून त्याने तिच्या दिशेने अजून एक पाऊल टाकलं आणि अचानक तिच्या मागे उभी असलेली हॉलिस मेनेल त्याला दिसली. चाळिशी ओलांडलेली एक मध्यमवयीन स्त्री आपले पांढरे केस टोपीच्या आत सरकवत उभी होती. लठ्ठ स्त्रियांच्यात गणना होण्यासारखी शरीरयष्टी असलेल्या हॉलीसचे बेढब पाय तिच्या स्कर्टच्या खाली कसेतरीच दिसत होते. त्यातून तिने कमी टाचांचे बूट घातल्याने ती अगदी बेडौल दिसत होती. परंतु तिच्या भुरकट रंगाच्या कोटावर मात्र तिने लाल गुलाबाचं फूल लावलं होतं व तीच तर ओळख पटण्याची एकुलती एक खूण होती.

ती आकर्षक युवती भरभर पुढे निघूनही गेली. बिचाऱ्या ब्लँडफोर्डची अवस्था मोठी दयनीय झाली. एकीकडे तिचा पाठलाग करण्यासाठी त्याचं मन अधीर होतं तर त्याच्यासमोर उभी असलेली स्त्री– जिने त्याचं मानसिक बळ वाढवण्यात किती अनमोल सहकार्य केलं होतं व त्या क्षणापर्यंत त्याच्या हृदयात तिच्यासाठी एक खास जागा तयार झाली होती; पण आता क्षणभर त्याचं मन द्विधा झालं. तिचा

निस्तेज चेहरा खूपच प्रेमळ वाटत होता. तिचा अनुभवी चेहरा व भुरे डोळे दयार्द्र भावनेने चमकत होते. तिचा एकेक चांगला गुण आता कुठे त्याच्या नजरेस पडू लागला.

लेफ्टनंट ब्लँडफोर्डने आता मात्र स्वतःला सावरलं. आपल्या हातातलं ते 'ऑफ ह्युमन बाँडेज' पुस्तक अजूनच घट्ट धरलं. त्याच्या मनात दाटून आलेल्या भावना– प्रेमाच्या नव्हे, त्याही पलीकडच्या, अतिशय मौल्यवान होत्या. प्रेमाची परिभाषा ओलांडून मैत्रीच्या एका अतूट नात्याने तो तिच्याशी बांधला जात होता. तिच्याबद्दलची कृतज्ञता कशी व्यक्त करावी हे त्याला कळत नव्हतं.

त्याने खांदे ताठ केले, मान सरळ करून, तिला सॅल्यूट केला व ते पुस्तक पुढे करून तिच्यासमोर धरलं. तो तिच्याशी बोलत होता पण आतून तो किती निराश झाला होता हे लक्षात येऊन त्याला स्वतःचा रागही येत होता.

''मीच तो लेफ्टनंट जॉन ब्लँडफोर्ड आणि तू - तुम्ही हॉलिस मेनेल, हो नं? आपली भेट झाली त्यामुळे मला खूप आनंद झालाय. मेने...ल... मी तुम्हाला जेवायला घेऊन जायचं म्हटल्यास तुमची हरकत तर नाही न काही?''

आता मात्र ती स्त्री त्याच्याकडे प्रश्नार्थक चेहऱ्याने बघू लागली. ''अरे मुला, हे काय सगळं गौडबंगाल आहे, मला तर समजत नाहीये काही.'' ती म्हणाली, ''ती... ती त्या हिरव्या ड्रेसमधली सुरेख मुलगी... आत्ता इथून जी गेली ती – तिने तिच्या ड्रेसवर लावलेलं हे गुलाबाचं लाल फूल माझ्या कोटावर लावायची प्रेमळ विनंती केली मला आणि तू जर मला जेवायला चलण्याचं आमंत्रण दिलंस तर मग मी तुला गौप्यस्फोट करायचा, की ती समोरच्या रस्त्यावरच्या रेस्टॉरंटमध्ये तुझी वाट बघत आहे. तिला तुझी कसलीशी परीक्षा घ्यायची होती म्हणे. माझी स्वतःची दोन्ही मुलंदेखील सैन्यातच आहेत त्यामुळे मी हे काम आनंदानं स्वीकारलं.''

■

सुलॅमिथ-इश-किशोर
'Appointment With Love'

# ज्याला हे मिळेल, समजा मी तुमच्यावर प्रेम करतेय

शरदऋतूमधली ती एक दुपार होती. एक वृद्ध माणूस शहरातल्या एका शांत रस्त्यावरून शांतपणे चालत जात होता. झाडावरून गळलेल्या पानांचा सगळीकडे खच पडलेला होता. जून महिन्याची म्हणजे वसंतऋतूची वाट बघण्यात त्याच्या अजून अनेक रात्री जायच्या होत्या.

वाटेवर असणाऱ्या लहान, अनाथ मुलांच्या आश्रमाबाहेर पानांच्या ढिगाऱ्यात पडलेल्या एका कागदाच्या तुकड्याने त्याचं लक्ष वेधून घेतलं. थांबून, खाली वाकून थरथरत्या हाताने त्याने तो कागद उचलला. बाल हस्ताक्षरात त्यावरती लिहिलेल्या त्या चार ओळी वाचून तो वृद्ध रडू लागला, कारण ते शब्द त्याच्या हृदयाला जाऊन भिडले होते.

''ज्याला ही चिठ्ठी मिळेल तो माझा नक्की खूप लाडका असणार.

ज्याला ही चिठ्ठी गवसेल, त्याची मला फार निकडीची गरज आहे.

माझ्याशी बोलायला, गप्पा करायला इथे कुणीदेखील नाहीये,

म्हणूनच मी म्हणतेय, ज्याच्या हाती पडेल ही चिठ्ठी, खुश्शाल समजा की मी तुमच्यावर खूप प्रेम करतेय.''

हे वाचून त्या वृद्धाने अनाथालयाजवळ जाऊन बघितलं तर एका खिडकीच्या काचेवर नाक दाबून एक गोडुली छोटीशी मुलगी उत्सुकतेनं बाहेर बघत होती– त्याच्याचकडे!

किती काळानंतर त्यालाही एक नवीन मैत्रीण मिळाली. मग खुषीने हसून त्याने तिला हात केला. त्याला मनोमन खात्री वाटू लागली की आता पुढे येणारा एकाकी हिवाळा व तेव्हाचा तो खिन्न करणारा पाऊस एकमेकांच्या संगतीत हसत-खेळत निघून जाईल.

आणि खरंच तसंच घडलं बघा! मैत्रीच्या उबेने हिवाळा सुसह्य होऊन केव्हा संपला हे कळलंही नाही. आश्रमाच्या कुंपणाबाहेर उभं राहून रोज तो तिच्याशी गप्पा

मारत असे. गोष्टी सांगत असे. अधूनमधून ते एकमेकांना गमती जमतीच्या भेटवस्तूही देऊ लागले.

वृद्ध माणूस एखादा लाकडाचा तुकडा कोरून त्याचं खेळणं बनवून देई तिला, तर कधी ती कागदावर हिरव्यागार झाडांच्या अवतीभोवती, सूर्यकिरणांत फिरणाऱ्या छान छान बायकांचं चित्र काढून त्याला देत असे. दोघं मग प्रफुल्लित मनाने खूप हसत, मजा करत असत.

जून महिन्याची एक तारीख होती ती. नेहमीप्रमाणे ती छोटी मुलगी कुंपणापाशी धावत गेली. वसंतऋतूचं स्वागत करण्यासाठी एक नवीन चित्र काढलेला कागद होता तिच्या हाती, पण आज तिचा तो वृद्ध मित्र मात्र तिथे हजर नव्हता. ती थबकली, पण कसं कोण जाणे, ती मनात उमजून चुकली की, यापुढे तो आता कधीच तिला भेटायला येणार नाही. ती आत गेली. एक नवा कागद, रंगीत खडू, पेन्सिली घेऊन बसली परत एकदा नव्याने चार ओळी लिहायला. तिचं मनोगत...

"ज्याला ही चिठ्ठी मिळेल तो माझा नक्की खूप लाडका असणार. ज्याला ही चिठ्ठी गवसेल, त्याची मला फार निकडीची गरज आहे हो. माझ्याशी बोलायला, गप्पा करायला इथे कुणीदेखील नाहीये, म्हणूनच मी म्हणतेय. ज्याच्या हाती पडेल ही चिठ्ठी; खुश्शाल समजा की मी तुमच्यावर खूप प्रेम करतेय."

■

लेखक अज्ञात

'Whoever Finds This, I Love You'!

# बागेतली एक दुपार

एकदा एका लहान मुलाला देवाला भेटण्याची खूप इच्छा झाली. देव खूप लांब राहतो ह्याची त्याला कल्पना होती. म्हणून त्याने त्याच्या बालबुद्धिनुसार आपली बॅग भरली. बॅगेत चॉकलेटस्, गोळ्या, कुकीज आणि रूट बीअरच्या कॅन्सची (टिनचा छोटा डबा) सहा खोकी भरली व निघाला लांबवरच्या प्रवासाला.

तीन-चार गल्ल्या ओलांडून तो जरा पुढे आला, तर त्याला एक म्हातारी भेटली. बागेत एका बाकावर बसून ती निरर्थकपणे कबुतरांकडे एकटक बघत बसली होती. मुलगा बागेत जाऊन विश्रांतीसाठी म्हणून तिच्या शेजारी जाऊन बसला. बरोबर आणलेली बॅग त्याने उघडली व त्यातून रूट बीअरचा (ही बीअर शीतपेयासारखी असते) कॅन उघडून तो प्यायला सुरुवात करणार एवढ्यात त्याचं लक्ष म्हातारीकडे गेलं. तिच्याकडे बघून त्याला वाटलं तिला खूप भूक लागलेली असावी म्हणून त्याने जवळची एक कुकी तिला खायला दिली. तिने खूप आनंदाने ती घेतली व हसून मुक्यानेच आभार मानले. तिचं हसणं इतकं गोड होतं की मुलगा खूप खूष झाला. अजून एकदा तिचं गोड हसणं बघायला मिळावं म्हणून नंतर त्याने तिला रूट बीअरचा एक कॅन दिला. ती खरंच परत तश्शीच गोड हसली आणि ते बघून ह्याच्या आनंदाला पारावार उरला नाही.

दुपारभर ते दोघे त्या बाकावर बसून मजेत खात-पीत बसले पण एकमेकांशी एक शब्दही बोलले नाहीत.

करता-करता संध्याकाळ होऊन अंधार पडायला लागला. त्या मुलाला खूप दमल्यासारखं वाटायला लागलं म्हणून तो जाण्यासाठी उठला. आता त्याला घरी जावंसं वाटू लागलं. चार पावलं पुढे गेल्यावर थबकला, मागे वळून पाहिलं आणि पळत पळत येऊन त्याने त्या म्हाताऱ्या बाईला कडकडून मिठी मारली. तिने त्याच्याकडे बघून परत तसंच गोड स्मितहास्य केलं.

घरी पोहोचल्यावर त्याने लोटलेलं दार उघडलं तर समोर आई उभी होती. त्याचा आनंदाने प्रफुल्लित झालेला चेहरा बघून तिला खूप आश्चर्य वाटलं.

तिने त्याला विचारलं, “काय, स्वारी आज एवढ्या खुषीत कशी काय? काय

झालंय असं?'' त्याने तिला उत्तर दिलं. ''आज किनई मी देवबाप्पाबरोबर जेवलो.'' त्यावर आई काही बोलायच्या आतच तो पुढे म्हणाला, ''आणि माहिती आहे, अजून काय? त्या बाप्पाला खूप खूप छान हसता येत होतं. इतकं गोड हसणं मी कध्धीच पाहिलं नव्हतं.''

इकडे ती म्हातारी बाईही अंधार पडल्यावर आपल्या घरी परत गेली. तिचा खुललेला चेहरा आणि चेहऱ्यावर पसरलेलं समाधान व शांत, प्रसन्न भाव बघून तिच्या मुलाने विचारलं, ''आई, मला अगदी आश्चर्य वाटतंय की आज काय एवढं घडलं की त्यामुळे तू एवढी आनंदित झाली आहेस व किती खूष दिसत आहेस?'' तिने त्याला हसतच सांगितलं, ''आज नं बागेत मी देवाजवळ बसून कुकीज् खाल्ल्या, रूट बीअर प्याले.'' त्याला पुढे काही विचारायला अवधी न देता ती म्हणाली, ''तुला सांगते, अरे मला वाटायचं त्यापेक्षा देव बराच लहान आहे बरं का वयानं!''

■

ज्युली ए. मॅनहन
'An Afternoon In the Park'

# महत्त्वाचा मुद्दा!

काही वर्षांपूर्वी सिअॅटल शहरात विशेष खेळाडूंच्या 'ऑलिम्पिक्स'च्या खेळस्पर्धा चालू होत्या. त्यात भाग घेणारे नऊच्या नऊ जण शारीरिक व मानसिक तऱ्हेने विकलांग, दुर्बल होते. १०० यार्ड धावण्याच्या शर्यतीसाठी ते तयार होऊन एका ओळीत उभे होते. शिट्टी वाजली आणि त्यांनी धावायला सुरुवात केली. शर्यतीने धावायला नव्हे, पण शर्यतीत भाग घेतल्याच्या आनंदाने सुरुवातीपासून शेवटापर्यंत पोहोचून जिंकायच्या भावनेने!

सगळे पळत होते, पण वाटेत एक मुलगा मात्र खाली पडला. पण तो प्रयत्न करून उठला, परत धावू लागला. पुढे जाऊन परत दोन-तीन वेळा कोलमडला आणि मग शेवटी तिथेच थांबून बिच्चारा रडायला लागला. बाकीच्या आठ जणांनी जेव्हा त्याचं रडणं ऐकलं तेव्हा त्यांनी आपला धावण्याचा वेग कमी केला. ते थबकले आणि काय आश्चर्य, ते आठीच्या आठी जण चक्क वळून परत आले आणि त्याच्याजवळ पोहोचले. त्यांच्यातली एक मतिमंद मुलगी त्याच्याजवळ जाऊन खाली वाकली व त्याचा पापा घेत म्हणाली, ''आता हे छान होईल बघ'' आणि मग त्याला उभं करून नऊच्या नऊ जण हातात हात गुंफून शर्यतीच्या दुसऱ्या टोकापर्यंत एकत्र चालत चालत जाऊन पोहोचले.

सगळा प्रेक्षकवर्ग उभं राहून त्यांचं कौतुक करू लागला आणि सतत दहा मिनिटे टाळ्यांच्या कडकडाटात तो कौतुक सोहळा चालू राहिला.

धन्य त्या खेळाडूंचा समजूतदारपणा!

■

लेखक अज्ञात
प्रेषक– बॉब फ्रेंच
'What Is Really Inportant'

# एक सुद्धा शिल्लक नाही उरलं

चड् हा एक वाढीच्या वयातला मुळातच लाजरा बुजरा असा तरुण मुलगा होता. (टीनएजर) एक दिवशी घरी येऊन तो आईला म्हणाला की, त्या वर्षी तो 'व्हॅलेन्टाईन डे'साठी वर्गातल्या प्रत्येक मुलीला स्वत:च्या हाताने भेटकार्ड बनवून ते भेट म्हणून देणार होता. आई काळजीतच पडली. तिने मनात प्रार्थना केली की असला वेडेपणा त्याने अजिबात करू नये. कारण रोज ती दुपारी शाळेतून परत येणारी मुलं दारात उभी राहून बघायची. सगळेजण हसत खेळत, गप्पा टप्पा करत एकत्र चालत यायची, पण तिचा चड् मात्र एकटाच सगळ्यांच्या मागे चालत असायचा. त्यांच्या गप्पांत, मस्तीत तो कधीच भाग घ्यायचा नाही.

पण मग तिने शेवटी ठरवलं की, त्याच्याबरोबर दुकानात जाऊन कागद, डिंक, रंगीत खडू-पेन्सिली विकत घ्यायला मदत करायची, नंतर तीन आठवडे रोज रात्री उशिरापर्यंत जागून चड्ने मेहनतीने ३५ व्हॅलेन्टाईन कार्डस् बनवली.

'व्हॅलेन्टाईन डे'चा दिवस उजाडला. चड् खूपच खुषीत होता. एका पिशवीत सगळी भेटकार्डे नीट गठ्ठा करून बरोबर घेऊन तो शाळेत जायला निघाला. आईने दुपारी त्याच्या आवडीच्या कुकीज बेक करून ठेवल्या. शाळेतून घरी आल्यावर थंडगार दुधाबरोबर त्या ताज्या ताज्या कुकीज त्याला द्यायच्या असं तिनं ठरवलं कारण तिला खात्री होती की चड् शाळेतून खूप निराश होऊन परत येणार. कमीत कमी घरी आल्यावर आवडीचा खाऊ बघून त्याचं दु:ख थोडं कमी होईल असं तिला वाटत होतं.

चड् शाळेतून यायच्या वेळेला तिने टेबलवर कुकीज व दुधाचा ग्लास तयारच ठेवला. बाहेर मुलांचा आवाज यायला लागल्यावर तिने खिडकीतून बाहेर डोकावून पाहिलं. सगळी मुलं हसत खिदळत घराच्या वाटेवर होती. नेहमीप्रमाणे चड् एकटाच मागे पडला होता, पण आज त्याच्या चालण्यात थोडी गती होती. घरात शिरता शिरताच त्याचे रोखलेले अश्रू बाहेर पडणार असं तिला वाटलं. त्याच्या हातात सकाळची पिशवी नव्हती. हात रिकामे. तिने स्वत:चे अश्रू रोखून धरले.

चड् आत आल्यावर, उसन्या अवसानाने म्हणाली, "ओळख बरं, आज मी

काय खायला केलंय? तुझ्या आवडीच्या कुकीज आणि मस्त थंड गार दूध.''

पण तिच्या बोलण्याकडे त्याचं लक्षच नव्हतं. तो ताठ मानेने तिच्यासमोर उभा राहिला. त्याचा चेहरा आनंदाने चमकत होता. तो फक्त म्हणाला, ''एक सुद्धा नाही, अगदी एकदेखील नाही.''

आईने श्वास रोखून धरला.

आणि मग चड् म्हणाला, ''आई, अगं सगळी, अगदी एकूण एक कार्ड संपलं वाटून. एकही शिल्लक उरलं नाही. कित्ती व्हॅलेन्टाईन्स मिळाल्या!''

म्हणजे त्याने सगळ्या मुलींशी बोलायची हिंमत केली शेवटी आणि मग प्रत्येकीने त्याच्या भेटकार्डाचा खुषीने स्वीकार केला की!''

■

डेल गॅलोवे

'Not a One'

# २

# पालकत्व

*"फक्त मनापासून प्रेम करायला शिकवा कारण तुम्ही स्वतःच प्रेमाचे रूप आहात."*
— ए कोर्स इन मिरॅकल्स

## पेसो, घरी परत ये

स्पेनमधील एका छोट्या गावातल्या जॉर्ज नावाच्या माणसाची तारुण्याच्या उंबरठ्यावर असलेल्या आपल्या मुलाशी एक दिवस बरीच खडाजंगी झाली. दुसऱ्या दिवशी सकाळी उठून जॉर्ज बघतो तर काय पेसोची गादी रिकामीच होती. स्वारी घरातून पळून गेली होती.

जॉर्जला खूप वाईट वाटलं. त्याने शांतपणे आपल्या मनाचा वेध घेतला आणि त्याला जाणीव झाली की, त्याच्या मुलापेक्षा इतर एकही गोष्ट महत्त्वाची नाही. झालं गेलं विसरून जाऊन त्याला नव्याने सुरुवात करायची होती. गावातल्या एका मोठ्या दुकानात जाऊन जॉर्जने तिथे मोक्याच्या जागी एक भलंमोठं पोस्टर लावलं. त्यावर

लिहिलं होतं. "पेसो, घरी परत ये राजा. तू मला खूप आवडतोस. उद्या सकाळी इथेच, या जागी येऊन मला भेट."

दुसऱ्या दिवशी सकाळी जॉर्ज दुकानात गेला आणि आश्चर्याने डोळे विस्फारून बघायलाच लागला. तिथे एक नाही, दोन नाही तर तब्बल सात मुलं (पेसो नावाचीच) उभी होती. प्रत्येकाला खात्री होती की शंभर टक्के आपल्याच वडिलांनी प्रेमभराने ही साद घातलीय. ती सगळी घरातून पळून गेलेली मुलं, ते पोस्टर बघून त्या प्रेमाच्या हाकेला प्रतिसाद देत होती. मनात आशा बाळगून होती की, दोन्ही हात पसरून आपल्याला जवळ घ्यायला येणारे हे नक्की माझेच बाबा असणार!

∎

ॲलन कोहेन
'Paco, Come Home'

## टॉमीचा निबंध

टॉमीचा राखाडी रंगाचा स्वेटर त्याच्या वर्गातल्या बाकावर चुरगळून पडलेला होता. जणू टॉमीच्या उदास मनाचं द्योतकच होतं ते. तिसरीच्या वर्गातल्या सर्व मुलांबरोबर टॉमीही बाहेर आला. थोड्याच वेळात नुकतेच विभक्त झालेले त्याचे आईवडील तिथे त्याच्या वर्गशिक्षिकेला भेटायला येऊन पोहोचणार होते. त्याची अभ्यासात होणारी घसरगुंडी व वाढीस लागलेली विध्वंसक वृत्ती यावर चर्चा करण्यासाठी त्यांना बोलावणं पाठवलं होतं, पण दोघांनाही कल्पना नव्हती की त्यांच्या सहचऱ्याला मी तिथे बोलावलंय.

टॉमी त्याच्या आईवडिलांचा एकुलता एक मुलगा होता. आत्ता आत्तापर्यंत सतत आनंदी असणारा, नेहमी दुसऱ्या मुलांना मदत करणारा व अभ्यासात हुशार असलेला टॉमी सगळ्यांचा खूप लाडका होता, पण आता त्याच्या पालकांना मी कसं समजावून सांगणार होते की आपल्या लाडक्या आईबाबांचं विभक्त होणं व घटस्फोटाची वाट बघणं या आघातांमुळे टॉमीचं बालमन इतकं विदीर्ण झालं होतं की त्यामुळे त्याची अभ्यासात झपाट्याने अधोगती होऊ लागली आहे?

टॉमीची आई आधी आली व माझ्या टेबलाजवळच्या खुर्चीवर बसली. पाठोपाठ त्याचे वडीलही आले. चला एवढं तर बरं झालं की कमीतकमी दोघांनी वेळ पाळण्याचा समजूतदारपणा दाखवला होता. अचानक एकमेकांच्या समोरासमोर आल्यामुळे आश्चर्य व राग ह्याचं मिश्रण त्यांच्या चेहऱ्यावर उमटलं व मग जाणूनबुजून दोघांनी एकमेकांच्या तिथल्या अस्तित्वाकडे दुर्लक्ष केलं.

टॉमीची बिघडलेली वर्तणूक व अभ्यासातलं दुर्लक्ष ह्यावर मी दोघांशी सविस्तररीत्या बोलले. पण आता कोणत्या शब्दांत त्यांना सांगू की जेणेकरून ती दोघं कसंही करून परत एकत्र येऊन ह्यावर काही विचार करतील? ते आपल्या स्वतःच्याच मुलाचं कसं नुकसान करत आहेत ह्याची मी त्यांना कशी जाणीव करून देऊ? माझ्या तोंडून शब्दच फुटेना. कदाचित टॉमीने काहीतरी खरडून, चुरगळून टाकलेले वहीचे कागदच मला मदत करतील असं वाटलं मला.

वर्गातल्या त्याच्या बाकाच्या ड्रॉवरमधे मागच्या बाजूला एक अश्रूंनी भिजून,

डाग पडलेला, चुरगळलेला इंग्रजी निबंधाचा कागद मला मिळाला. निबंध लिहिण्याऐवजी त्याने कागदाच्या दोन्ही बाजूंवर एकच वाक्य परत परत खरडून ठेवलं होतं.

शांतपणे मी तो चुरगळलेल्या कागदाचा बोळा उलगडून सरळ केला व टॉमीच्या आईच्या हातात ठेवला. तिने वाचून मग काही न बोलता नवऱ्याच्या हाती दिला. त्याच्या चेहऱ्यावर आठी उमटली पण दुसऱ्याच क्षणी त्याने चेहरा सरळ करून त्या कागदावर नजर फिरवली. जगाच्या अंतापर्यंत परत परत तेच वाचत राहणार की काय तो असं मला वाटू लागलं.

थोड्या वेळाने शेवटी त्याने काळजीपूर्वक त्या कागदाची घडी घातली व आपल्या खिशात ठेवला. पत्नीने समोर केलेला हात आपल्या हाती घेतला. डोळ्यांतून ओघळणारी आसवे पुसत ती त्याच्याकडे बघून किंचित हसली. इकडे माझे डोळेही काठोकाठ भरून आले होते पण तिकडे त्या दोघांचं लक्षच नव्हतं. त्याने खुर्चीतून उठून तिचा गरम कोट तिच्या अंगावर चढवला व हातात हात घालून ते दोघं बाहेर पडले.

अखेर देवानेच मला त्या धर्मसंकटातून वाचवलं. शब्दांऐवजी त्याने मला कृती करण्याचं मार्गदर्शन केलं. जणू तोच मला बाकातल्या ड्रॉवरमधल्या त्या कागदाजवळ घेऊन गेला. तोच तो कागद ज्यावर त्या लहानग्या टॉमीने त्याच्या हृदयाची सल उकलून दु:खाला वाचा फोडली होती शब्दरूपाने! त्याच्या मनाच्या कोंडमाऱ्याचा बांध अखेर फुटला होता त्या कागदावर. असं काय बरं लिहिलं असेल त्याने?

''प्रिय आई... प्रिय बाबा... तुम्ही दोघं मला खूप खूप आवडता... माझं खूप खूप प्रेम आहे तुम्हा दोघांवर... तुम्ही दोघंही माझे खूप लाडके आहात... दोघंही...''

■

जेन लिंडस्ट्रॉम
'Tom's Essay'

# बार्ने

एक चार वर्षांची चिमुरडी एकदा आईबरोबर बालरोगतज्ज्ञ डॉक्टरांकडे गेली काही तपासणी करून घेण्यासाठी. डॉक्टरांनी जेव्हा दुर्बिणीच्या साहाय्याने तिच्या कानाची तपासणी केली तेव्हा त्यांनी विचारलं, ''तुला काय वाटतं. मला एखादा मोठा पक्षी (Big Bird चं स्टिकर असतं) आढळेल का तुझ्या कानात?'' ती आपली गप्पच राहिली.

नंतर डॉक्टरांनी एका यंत्राने तिची जीभ दाबून धरून घसा तपासला. ''आता घशात मला 'कुकी मॉन्स्टर' (मुलांच्या कल्पनाविश्वातला एक पक्षी) दिसेल का गं?'' डॉक्टरांनी तिला विचारलं पण काही न बोलता ती तशीच मुकाटपणे बसून राहिली.

त्यानंतर डॉक्टरांनी तिच्या छातीवर हृदयाचे ठोके मोजायला यंत्र ठेवलं व ते ठोके ऐकू लागले. ऐकता ऐकता ते म्हणाले, ''इथे मात्र मला नक्कीच 'बार्ने' पक्षाचा आवाज ऐकायला येणार बरं का!''

''मुळीच नाही!'' अचानक ती म्हणाली, ''बार्ने'चं चित्रं माझ्या पेटिकोटवर आहे डॉक्टर, माझ्या हृदयात तर जिझस् आहे.

■

लेखक अज्ञात

प्रेषक– मेरिलिन थॉम्पसेन

'Barney'

## अल्मि रोझ

आमच्या नऊ वर्षांच्या अल्मि रोझने ख्रिसमसच्या आधीच दोन महिने मला व तिच्या बाबांना सांगून ठेवलं होतं की, ख्रिसमसची भेट म्हणून तिला नवी सायकल हवी आहे. तिची जुनी बार्बी सायकल आता तिला फारच बालिश वाटू लागली होती व शिवाय तिची टायर्सही बदलायला झाली होती.

ख्रिसमस जवळ आला तेव्हा तिची नव्या सायकलची इच्छा जरा कमी झालीय असंच आम्हाला वाटलं, कारण तिने एकदा आम्हाला सांगितल्यानंतर परत कधी आठवण करून दिली नव्हती की हट्ट केला नव्हता. मग आम्ही सायकलऐवजी तिच्यासाठी छान छान गोष्टींची पुस्तके, नव्या प्रकारच्या बाहुल्या, बाहुलीसाठी घर, इतर खेळणी, अनेक नवे कपडे विकत घ्यायचा सपाटा लावला. पण अगदी २३ डिसेंबरला (ख्रिसमसच्या २ च दिवस आधी) तिने अचानक ठाम सुरात सांगितलं "काही झालं तरी मला नवीन सायकल हवी म्हणजे हवीच. तुम्ही इतर भारी गोष्टी आणल्या तरी त्यांना सायकलची सर येणार नाही."

आता आली का पंचाईत! अवधी तर अगदी कमी होता. त्यामुळे आम्हा दोघांना काय करावं ते कळेना. सणासाठी घरात करायची तयारी, खायचे पदार्थ, मेजवानीचा बेत अशा कितीतरी गोष्टी व्हायच्या होत्या अजून आणि त्या सगळ्या व्यापातून आमच्या लाडक्या कन्येसाठी मुद्दाम बाजारात जाऊन, चार दुकानं हिंडून छान सायकल निवडणं कसं शक्य होतं ह्या काळजीत आम्ही पडलो.

२४ तारखेची ख्रिसमसची पूर्वसंध्या. रात्रीचे ९.३० वाजलेले. एका मस्त पार्टीहून आम्ही घरी परतलो होतो. आता रात्री बारापर्यंत आम्हाला सर्वांसाठी आणलेल्या भेटवस्तू पॅक करायच्या होत्या. मुलांसाठी, आमच्या पालकांसाठी, भावासाठी, मित्र-मैत्रिणींसाठी कितीतरी भेटी आणून ठेवलेल्या होत्या.

अल्मि रोझ व तिचा सहा वर्षांचा धाकटा भाऊ डायलॅन दोघंही उबदार अंथरुणात गुरफटून झोपले होते. आम्ही दोघं मात्र तिच्या सायकलबद्दलच विचार करत होतो. अपराधीपणाची भावना मनाला टोचत होती की केवळ एका सायकलीसाठी आम्ही तिला किती निराश करणार होतो.

अचानक माझ्या नवऱ्याला म्हणजे रॉनला एक कल्पना सुचली. ''ए, मी जर मातीची एक छानशी सायकल आत्ता घरात बनवली व एक छानसं काहीतरी लिहून ती चिठ्ठी अडकवली की, 'या मातीच्या सायकलच्या बदल्यात तू खरीखुरी सायकल घेशील का?' तर चालेल असं केलं तर? म्हणजे माझा हेतू असा होता की ती आता मोठी झालीय, समजदार झालीय तेव्हा तीच ठरवेल चिठ्ठी बघून काय करायचं ते.'' नंतर मग पाच तास खपून त्याने मातीची हुबेहूब खरी वाटणारी अशी एक चिमुकली सायकल बनवली.

तीन तासानंतर ख्रिसमसची सकाळ (२५ डिसेंबर) झाली. अल्मि रोझ उठून आता रंगीत कागदात पॅक केलेली ती लाल-पांढऱ्या रंगाची मातीची सायकल बघणार व तिला अडकवलेली चिठ्ठी वाचणार ह्याची आम्ही दोघं आतुरतेनं वाट बघत होतो. अखेर तिने चिठ्ठी उघडून मोठ्याने वाचली.

माझ्याकडे व रॉनकडे बघून ती म्हणाली, ''हं, म्हणजे बाबांनी एवढी छान सायकल माझ्यासाठी बनवलीय ती देऊन तिच्या बदल्यात मी खरी सायकल घ्यायची, असंच नं?''

मी म्हटलं, ''हो, असंच.''

डोळ्यांत मोठाली आसवं भरलेली अल्मि रोझ भरल्या गळ्याने म्हणाली, ''मी आयुष्यात कधीच ह्या मस्त सायकलच्या बदल्यात खरी सायकल घेणार नाही. बाबांनी किती प्रेमाने बनवली आहे ही माझ्यासाठी.''

त्या क्षणी असं वाटलं की आकाश-पाताळ एक करून ह्या पृथ्वीतलावरच्या सगळ्याच्या सगळ्या सायकली आपल्या ह्या शहाण्या, समजूतदार अशा लाडक्या कन्येसाठी विकत घेतल्या पाहिजेत!

■

मिशेल लॉरेन्स
'Almie Rose!'

# का बरं मी असं करत असेन?

*"मुलांच्या सहवासात नेहमीच आत्मिक समाधान मिळत असतं."*

**फायोडोर डोस्टोयेव्हस्की**

एक प्रतिष्ठित सामाजिक नेता, एक आदरणीय कुटुंबप्रमुख काही लाज न बाळगता आपल्या कोटाला एक साधं प्लास्टिकचं डायनोसोरसारखं खेळणं अडकवून मोठ्या दिमाखाने सगळीकडे कसा काय वावरू शकतो?

पण खुद्द मलाच हे शक्य झालंय! एक दिवस मी काहीतरी महत्त्वाच्या कामासाठी गाडी काढून बाहेर जाणार होतो. तेवढ्यात माझ्याकडे लक्ष ठेवून असणारा माझा छोटा मुलगा हाताच्या दोन्ही मुठी घट्ट आवळत तिथे गॅरेजमधे माझ्याजवळ आला.

गोड हसून, चमकत्या डोळ्यांनी तो म्हणाला, "डॅडी, मी प्रेझेंट आणलंय बघा तुमच्यासाठी!"

"खरंच?" उगाचच कुतूहल दाखवण्याचा बेमालूम अभिनय करत मी विचारलं. खरं म्हटलं तर मला आधीच उशीर झाल्याने मी वैतागलो होतो व ह्याने आता वेळ न दवडता काय आणलंय माझ्यासाठी ते पटकन द्यावं असं मी मनात म्हणत होतो.

हळूच आपली बोटं दूर करून, मुठी उघडून त्या पाच वर्षांच्या मुलाने त्याचा अमूल्य खजिना मला दाखवला. "मला तुमच्यासाठीच सापडलंय हे, डॅडी!" त्या इवल्याशा हातात एक पांढरी गोटी, एक जुनी, वाकडी-तिकडी झालेली छोटीशी रेसची गाडी, एक तुटलेला रबर बँड व इतर बऱ्याच सटर-फटर गोष्टी होत्या. ज्या मला आता सगळ्या आठवतही नाहीयेत. पण आता राहून राहून खंत वाटतेय की माझ्या चिमुरड्याच्या त्या खजिन्यातली प्रत्येक वस्तू माझ्या लक्षात राहायला हवी होती. "घ्या नं हे डॅडी. तुमच्यासाठीच आहे." मोठ्या ऐटीत म्हणाला तो.

"अरे राजा, आता नको रे देऊस. मला किनई बाहेर जायचंय आत्ता. तू गॅरेजमधेच त्या जुन्या फ्रिजवर ठेवतोस का या सगळ्या गोष्टी?" क्षणात त्याच्या चेहऱ्यावरचं हसू मावळलं, पण माझं ऐकलं त्याने. मी गाडी सुरू केली व तो

शांतपणे गॅरेजमधल्या फ्रिजजवळ चालू लागला. रस्त्याला लागल्यावर मला फार खजील झाल्यासारखं वाटू लागलं. मी स्वत:ला बजावलं की घरी परत गेल्यावर आधी आठवणीने त्याच्याकडून माझं प्रेझेंट मागून घ्यायचं आणि ते मिळाल्याबद्दल खूप आनंद दाखवून त्याचे आभार मानायचे.

मी घरी आलो तर तो घरातच होता. "अरे चल. चल, माझ्यासाठी प्रेझेंट म्हणून आणलेल्या कुठे आहेत सगळ्या गोष्टी, दाखव बरं मला."

निर्विकार चेहऱ्याने तो उत्तरला, "मला तर वाटलं तुम्हाला नकोच आहेत त्या, म्हणून मी ॲडमला देऊन टाकल्या." ॲडम हा जवळच राहणारा एक छोटा मुलगा होता. माझ्यापेक्षा नक्की जास्त खुषीने स्वीकारल्या असतील त्याने त्या गोष्टी आणि मनापासून आभारही मानले असतील, असा विचार माझ्या मनात येऊन गेला.

मी थोडा दुखावला गेलो पण एक दृष्टीने बरंच झालं, मला चांगली अद्दल घडली. ह्यावरून मला अशाच एका छोट्याशा मुलाची गोष्ट आठवली.

## बालपणातली मनाची जखम

एका लहान मुलाच्या मोठ्या बहिणीचा वाढदिवस होता म्हणून घरच्यांनी त्याला दोन डॉलर्स दिले, तिच्यासाठी काहीतरी प्रेझेंट आणण्यासाठी. स्वस्त खेळणी मिळणाऱ्या एका दुकानात त्याने खूप शोधलं पण मनासारखं काही मिळेना.

इतरांपेक्षा काहीतरी वेगळं द्यायचं होतं त्याला. बरंच शोधून शेवटी एका शेल्फवर मनाजोगती वस्तू दिसली. एक भडक रंगाचं प्लास्टिकचं बबलगमचं मशीन. त्यात रंगीबेरंगी अनेक बबलगम्स ठेवलेले दिसत होते. ते खेळणं घेऊन घरी आल्यावर कधी एकदा आपल्या बहिणीला ते दाखवतो असं त्याला झालं होतं पण त्याने मोठ्या प्रयत्नपूर्वक आपली इच्छा दाबून ठेवली.

वाढदिवसाच्या दिवशी तिच्या खूप मैत्रिणी आल्या होत्या. प्रत्येकजण तिला प्रेझेंट देत होती व तीही प्रत्येक प्रेझेंट उघडून बघत आनंदाने हसत होती.

इकडे तिच्या भावाचं काळीज मात्र धडधडत होतं, कारण या सगळ्या मैत्रिणी खूप श्रीमंत घरातल्या होत्या. सगळी प्रेझेंटस् नक्कीच दोन डॉलर्स किंमतीपेक्षा महागाची होती. छान छान चमकणाऱ्या बाहुल्या, काही बोलणाऱ्या तर काही चालणाऱ्या, रडणाऱ्या. ते बघून त्याला त्याचं प्रेझेंट फारच साधं व नगण्य वाटू लागलं.

जेव्हा त्याने तिला आपली भेटवस्तू दिली व तिने लगेच खोक्यातून काढून ती बघितली. ती खूप हिरमुसली असं त्याला वाटलं.

खरं तर तिला लाजच वाटली ते प्रेझेंट बघून. मैत्रिणींच्या प्रेझेंटस् समोर ते

मामुली प्लास्टिकचं बबलगम मशीन अगदीच कसंतरी दिसत होतं. तिला ते खूप आवडलंय असं ती म्हणू शकत नव्हती कारण मग मैत्रिणींच्यात तिचा भाव कमी झाला असता. काहीही प्रतिक्रिया दाखवायला ती उशीर लावत होती.

सगळ्या मैत्रिणींकडे कटाक्ष टाकून ती हसत त्याला म्हणाली, "छान आहे हं खूप. मला अशीच भेट हवी होती. थँक यू." तिच्या मैत्रिणी बाजूला उभं राहून हसू दाबत होत्या.

पटकन ती मैत्रिणींच्या घोळक्यात शिरली व खेळू लागली. बिच्चारा छोटा भाऊ मात्र गोरामोरा झाला. मन दुखावलं गेलं त्याचं. दुकानात तर किती छान दिसत होतं ते खेळणं, मग आत्ता कसं इतकं मामुली दिसतंय. त्याच्या मनाचा गोंधळ उडाला.

त्याने खाली वाकून जमिनीवर ठेवलेलं ते खेळणं उचललं व तो घराच्या मागच्या अंगणात जाऊन एकटाच रडत बसला. आता केविलवाणं दिसणारं ते खेळणं बघून त्याला कसनुसं झालं.

आतमध्ये सगळ्यांच्या हसण्या-खेळण्याला ऊत आला होता. खूप आरडाओरडा ऐकू येत होता. त्यामुळे त्याला जास्तच रडू येऊ लागलं. तेवढ्यात त्याला शोधत आई तिथे आली आणि त्याला रडताना बघून तिने त्याला काय झालं म्हणून विचारलं. हुंदके देत देत त्याने सगळी कहाणी सांगितली.

आईने शांतपणे त्याचं म्हणणं ऐकून घेतलं व ती घरात गेली. दोन मिनिटांतच त्याची बहीण मागल्या दारी आली. एकटीच आली. तिच्या चेहऱ्यावरच्या हावभावावरून त्याने ओळखलं की तिला मुद्दाम पाठवलंय तिथे. पण तिला पश्चात्ताप झालाय हे त्याला दिसलं. त्यामुळे मघाचं तिचं वागणं त्याला मुद्दाम दुखावण्यासाठी नव्हतं हे तो उमजला. त्या खास दिवसासाठी ती सगळ्यांच्या कौतुकाचा केंद्रबिंदू होती म्हणून जरा तोरा जास्तच दाखवत होती, पण त्या नादात आपल्या वेडेपणाने दुसऱ्याचं मन दुखावेल ह्याचं तिला भान राहणं कठीणच होतं. अवघी आठ वर्षांची तर झाली होती ती.

आठ वर्षांच्या मुलीच्या समजूतदारपणाच्या अविर्भावात ती त्याला म्हणाली की तिला त्याने दिलेलं प्रेझेंट खूप आवडलं. त्याला कळलं की ती आता काहीतरी सारवासारवी करत होती. आपलं वागणं सुधारायचा प्रयत्न करत होती.

आज तिच्यासारखी माझी अवस्था झाली होती. आपलं प्रेझेंट स्वीकारलं जावं अशी माझ्या मुलाची इच्छा मी मोडली होती. कशी काय करायची नुकसान भरपाई?

## सर्वोत्तम भेटवस्तू

लहानाचं मोठं होत असताना सगळ्यांच्याच मनावर बिंबवलं जातं, की कोणी दिलेल्या भेटवस्तूची किंमत किती आहे, ती महागाची आहे की स्वस्तातली आहे हे महत्त्वाचं नसून महत्त्व असतं ती देण्यामागची भावना, प्रेम, जिव्हाळा, आपुलकी! पण जेव्हा वडीलच आपल्या छोट्या मुलाने प्रेमाने दिलेल्या छोट्या, साध्यासुध्या गोष्टींकडे दुर्लक्ष करतात आणि स्वत: त्याच्यासाठी काही महागडं खेळणं आणलं की मात्र स्वत:च आपलं कौतुक करतात व फुशारकी मारतात तेव्हा आश्चर्य वाटतं.

एका ख्रिसमसला माझ्यावर असाच एक प्रसंग आला होता. माझ्या मुलांना मी ख्रिसमसच्या भेटवस्तू विकत घेण्यासाठी पैसे दिले व शाळेतच खास उघडलेल्या दुकानातून खरेदी करण्यास सांगितलं. त्या दुकानात नेहमी सगळीकडे आढळणाऱ्या गोष्टींपेक्षा खूप वेगळ्या व मुलांच्या खिशाला परवडतील व त्यांना आवडतील अशाच गोष्टी ठेवत असत.

माझ्यासाठी मुलांनी काय काय प्रेझेंटस आणून ठेवली ते मला आधी न सांगण्यासाठी, त्याबद्दल गुप्तता पाळण्यासाठी त्यांची धडपड चालू होती. विशेषत: माझा छोटा मुलगा, रोज तो मला चिडवायचा. बाहेर झाडाखाली रंगीत कागदात काय गंमत ठेवली आहे तुमच्यासाठी ते ओळखा म्हणून मागे लागायचा.

ख्रिसमसच्या सकाळी त्याने माझ्या हातात आणून कोंबलीच त्याची भेट, कारण सगळ्यात आधी त्याचीच भेट मी उघडून बघावी असा त्याचा हट्ट होता. तो मोठ्या अपेक्षेने, अत्यानंदाने टाळ्या वाजवत उभा होता की इतकी सुंदर भेटवस्तू त्याच्याखेरीज दुसरं कोणी देऊच शकत नाही म्हणून! मी डबा उघडून आत बघितलं. अरे वा! इतकी सुंदर भेट मला आयुष्यात प्रथमच मिळत होती. मी ३५ वर्षांच्या गृहस्थाच्या नजरेने त्या प्रेझेंटकडे बघत नव्हतो तर एका पाच वर्षांच्या चिमुरड्याच्या नजरेने बघत होतो.

हिरव्या प्लास्टिकपासून बनवलेला ७ इंच लांबीचा तो एक डायनोसोर होता. "बघा, बघा डॅडी, समोर एक क्लिप आहे अडकवायला." माझा छोटू मला दाखवत होता. ती त्याची उत्सुकता, अपरंपार प्रेम, उत्साहाने ओतप्रोत नजर मी कधीच विसरणार नाही. अशी ही पारदर्शक दृष्टी फक्त लहान मुलांचीच असते.

आज इतिहासाची पुनरावृत्ती होत होती. माझ्याजागी आज माझा मुलगा होता. जो प्रश्न मी लहानपणी बहिणीच्या वाढदिवसाच्या दिवशी विचारला होता तोच प्रश्न आज माझ्या लाडक्याच्या डोळ्यांत मी वाचत होतो. मी विचार केला की खरंच ह्याला किती त्रास पडला असेल आपल्या डॅडींसाठी छानशी भेट निवडायला. त्या दुकानातल्या हजारो वस्तूंमधून डॅडींसाठी आपलं प्रेम व्यक्त करणारी अशी कोणती वस्तू असेल

असा प्रश्न त्याच्या बालमनाला पडला असेल.

पाच वर्षांच्या बुद्धीला उमजेल अशा पद्धतीने मी माझा आनंद व्यक्त केला. तो डायनोसोर क्लिपने माझ्या कोटावर अडकवला आणि गोल गोल गिरक्या घेतल्या. त्याने किती अचूक भेट मला दिलीय हे मी त्याला माझ्या कृतीतून स्पष्ट करून दाखवलं. नंतरचे कित्येक आठवडे न विसरता प्रत्येकवेळी बाहेर जाताना मी तो डायनोसोर कोटावर अडकवून असे. आश्चर्य म्हणजे इतर कोणी त्याची दखलही घेतली नाही, पण मुलाच्या मात्र दरवेळी हे लक्षात येई की डॅडी कसे ऐटीत आपला डायनोसोर अडकवतात. विशेषतः बाहेर जाताना तो जर माझ्याबरोबर असला तर मग त्याचा आनंद काय वर्णावा. चालताना, गाडीत बसताना कौतुकाने तो आपल्या भेटवस्तूकडे नजर टाकत असे.

एक गोष्ट माझ्या लक्षात आली की, ख्रिसमसच्या दिवशी लहान मुलं मोठ्यांना प्रेझेंट देताना त्यांच्या चेहऱ्यावर उमटणारे भाव किती वेगळे असतात. उलट मोठे जेव्हा एखादी भारी भेट आपल्या मुलांना देतात तेव्हा असे भाव त्यांच्या चेहऱ्यावर उमटत नाहीत. तिथे भाव असतो, ''बघ मी किती महागडं प्रेझेंट आणलंय तुझ्यासाठी!''

मागच्या वर्षीच्या ख्रिसमसला आमच्या शेजारच्या गरीब घरच्या काही मुलांनी आमच्या मुलांना हाताने बनवलेल्या कागदी मोज्यांत भरभरून भेटवस्तू दिल्या होत्या. मोज्यात गोळ्या, चॉकलेटस्, त्यांची आवडीची जुनी खेळणी असं काय काय भरलं होतं अगदी वरपर्यंत! घरची आर्थिक परिस्थिती बिकट असल्याने त्यांच्याकडे जास्त पैसे नव्हते, पण ही भेट देताना त्यांच्या चेहऱ्यावर इतका आनंद, मनमोकळं हास्य उमटलं होतं की, जणू त्यांनी खूप भारी भारी महागड्या भेटवस्तू आणल्या होत्या.

एकमेकांसाठी आपण जेव्हा अशी असामान्य कृती करतो तिचं मूल्य जर पैशात करायचा मनात विचार आला तर त्याला काही अर्थ उरत नाही.

थोडेसे डॉलर्स खर्च करून मुलानी माझ्यासाठी जी भेटवस्तू आणली तिचं मूल्य तिच्या वजनाच्या सोन्याइतकं वाटतंय मला.

तर मी काय म्हणतो, समजा उद्या तुम्हाला रस्त्यात एखादी व्यक्ती ओबडधोबडपणे बनवलेला कागदी नेकटाय लावून चालताना दिसली किंवा फक्त पाच सेंटसमध्ये मिळणारा एखादा साधासा स्टिकर लावून कोणी दिसलं (ह्या स्टिकरची फॅशन मोठ्यांसाठी नसते) तर उगाचच त्याची हेटाळणी करू नका किंवा त्याच्याकडे बघून कुत्सितपणे हसू नका. जर तुम्ही अशा व्यक्तीला 'काय बावळट आहे' असं म्हटलं तर ती व्यक्ती हसत हसत तुम्हाला म्हणेल, ''हं! असेन कदाचित बावळट मी तुमच्यासाठी पण माझ्या पाच वर्षांच्या मुलाच्या नजरेत तर मी जगातला बेस्ट डॅडी आहे आणि बरं का, अमेरिकेच्या तिजोरीतला पूर्ण पैसा जरी मला देऊ केला तरी त्या

बदल्यात मी हा नेकटाय किंवा हे स्टिकर काढून देणार नाही, माझ्या लाडक्या मुलानी दिलंय मला हे प्रेझेंट!''

आता आलं नं लक्षात की मी हा प्लास्टिकचा डायनोसोर का लावतो माझ्या कोटावर?

■

डॅन शॅफर
'Why I wear a Plastic Dinosaur?'

# या सम हाच – माझे वडील!

माझा जन्म झाला तेव्हा बाबा ५० वर्षांचे होते. 'मिस्टर मॉम' (श्रीयुत आई) ही पदवी त्यांना त्या काळात देखील अगदी १०० टक्के लागू पडत होती. आई ऐवजी बाबाच कसे काय सारखे आपल्या बरोबर घरी असतात हे काही मला लहानपणी कळायचं नाही, पण माझ्या मित्रमंडळींपैकी फक्त मलाच एकट्याला माझ्या बाबांचा सतत सहवास मिळत असे त्यामुळे मी स्वत:ला खूप नशीबवान समजत असे.

माझ्या प्राथमिक शिक्षणकाळात बाबांनी माझ्यासाठी खूप केलं. शाळेच्या बस ड्रायव्हरला त्यांनी पटवून बस आमच्या दारात थांबवायला सुरुवात करायला सांगितलं. कारण नेहमीचा बसस्टॉप आमच्या घरापासून बराच लांब होता. मी शाळेतून घरी आलो की, बाबा जेवायचं तयार ठेवून माझी वाट बघत असायचे. बहुतेक वेळा जेवण म्हणजे शेंगदाण्याचं लोणी व जेली लावून बनवलेली सँडविचेस असत. बदलत्या ऋतूंप्रमाणे ते सँडविच वेगवेगळ्या प्रकाराने, वेगवेगळ्या आकारात कापत असत. ख्रिसमसच्या वेळेचं झाडाच्या आकाराचं व झाडावर हिरव्या रंगाची पिठीसाखर भुरभुरलेलं त्यांनी केलेलं सँडविच मला खूप आवडत असे.

मी जेव्हा थोडा मोठा झालो तेव्हा मला स्वातंत्र्याची चव जरा जरा कळायला सुरुवात झाली होती. स्वत:चं मत, आवडीनिवडी, विचार वाढायला लागले, बाबांनी मला आता चिमुरडं समजून बालीश लाड करू नयेत असं वाटायला लागलं, पण बाबा त्यांची सवय अशी सहजासहजी तर सोडणार नव्हते. वरच्या वर्गात (हायस्कूल) गेल्यावर मी दुपारी जेवायला घरी येऊ शकत नसे. मग बरोबर डबा न्यायला सुरुवात केली. बाबा सकाळी लवकर उठून माझा डबा बनवून देत. डब्याच्या पिशवीवर रोज ते रंगीत खडू-पेन्सिलीने चित्र काढत. डोंगर, नदी, झाडं असा देखावा तर त्यांच्या फारच आवडीचा होता. (तो देखावा ही त्यांची ओळखच झाली नंतर) कधी कधी चित्रं म्हणून हृदयाची बदामाची आकृती व त्यात मध्यभागी 'डॅडी व अँजी के. के.' असं लिहित. पिशवीत तोंड पुसायला नॅपकीन (कागदी रुमाल) ठेवत असत व त्यावर देखील असंच हृदयाचं चित्र किंवा 'आय लव्ह यू' असं लिहून ठेवत. कधी कधी एखादा विनोद किंवा एखादं कोडं लिहित. असलं वाचून मला खूप हसू येई. बाबांना

माझी किती काळजी असते असं ते ह्या मार्गाने दर्शवत असत.

मी शाळेत जेवायच्या सुट्टीत माझी पिशवी व नॅपकिन बाकीच्या मुलांपासून लपवून ठेवत असे, पण एक दिवस अखेर बिंग फुटलंच! माझ्या एका मित्राने नॅपकिन पाहिला. त्याच्यावर लिहिलेलं वाचलं व मग झटक्यात इतर मुलांच्यात फिरवला. माझा चेहरा लाजेने नुसता लालीलाल झाला होता, पण काय आश्चर्य! दुसऱ्या दिवशी सगळी मुलं नॅपकिन वाचायला मिळण्याची वाटच बघत बसली होती. त्यांचं ते वागणं बघून मला असं वाटलं की त्या प्रत्येकाला त्यांच्यावर असं प्रेम करणारं कोणीतरी हवं आहे घरी. मला असे बाबा मिळाले म्हणून मग माझी मान गर्वाने ताठ झाली. शालेय शिक्षण संपेपर्यंत रोज असा नॅपकिन येत राहिला आणि आजपर्यंत ते न वापरलेले नॅपकिन्स मी नीट जपून ठेवले आहेत.

हा प्रकार इथेच थांबला नाही. कॉलेजमध्ये गेल्यावर मला घर सोडून बाहेर राहावं लागलं. मला असं वाटलं आता नॅपकिनवरचे विनोद, संदेश बंद होणार, पण ते सत्र तसंच चालू राहिलं त्यामुळे मी व माझे मित्रदेखील खूष झाले.

रोज शाळेतून घरी आलो की, बाबांना भेटायची इतक्या वर्षांची सवय होती. त्यामुळे आता मला खूप चुकल्यासारखं वाटू लागलं. मग मी सारखा त्यांना फोन करू लागलो. माझं फोनचं बिल भरमसाठ येऊ लागलं. आम्ही फोनवर काय बोलत असू त्याला महत्त्व नसून त्यांचा नुसता आवाज जरी कानावर पडला तरी मला खूप छान वाटत असे. आम्हा दोघांना एक नवीच सवय लागून गेली. ती अशी की, फोन बंद करायच्या वेळेला मी बाबांना गुडबाय म्हटलं की बाबा म्हणायचे "अँजी?"

"काय बाबा?" मी विचारणार.

"माझं खूप प्रेम आहे तुझ्यावर" बाबांचा मधाळ आवाज.

"बाबा, मला देखील तुम्ही खूप खूप आवडता."

दर शुक्रवारी मला बाबांचे पत्र येत असे. कॉलेजच्या ऑफिसमधे काऊंटरवर सगळ्यांना माझ्या बाबांचं पत्र म्हणून ओळखता येत असे. प्रेषक (पाठवणारा) तिथे ते 'हंक' (The Hunk) असं लिहित. पुष्कळदा पाकिटावर पत्ता रंगीबेरंगी पेनने लिहिलेला असे. आत पत्रात आमच्या घरच्या कुत्र्या-मांजरांची चित्रं, कधी आईबाबांची रेखाचित्रे तर कधी एखाद्या शनिवार-रविवारच्या सुटीत मी घरी जाऊन आलो असलो तर सायकलवरून मित्रांबरोबर गावभर भटकणाऱ्या माझं चित्र, तर कधी त्यांच्या आवडीचा तो देखावा, हृदयाच्या बदामातलं 'डॅडी व अँजी के. के.' अशी तऱ्हेतऱ्हेची चित्रं काढून पाठवत असत.

कॉलेजच्या जेवायच्या सुटीत पत्र मिळत असे. त्यामुळे जेवायला कॅफेटेरियात जाताना दर शुक्रवारी माझ्या हातात बाबांचं पत्र असे. पत्र लपवायच्या भानगडीत मी आता पडत नसे. कारण माझा एक शाळेपासूनचा मित्र माझ्याच बरोबर राहत

असल्यानं त्याला नॅपकिनचा किस्सा माहिती होताच. मग काय! दर शुक्रवारी दुपारचा आमचा कार्यक्रम ठरलेला असे मी पत्र वाचत असे व पत्राबरोबर आलेली ती सुरेख चित्रं व वरचं रंगीत पाकीट बाकी सगळी मित्रमंडळी अहमहमिकेने बघायला घेत.

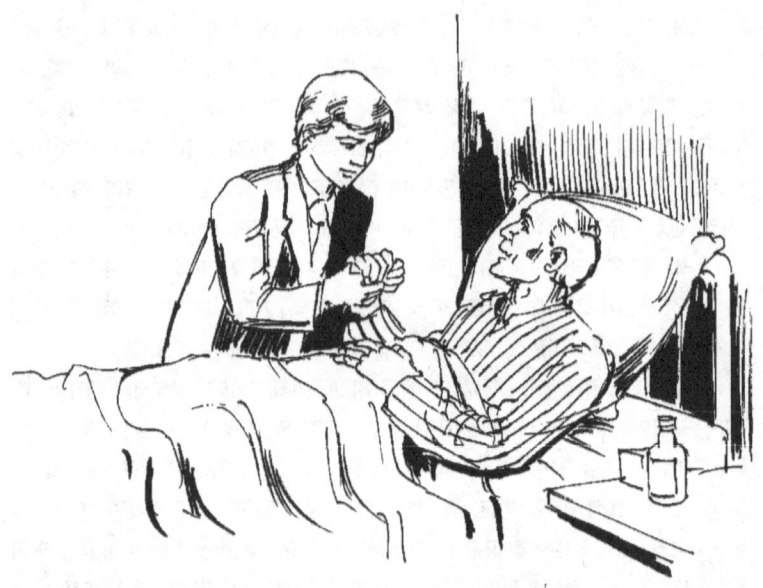

याच काळात बाबांना कॅन्सर झाला. एखाद्या शुक्रवारी मला पत्र मिळालं नाही की मी समजत असे की त्यांना खूप त्रास होत असावा त्यामुळे पत्र लिहायची शक्ती नसेल त्यांना. मग जरा उशिरा का होईना, आठवड्याच्या मधल्याच वारी पत्र येई पण न चुकता पत्रांचा स्रोत चालूच राहिला. पत्र लिहायला शांतपणा हवा, जरा एकांत हवा म्हणून ते पहाटे ४.३०लाच उठून पत्रं लिहित असत. माझ्या मित्रांनी त्यांचं 'जगातले सगळ्यात बेस्ट बाबा' असं नामकरण केलं होतं. ह्याच नावावर त्या सगळ्यांनी मिळून त्यांना एकदा पत्र लिहिलं. खाली प्रत्येकाने सही केली. आम्हा सगळ्यांना त्यांनी पितृप्रेमाची खूप जवळून ओळख करून दिली. समजा माझे मित्र आता त्यांच्या मुलांना असे विनोद लिहिलेले, चित्रं काढलेले नॅपकिन्स पाठवायला लागले असं कळलं तर मला काही नवल वाटणार नाही. माझ्या बाबांची त्यांच्यावर एवढी छाप पडली आहे की त्या प्रेमभावनेला त्यांनी पुढे चालू ठेवण्याचं नक्कीच ठरवलं असेल, बाबांनी उद्युक्तच केलंय त्यांना!

कॉलेजच्या चार वर्षांच्या काळात मला त्यांची नेमाने पत्रं येत गेली व न चुकता फोनही येत असत. पण मग त्यांचं दुखणं वाढू लागल्यावर मी घरी परतून त्यांच्या

सहवासात राहायचं ठरवलं. दोघांनी मिळून व्यतीत करायचा काळ फारच थोडा शिल्लक उरलाय हे मी उमजून चुकलो होतो. जो माणूस आयुष्यभर तारुण्याच्या उत्साहात जगला, वाढतं वय विसरून मुलात मूल झाला त्याचं असं कणाकणाने खंगणं बघताना माझी अवस्था बिकट होत होती. शेवटी शेवटी तर ते मला ओळखेनासे झाले. कित्येक वर्षांत अजिबात संबंध नसलेल्या एका दूरच्या नातेवाईकाच्या नावानंच ते मला हाक मारत. आजारपणाने ते असं करत होते हे कळत होतं, पण माझं नाव देखील त्यांच्या लक्षात राहिलं नाही म्हणून मला खूप वाईट वाटत असे.

त्यांच्या अखेरच्या दोन-तीन दिवसांत हॉस्पिटलच्या खोलीत फक्त मीच त्यांच्या बरोबर होतो. आम्ही हातात हात गुंफून टीव्ही बघत असू. एकदा असंच आम्ही बसलेलो असताना मी जरा बाहेर जायला उठलो तर अचानक मला म्हणाले, "अँजी?"

"काय बाबा?"

"माझं खूप प्रेम आहे रे तुझ्यावर."

"बाबा, मला देखील तुम्ही खूप खूप, खूप आवडता."

■

अँजी के – वॉर्ड कूसर
'The Coolest Dad in the Universe'

# कामकरी

दुसऱ्याचं बोलणं चोरून ऐकण्याची वाईट सवय नव्हती मला कधी, पण एकदा रात्री उशिरा परसदारातून घरात शिरताना हे मी काय करत होतो? स्वयंपाक घरात माझी पत्नी आमच्या मुलाशी काहीतरी बोलत होती. मी नकळत तिथेच जाळीच्या दाराजवळ चुपचाप उभं राहून कानोसा घेऊ लागलो.

तिने त्याच्या मित्रांना आपापल्या वडिलांच्या हुद्याबद्दल बोलताना ऐकलं असावं. कसे प्रत्येकाचे वडील मोठ्या, उच्च हुद्यावर होते आणि त्यांनी विचारलं बॉबला...

"तुझे वडील कोणतं छान काम करतात?" त्यांच्या चौकशा सुरू झाल्या. त्यांची नजर चुकवत, बॉब हळूच पुटपुटला, "ते एक साधे कामगार आहेत."

मित्र निघून गेल्यावर माझ्या पत्नीने बॉबला आत बोलावून घेतलं. त्याच्या गोड खळीचा पापा घेत ती म्हणाली, "राजा, मला जरा तुझ्याशी बोलायचं आहे. तू सांगितलंस तुझे बाबा साधे कामगार आहेत, हो नं? बरोबरच सांगितलंस तू, पण कामगार म्हणजे काय तुला माहिती नाहीये बहुतेक, म्हणून मी तुला समजावून सांगते. अरे ज्या अवाढव्य कंपन्यांमुळे, उद्योगांमुळे आपल्या देशाला इतकं महान मानतात, त्या आपल्या प्रत्येक दुकानात प्रचंड उलाढाल होणारा माल येतो कुठून?

"राजा, जेव्हा जेव्हा तू घराचं बांधकाम बघतोस, तेव्हा हे मनात आण की हे सगळं कसं शक्य होत असतं. तर केवळ आपल्या कामगारांच्या कष्टांमुळेच! आता हे खरं आहे, मोठे अधिकारी छान ऑफिसमध्ये काम करतात, नीटनेटके राहतात. मोठमोठ्या योजना तेच आखतात. सगळ्यांवर हुकूम गाजवतात. पण त्यांच्या योजना (स्वप्नं) साकार होण्यासाठी कोणाचा महत्त्वाचा हातभार असतो? सर्वसाधारण कामगारांच्या कष्टांचीच फळं असतात ही, समजलं नं? समजा सगळ्या वरिष्ठ अधिकाऱ्यांनी वर्षभरासाठी कामाला दांडी मारली, तरी त्यांच्या कारखान्यांची यंत्र बंद पडणार नाहीत. ती चालूच राहणार. पण तुझ्या बाबांसारखे कामगार जर दांडी मारू लागले तर मात्र कारखाना बंद पडणार. थोडक्यात काय? तर सगळी कामं होतात ती सर्वसाधारण कामगारांमुळेच!"

हं! डोळ्यांत आलेले अश्रू पुसत मी दारातून आत शिरलो

मला बघून हसऱ्या डोळ्यांनी माझा मुलगा धावत येऊन मला बिलगला. आनंदाने म्हणाला, ''बाबा, तुमचा मुलगा म्हणून मिरवायला खूप अभिमान वाटतो मला. कारण तुम्ही त्या तमाम खास लोकांच्यातले एकजण आहात. जे किती तरी महत्त्वाची, जबाबदारीची कामं करत असतात.''

∎

एड पिटरमन
'Workin' Man'

## कसं खेळता ते महत्त्वाचं!

इंडियाना राज्यातल्या एका गावात 'लिटल लीग'च्या बेसबॉलच्या मॅचमधे कोणीतरी रागाने फेकलेली बॅट अंपायर डोनल्ड जेनसन्च्या डोक्याला लागली, परंतु मॅच संपेपर्यंत ते तसंच आपलं पंचाचं काम करत राहिले; पण मॅचनंतर मात्र त्यांना हॉस्पिटलमधे नेलं. रात्रभर डॉक्टरांच्या निरीक्षणाखाली राहिलेल्या जेनसन्नी पडल्या पडल्या एक पत्र लिहिलं...

'लिटल लीग'च्या खेळाडूंच्या प्रिय पालकांनो,

मी एक अंपायर आहे, पण हे काम मी चरितार्थासाठी नव्हे तर फक्त शनिवार-रविवारच्या सुटीचा आनंद लुटण्यासाठी करतो.

मी स्वत: हा खेळ खेळलेलो आहे. शिक्षक म्हणूनही काम केलंय व प्रेक्षक म्हणून खेळ बघितलेलाही आहे; पण अंपायरच्या कामाची सर या कशालाच नाही. कदाचित मला मनातून असं वाटत असेल की मी सर्व मुलांना योग्य संधी देऊन, वादविवाद, मतभेद न करता चांगला खेळ कसा खेळावा ह्याचं मार्गदर्शन करतो.

या कामात जरी मला खूप आनंद मिळत असला तरी काही गोष्टी माझ्या मनाला खुपत असतात. तुम्हा पालकांपैकी काहीजणांना वाटत असेल की मी या कामात सर्वांवर माझा अधिकार गाजवतो. कधी तुमच्या मुला-मुलींना रागावतोही; पण कधी माझ्या हातून एखादी जरी चूक घडली की तुम्ही माझ्यावर खेकसता किंवा काहीजण आपल्या पाल्याला माझ्याशी उद्धटपणे वागायला सांगता. हे सगळं माझ्या मनाला फार लागतं हो!

किती जणांच्या हे लक्षात येतं की माझ्या परीने मी परिपूर्ण होण्याचा, निष्णात बनण्याचा सतत प्रयत्न करत असतो. अंपायरकडून तुमच्या मुलांवर अन्याय होऊ नये हीच माझी धडपड असते.

परंतु कितीही केलं तरी मी काही पूर्णपणे निष्णात, परिपूर्ण बनू शकत नाही. आजच्या मॅचमधे मी एकूण १४६ निर्णय दिले (बॉलिंग, बॅटिंग, आऊट इ.इ.) प्रत्येकवेळी मी योग्यच निर्णय द्यायचा प्रयत्न केला. एखादा-दुसरा चुकीचा निर्णय कदाचित दिलाही गेला असेल, पण पूर्ण मॅचचा आढावा घेतल्यावर अंदाज आला की आठ निर्णय माझ्याकडून चुकीचे दिले गेले असावेत. कोणत्याही क्षेत्रात ही

टक्केवारी उत्तमच मानली जाते. अगदी परीक्षेच्या मार्कांत देखील!

परंतु तुमच्या माझ्याकडून ह्यापेक्षा जास्त अपेक्षा असतात. आजच्या मॅचबद्दलच सांगतो मी तुम्हाला. मॅचच्या शेवटच्या पॉईंटच्या वेळेला एकजण आऊट होत होता, थोडक्यात बचावत होता पण विरुद्ध टीमच्या खेळाडूंनी शर्थ केल्यामुळे मला त्याला आऊट द्यावंच लागलं, मॅच संपली.

मॅचनंतर मी माझं सामान घेऊन निघायच्या तयारीत असताना एका पालकाचा शेरा माझ्या कानावर पडला. "हे काही चांगलं नाही हं! अशा निकृष्ट प्रतीच्या अंपायरच्या निर्णयक्षमतेमुळे त्या टीमला हरावं लागलं. इतका चुकीचा निर्णय दिलेला मी कधीच बघितला नव्हता."

एका कोपऱ्यात मुलांच्या घोळक्यात बोलणं चाललं होतं, "अरे यार, काय हे अंपायर. यांच्यामुळे आज आमची टीम हरली." 'लिटल लीग'चा मुख्य उद्देश हा आहे की, मुलांना बेसबॉलच्या खेळाचं तंत्रशुद्ध शिक्षण प्राप्त करून देणं. असं असूनही एखादी टीम नीट खेळली नाही तरी अपयशाचं खापर मात्र अंपायरच्या डोक्यावर फोडण्याचं स्वातंत्र्य त्यांना असतं, हे कसं काय? आणि अंपायरने स्वतःच्या थोड्याफार चुकीच्या निर्णयाने अपयशाची जबाबदारी स्वतःवर घ्यावी ही तुमची अपेक्षा किती विरोधाभासी नाही का?

पालकांनी किंवा इतर मोठ्यांनी लहान मुलांना मॅचमध्ये त्यांची चूक असूनही अंपायरला नाव ठेवायला उद्युक्त करणं आणि स्वतःला जबाबदार न धरायची शिकवण देणं किती गैर आहे. बेजबाबदार वागण्याची अशी सवय त्यांना एकदा का जडली की ती आयुष्यभर साथ सोडणार नाही.

दुपारी मॅचनंतर मी खूपच निराश झालो होतो. त्या मानाने आता पत्र लिहिताना डोकं बरंच शांत झालंय. दुपारी मला हे पंचाचं काम सोडून द्यावं असं वाटायला लागलं होतं, पण माझ्या पत्नीने मला मागच्या आठवड्यात झालेल्या एका घटनेची आठवण करून दिली हे फार बरं झालं.

त्या मॅचमधे एक मुलगा त्याच्या चुकीच्या खेळण्याने मी शिट्टी वाजवल्यावर वेडवाकडं तोंड, हावभाव करून आपला राग व्यक्त करत होता व प्रेक्षकांना हे दाखवायचा प्रयत्न करत होता की तो पट्टीचा खेळाडू आहे व बिनचूक खेळतोय. मी मात्र खलनायकासारखा वागतोय व त्याच्याविरुद्ध निर्णय देतोय.

दोन इनिंग्जमधे तो अशाच प्रकारे खेळत राहिला. उलट आपल्याबरोबरच्या खेळाडूंवरच चुकीचं खेळायचा आरोप करून आरडाओरडा करत होता. बाजूला बसलेले मॅनेजर हा प्रकार शांतपणे बघत होते. पण मग न राहावून त्यांनी त्या खेळाडूला बाजूला बोलावून घेतलं.

त्यांचा चढलेला स्वर माझ्या कानावर पडत होता. 'ऐक नीट. मला एक सांग,

तुला अंपायर व्हायचं आहे, का अभिनेता व्हायचं आहे, का उत्कृष्ट खेळाडू व्हायचंय, तुलाच ठरवायचं आहे. खेळताना या तीन पैकी तू एकच होऊ शकतोस हे लक्षात ठेव. आता तुझं काम आहे नीट खेळणं आणि ते तू अतिशय वाईट तऱ्हेने करत आहेस. अभिनय हा अभिनेत्यांसाठी राहू दे, उगाचच आपण छान खेळाडू आहोत हे हावभाव करून प्रेक्षकांना दाखवू नकोस. अंपायरचं काम अंपायरसाठीच ठेव नाहीतर मी तुला पुढचा खेळ खेळायला परवानगी देणार नाही. कळलं तुला?'

एवढ्या बौद्धिकानंतर साहजिकच तो मन लावून खेळला व आपल्या टीमला विजयही मिळवून दिला. मॅचनंतर तो माझ्या पाठोपाठ धावतच मला भेटायला आला. डोळ्यांतले अश्रू प्रयत्नपूर्वक आवरत त्याने स्वत:च्या गैरवर्तनाबद्दल माफी मागितली आणि माझ्या कामाचं कौतुक केलं. आश्चर्य म्हणजे त्याने हे कबूल केलं की बरं झालं त्याला चांगली अद्दल घडली आणि यापुढे तो असं वागणार नाही व स्वत:ला सुधारण्याचा प्रयत्न करेल.

मला प्रश्न पडतोय की कितीतरी मुलं चांगला खेळ आत्मसात करून घेण्यात किती अपयशी ठरतात कारण त्यांचे पालक अंपायरचा निर्णय कसा चुकला, मुलांनाच जास्त कळतं असं काहीबाही त्यांच्या मनावर सतत बिंबवत राहतात. ह्यापेक्षा 'खेळावर लक्ष केंद्रित कर आणि अंपायरचं निर्णय देण्याचं काम त्यांच्यावर सोपव. त्यांच्या निर्णयात तू लुडबुड करू नकोस, नाराजी दाखवू नकोस, नावं ठेवू नकोस.' असं शिकवलं तर...

दुसऱ्याच दिवशी सकाळी मेंदूला झालेल्या आघाताने डोनल्ड जेनसन्चं दुःखद निधन झालं.

■

डॅनी वॉरिक

प्रेषक– मायकेल जे. बोलँडर

'It's How You Play the Game That Counts'

## अपेक्षा शून्य

एकदा एक १०-१२ वर्षांचा मुलगा स्वयंपाकघरात जेवण वाढणाऱ्या आपल्या आईजवळ आला आणि त्याने बरंच काही लिहून काढलेला कागद आईच्या हातात ठेवला. आईने हात कोरडे करून तो वाचून काढला.
मजकूर असा होता.

| | |
|---|---|
| घराच्या बागेतले गवत मशीनने कापले. | - ५ डॉलर्स |
| या आठवड्यात माझी खोली आवरली. | - १ डॉलर |
| दुकानातून तुझ्यासाठी सामान आणले. | - ५० सेंटस् |
| तू बाहेर गेली, तेव्हा छोट्या भावाला संभाळले. | - २५ सेंटस् |
| कचरा बाहेरच्या कचराकुंडीत टाकला. | - १ डॉलर |
| परीक्षेत छान मार्क्स मिळवले. | - ५ डॉलर्स |
| मागचं अंगण झाडून स्वच्छ केलं. | - २ डॉलर्स |
| एकूण तुझ्याकडून येणं बाकी. | - १४ डॉलर्स ७५ सेंटस् |

तिच्याकडे अपेक्षेने बघत उभ्या असलेल्या आपल्या मुलाकडे बघून तिच्या मनात आठवणींच्या सागराच्या लाटा उसळल्या. तिने पेन घेऊन त्याने लिहिलेल्या कागदाच्याच मागच्या बाजूला लिहायला सुरुवात केली.
तिने लिहिलं —

| | |
|---|---|
| नऊ महिने तुला मी माझ्या उदरात वाढवलं. | - अपेक्षा शून्य |
| कित्येक रात्री तुझ्यासाठी जागून काढल्या. | - अपेक्षा शून्य |
| तुझं आगमन सहजपणे व्हावं म्हणून प्रार्थना केली. | - अपेक्षा शून्य |
| इतके वर्षांत तू केलेल्या प्रतापांनी मला रडवलंय. | - अपेक्षा शून्य |
| ह्या सगळ्याची बेरीज कर, तरी माझ्या. तुझ्यावरच्या प्रेमाची किंमत? | - अपेक्षा शून्य |
| अनेक रात्री तुझ्या शुश्रूषेत घालवल्या व पुढे काय वाढून ठेवलंय याची काळजी करत राहिले | - अपेक्षा शून्य |

तुझ्यासाठी कपडे, खेळणी आणली, खाऊ-पिऊ घातलं
न्हाऊ-माखू घातलं                               - अपेक्षा शून्य
ह्याही सगळ्याची गोळाबेरीज कर, पण माझ्या खऱ्या
प्रेमाची किंमत?                                  -     शून्य

आईची यादी वाचून मुलाचे डोळे डबडबून गेले. आईकडे प्रेमपूर्वक नजर टाकत तो म्हणाला, ''आई, तू कित्ती आवडतेस मला. तू खूप छान आहेस.'' नंतर त्याने आईच्या हातातून पेन घेऊन त्याने केलेल्या यादीखाली मोठमोठ्या अक्षरात लिहिलं. ''पूर्ण पैसे मिळाले, बाकी शून्य!''

                                                एम. ॲडम्स
                                                'No Charge'

# धैर्याची कृती

सभागृहातल्या एका जुन्या खुर्चीवर मी बसले आहे. माझ्या खांद्यावर कॅमकॉर्डर (छोटा व्हिडिओ कॅमेरा) आहे. माझे डोळे भरून येत आहेत हे मला चांगलं जाणवत आहे. समोर स्टेजवर माझी सहा वर्षांची चिमुरडी शांतपणे, न घाबरता आत्मविश्वासाने गाणं म्हणत आहे. मी मात्र खूप भावनाशील झाले आहे. माझ्याच हृदयाची धडधड वाढतेय पण रडायचं नाही, असं मी मनाला वारंवार बजावतेय.

"ऐका, ऐका. येतोय का काही आवाज? हा तर आवाज जगातल्या सगळ्यांच्या हृदयस्पंदनांचा!" ती गाणं म्हणू लागलीय.

तिच्या वाटोळ्या चेहऱ्यावर छान प्रकाश पडला होता. किती मोहक, गोड चेहरा पण अगदीच माझ्या चेहऱ्याशी साम्य नसलेला. तिचे डोळे माझ्या डोळ्यांपेक्षा किती वेगळे! त्या डोळ्यांमधे दिसतेय प्रेक्षकांबद्दलची पूर्ण श्रद्धा. त्या क्षणी तिचं खूप कौतुक होत आहे हे समजलंय तिला. "खोल खोल दऱ्याखोऱ्यांतून, लांबलचक मैदानातून, आपल्या चहूबाजूंनी येणाऱ्या सगळ्या हृदयस्पंदनांचा आवाज मात्र एकसारखा."

तिला जन्म देणाऱ्या तिच्या खऱ्या आईचा चेहरा आहे हा. हुबेहूब तोच! तीच ती विश्वासपूर्ण गहरी नजर. ज्या नजरेने तिच्या जन्मदात्या आईने माझ्याकडे बघितलं होतं. तेच डोळे, तोच चेहरा चंद्रासारखा वाटोळा, गुबगुबीत, गुलाबी गालाचा. आपल्या खऱ्या आईचं रूप तिने शंभर टक्के घेतलं होतं. याच लोभस, चित्रासारख्या चेहऱ्याचे मी अगणित मुके घेत असते.

"काळं असो की गोरं असो, लाल असो की भुरं असो पण आहे हे हृदय एकाच प्रकाराचं- मानवजातीचं! एकसमान मानवजात कसे सगळ्या हृदयाचे ठोके एकसारखे पडत आहेत... ऐका नं" असं म्हणून ती गाणं संपवते.

प्रेक्षक अत्यानंदाने टाळ्यांचा कडकडाट करतात. मी देखील न थांबता टाळ्या वाजवतच राहते. वाजवतच राहते. टाळ्यांचा नाद सभागृहात घुमू लागतो. सगळे जणू भारल्यासारखे एकाचवेळी उभे राहतात. छोट्या मेलेनीचं कौतुक करायला. ती गोड हसून कौतुकाचा स्वीकार करते. आता मात्र मला रडू आवरत नाही. तिची आई होण्याचं भाग्य मला लाभलं ह्या भावनेनं मी भरून पावते. माझ्या जीवनात केवढा

आनंद आणलाय मेलेनीने! इतका की, अत्यानंदाने मला भरून येतंय.

हेच ते अखख्या मानवजातीचं हृदय– धैर्यशील हृदयच आपल्या बिकट परिस्थितीत मार्ग दाखवतं. आशेचा किरण दाखवतं. अशाच हृदयामुळे असंख्य अनोळखी माणसं एखाद्या ध्येयाने भारावून एकत्र येतात. लागेबांधे घट्ट होतात. मेलेनीला जन्म देणाऱ्या आईमुळे अशाच एका विशाल हृदयाशी माझी ओळख झाली. आपल्या आईच्या उदरात मेलेनीने आईच्या हृदयस्पंदनांचा कानोसा घेतला. त्या कोवळ्या षोडशवर्षीय तरुणीचं हृदय इतकं विशाल की मेलेनीच्या जन्मानंतर ती एकदम विचाराने परिपक्व झाली. आपल्या पोटच्या गोळ्याला आपल्यापेक्षा चांगलं आयुष्य जगता यावं ह्याची तिच्या हृदयाला जाणीव झाली.

त्याच मेलेनीला आता मी जवळ घेतलंय. माझ्या हृदयाला तिचं हृदय भिडून आमच्या दोघींची हृदयस्पंदनं एकमेकात सामावून गेली आहेत. मी तिचं मनापासून कौतुक करत आहे. तिच्या गाण्याचं, तिच्या कलेचं, तिच्या गोड, सुरेल आवाजाचं. माझ्या मिठीतून सुटून माझ्याकडे बघत ती मला विचारतेय, "आई, तू का रडत आहेस?"

मी तिला उत्तर देतेय. "तू इतकं छान गाणं म्हटलंस की माझ्या आनंदाला उधाण आलंय. अत्यानंदाचे अश्रू आहेत हे राणी." फक्त हातांनी तिला कवटाळण्याच्या पलीकडे जाऊन मला एक अनामिक जवळीक वाटतेय. फक्त तिच्यावर असलेल्या माझ्या प्रेमापोटी वाटलेली ही माया नसून, ज्या तिच्या जन्मदात्या आईने माझ्यासाठी तिला जन्माला घातलं व मोकळ्या मनाने, मोठ्या दिलदारपणे तिला माझ्या हवाली केलं त्या मातेच्या प्रेमाचाही केवढा मोठा वाटा आहे ह्यात. आम्हा दोघी मातांच्या हृदयातली माया आहे ही. एका मातेने तिच्या मायेत माझ्या रूपाने एक भागीदार आणला. केवढं धैर्य हे व त्या धैर्याने माझ्या रिकाम्या ओंजळीत आपलं नवजात अर्भक सुपूर्द केलं. आज ओंजळीत प्रेम, माया कशी ओथंबून वहात आहे बघा! आमच्या दोघींच्या हृदयाची ही धडकन एकच ना शेवटी?

■

पॅटी हॅनसेन
'Courage of Heart'

# दत्तक मुलाचा वारसा हक्क

दोन स्त्रिया कधीच नव्हत्या ओळखत एकमेकींना. यापैकी एकीची तुला आठवण नाही तर दुसरीला तू आई म्हणतोस.

दोन व्यक्तींनी मिळून तुला एक माणूस म्हणून अस्तित्व दिलं. एक झाली तुझी मार्गदर्शक तर दुसरीने दर्शन घडवलं या दुनियेचं. पहिलीने दिला तुला जन्म, तर जगावं कसं हे शिकवलं दुसरीने.

पहिलीने तुझ्यात प्रेमाची गरज निर्माण केली तर दुसरीने दिलं भरभरून प्रेम. एकीने बहाल केला जन्मदाखला तर दुसरीने दिलं तुला आपलं नाव.

एकीने दिली जन्मजात बुद्धी तर दुसरीकडून मिळाली आयुष्याची ध्येयं. एकीने तुला भावनांसकट जन्माला घातलं तर दुसरीने मनातली भीती दूर केली. एकीने तुझं पहिलं-वहिलं हास्य पाहिलं तर दुसरीने नंतर अश्रू पुसले. एकीने तिला अशक्य असलेलं चांगलं घर तुला मिळवून दिलं. तर दुसरीने तुझी प्राप्ती व्हावी म्हणून प्रार्थना केली व तिला फळ मिळालं आणि आता डोळे पुसत तू पूर्वापार चालत आलेला प्रश्न विचारतोस मला, जो आजतागायत अनुत्तीर्णच राहिला आहे.

"अनुवंशिकता का परिस्थिती ह्यापैकी कोण कारणीभूत आहे माझ्या जन्माला?" नाही राजा, ह्यांपैकी एकही नाही. पण कारणीभूत आहे हे दोन प्रकाराचं आगळं-वेगळं, अनोखं, असामान्य निर्व्याज प्रेम!

■

लेखक अज्ञात

'Legacy of an Adopted Child'

## दत्तक जाणं म्हणजे काय?

डेबी मून या शिक्षिकेच्या पहिलीच्या वर्गातली मुलं एका कुटुंबाचा फोटो बघून त्यावर चर्चा करत होती. फोटोतल्या एका मुलाच्या केसांचा रंग बाकीच्या कुटुंबीयांपेक्षा खूप वेगळा दिसत होता.

एका मुलानं म्हटलं की तो कदाचित त्यांनी दत्तक घेतलेला असावा. तर जोसेलिन जे. नावाची छोटी मुलगी पटकन म्हणाली, ''मला माहिती आहे दत्तक जाणं म्हणजे काय असतं, कारण मी पण दत्तक मुलगीच आहे आमच्या घरातली.''

''काय अर्थ असतो दत्तक जाणं या वाक्याचा?'' दुसऱ्या मुलाने उत्सुकतेने विचारले.

''अरे, दत्तक जाणं म्हणजे...'' जोसेलिन म्हणाली, ''म्हणजे किनई आईच्या पोटात तुमची वाढ होण्याऐवजी तिच्या हृदयातच वाढ होते तुमची!!''

■

जॉर्ज डोलॅन
'What It Means to be Adopted?'

# वर्गमित्र-मैत्रिणींची पुनर्भेट

काही आठवड्यांपूर्वी मी माझ्या कामात गर्क होते व अचानक फोनची घंटी वाजली. काही वाईट बातमी तर नाही असा वाईटच विचार मनात येऊन माझ्या काळजाचा ठोका चुकला, पण फोन केला होता माझ्या शाळेतल्या एका जुन्या मित्राने. वीस वर्षांच्या कालावधीनंतर आम्ही वर्गमित्र-मैत्रिणी एकत्र भेटणार होतो व त्या कार्यक्रमाच्या आखणीसाठी त्याला माझी मदत हवी होती.

काय? वीस वर्ष झाली देखील शाळा सोडून? या विचारांनीच मला कसंसच झालं. घाम काय फुटला, अंगावर सरसरून काटा आला वेड्यासारखा. कारण मनात आलं की खरंच मी काय केलं या काळात. काय काय कमावलंय या वीस वर्षांत? खरं म्हणजे आता वीस वर्षांनी सगळ्यांना भेटायचं म्हणजे मी जरा काळजीतच पडले. तरी आई मला पूर्वीच एकदा म्हणाली पण होती की असा दिवस केव्हातरी येणारच, तेव्हा तयारीत रहा. पण मी तिचं सांगणं हसण्यावारी घालवलं होतं. आपण शाळा सोडून पुढच्या आयुष्यात काय केलं यावर विचार करून वेळ वाया घालवणं मला आवडलं नसतं.

पण एक साधा फोनवरचा निरोप तुमचं आयुष्य अचानकपणे अगदी उलटं-पालटं करून टाकतो म्हणजे आश्चर्यच म्हणायचं! आता बसल्या बसल्या मला एकाएकी १९७० मधली गाजलेली गाणी (आता त्यांना कालबाह्य गाणी म्हणतात) आठवू लागली, ओठांवर घोळू लागली, पण तेव्हाचा काळ वेगळा होता. तेव्हाचा प्रसिद्ध गायक मिक जॅगरने आता पन्नाशी ओलांडली होती. त्याची काही गाणी तर आता विस्मृतीच्या पडद्याआड गेली होती. माझ्याही आयुष्याचा सूर्यास्त सुरू झाला होता की काय म्हणजे? मला उगाचच अनामिक भीती घेरू लागली.

मग मी आरशात न्याहाळलं स्वत:ला. अगदी जवळ उभं राहून नीट निरखू लागल्यावर चेहऱ्यावर, गळ्यावर पडलेल्या सुरकुत्या, कपाळावरच्या आठ्या, ओठांभोवती हास्यरेषेच्या खुणा, डोक्यावरचे विरळ व्हायला लागलेले केस सगळं खटकायला लागलं. काळाने माझ्यावर आपला पराक्रम दाखवायला सुरुवात केलीय, हे लक्षात आल्यावर स्वत:चीच लाज वाटू लागली. तरी नशीब की अजून मी फार गलेलठ्ठ झालेली नव्हते, जरी वजन वाढलं होतं.

पुढचे काही दिवस मी अनेक दिव्यांतून गेले. सकाळी ६.३०लाच उठून धावायला जायला लागले. एकाच आशेने की गमवलेली चपळता परत येईल, अंगावर चढलेली चरबी थोडी तरी उतरेल. वीस वर्षांपूर्वी जशी तरुण दिसायची तशी आता कोणत्या कपड्यात दिसेन म्हणून योग्य ड्रेसच्या शोधात मी अनेक दुकानं पालथी घातली. पण तशा ड्रेसेसची फॅशन आता जुनी झाल्यामुळे माझी निराशा झाली आणि मग माझ्या लक्षात आलं की मध्यमवयातला जो मानसिक गोंधळ उडतो त्या विचित्र अवस्थेमधून मी जात होते.

रोज रात्री ऑफिसमधून परतल्यावर घराचा जिना चढताना जो एक मजेशीर आवाज ऐकू यायचा तो आवाज म्हणजे माझे बोलू लागणारे गुडघे आहेत हे आता माझ्या लक्षात येऊ लागलं. न्याहरीला मी अक्षरश: कोंड्याची खीर (काहीही सत्त्व नसलेली) खाऊ लागले– म्हणजे आवडीने नाही बरं का, तर कोंड्यामुळे वजन वाढणार नाही व आहे ते थोडं कमी होईल या आशेने. मला बरोबरीच्या खूप मैत्रिणी आहेत हे दाखवण्यासाठी मी भिशीमंडळ सुरू केलं.

मला जसं आयुष्य जगायचं होतं बरोब्बर तस्सं माझ्या नशिबी पडलं नव्हतं. म्हणजे तशी मी सुखी समाधानी होते. माझा समजूतदार नवरा व दोन गुणी मुलं ह्यांच्याभोवतीच माझं आयुष्य फिरत होतं. दिवसातले काही तास पार्ट-टाईम नोकरी व उरलेल्या काळात सर्वगुणसंपन्न पत्नी व आईच्या भूमिकेतलं माझं आयुष्य मला काही खास विशेष असं वाटत नव्हतं. तसं मिळमिळीतच! माझ्या वर्गमैत्रिणींच्या विचारसरणीपुढे हे 'अतिशय यशस्वीपणे जगलेलं आयुष्य' ठरलं नसतं. 'म्हणजे खरंच की, ही वीस वर्षं मी वाया घालवली? कुठे आहे माझं अस्तित्व?' असे विचार मनात येऊन मी पूर्णपणे हताश होण्याच्या मार्गावर होते पण तेवढ्यात माझ्या सात वर्षांच्या गोड मुलीने धावत येऊन मला मिठी मारली. मला बिलगून ती म्हणाली, "आई तू मला कित्ती आवडतेस म्हणून सांगू. माझी छान छान आई आहेस तू. मला एक पापी दे नं."

आणि तुम्हाला म्हणून सांगते, अजून पुढील वीस वर्षं देखील मला हेच, असंच आयुष्य जगायला मनापासून आवडेल!

■

लिन सी. गॉल

'Class Reunion'

## नजराणा

ऐन उन्हाळ्याच्या एका दुपारी ईश्वराने तिच्या हातात एक अमूल्य नजराणा ठेवला. त्याचा नाजूकपणा बघून ती अगदी हरखून गेली. किती विश्वासपूर्वक देवाने तिला ही भेट सोपवली होती. एक ना एक दिवस तो नजराणा जगामध्ये आपलं स्वत:चं अस्तित्व निर्माण करणार होता. पण तोपर्यंत परमेश्वराने तो तिच्या सुरक्षित कवचात व मार्गदर्शनाखाली ठेवण्याचं ठरवलं होतं. आपली जबाबदारी ओळखून ती त्याला आदरपूर्वक घरी घेऊन आली. देवाने तिच्यावर दाखवलेल्या विश्वासाचं सार्थक करून दाखवायचा तिने निर्धार केला.

आपल्याला मिळालेल्या त्या नजराण्याला ती क्षणभर दूर करत नसे. सगळ्या धोकादायक गोष्टींपासून, संकटांपासून ती त्याचं रक्षण करत असे. तिच्या संरक्षक कवचाच्या जरा तो बाहेर गेला तरी त्यावर लक्ष ठेवून असे. पण हळूहळू तिच्या लक्षात येऊ लागलं की ती कायम त्याचं संरक्षण नाही करू शकणार. उत्तम वाढीसाठी त्याला तिच्यापासून थोडं थोडं दूर होऊन जगाचे टक्के-टोणपे खाणं आवश्यक होतं. मग काळजीपूर्वक हळूहळू ती त्याला आपल्यापासून मोकळं करू लागली. त्याचं स्वतंत्र अस्तित्व निर्माण करण्यासाठी, त्याचा सर्वांगीण विकास होण्यासाठी धडपडू लागली; पण अति स्वातंत्र्यही तिने दिलं नाही. कारण मग बेबंद, बेशिस्त झाला असता तो अशी काळजी वाटे.

कधी कधी रात्री तिच्या मनात विचार येई की आपण कुठे कमी तर नाही पडत आहोत आपल्या कर्तव्यात? ती अनोखी जबाबदारी आपण योग्यपणे पार पाडू शकू नं? तिचा आत्मविश्वास डळमळायला लागला की ईश्वराचे संथ आवाजातले बोल तिच्या कानावर पडून तिला दिलासा देत आहेत की, ती कुठेही चुकत नाहीये असा तिला भास होई. मग ती ते बोल ऐकत निश्चिंतपणे झोपी जात असे.

जसजसे दिवस, महिने, वर्ष पार पडू लागले तसतसे या जबाबदारीचे काहीच ओझे तिला वाटेनासे झाले. त्या नजराण्याच्या अस्तित्वामुळे, सहवासामुळे ती आयुष्यात इतकी भरून पावत होती की, आपलं आधीचं जीवन कसं होतं हे ती विसरत चालली व आता त्याच्याशिवाय जगण्याची कल्पनाही ती करू शकत नसे, पण देवाबरोबर झालेला करार तिच्या लक्षात होता, पूर्णपणे!

एके दिवशी तिच्या लक्षात आलं की, परमेश्वराने अर्पण केलेल्या त्या नजराण्यात आता अनेक बदल होऊ लागलेत. आता तो पूर्वीइतका भित्रा, बुजरा राहिलेला नाहीये उलट सामर्थ्याचं तेज त्याच्या अंगावर झळकू लागलं आहे. त्याला दिसामाशी वाढताना बघून तिला त्याच्या शक्तीचा, सुदृढतेचा साक्षात्कार होऊ लागला आणि देवाने तिच्याकडून घेतलेल्या वचनाची तिला आठवण झाली. आता वचनपूर्तीची वेळ जवळ येऊन ठेपली आहे आणि आपला त्या नजराण्याबरोबरचा सहवास कमी होत जाणार ह्याची तिला मनोमन खात्री पटली.

कधीतरी येणारा तो दिवस शेवटी येऊन ठेपला. ईश्वराने येऊन आता तिच्या नजराण्याला जगाच्या हवाली केलं. त्याचा सहवास आता संपला. या विचाराने तिचं मन विदीर्ण होत होतं. देवाचे तिने कृतज्ञतापूर्वक आभार मानले. त्याने इतक्या काळासाठी त्या नजराण्याची देखभाल करण्याचा जो अधिकार, हक्क तिला दिला होता त्याबद्दल कशी कृतज्ञता व्यक्त करावी हे तिला उमजत नव्हतं. स्वत:च्या मनाला सावरत, आपल्या त्या अद्वितीय नजराण्याकडे ती ताठ मानेने, अभिमानाने बघत उभी राहिली. यापुढे या सृष्टीचे, जगाचं सौंदर्य, गुणवत्ता वाढवण्यात तिच्या नजराण्याची भर पडणार होती. जगात तो नाव कमावणार होता.

आणि त्या आईने अखेर आपल्या लेकराला घरापासून दूर उंच आकाशात पंख पसरून भरारी मारण्यासाठी मुक्त केलं!

■

रेनी आर. रोमन
'The Gift'

## ३

# शिकवणूक व विद्वत्ता

*"खरा शिक्षक हा एखाद्या पुलासारखा असतो. स्वतः ज्ञानाचा पूल बनून तो आपल्या विद्यार्थ्यांना पूल ओलांडण्यासाठी तयार करतो. त्यात हे विद्यार्थी एकदा का यशस्वी झाले की मग हा शिक्षकरूपी पूल कोसळून पडतो, कारण आता त्याच विद्यार्थ्यांना त्यांचे स्वतःचे पूल बनवायचे असतात."*

*निकोस कझान्टझाकिस*

## बेथच्या पहिलीच्या वर्गशिक्षिकेस

वेळ सकाळची होती व माझ्यापुढे चालत असणारा गृहस्थ काही माझ्या ओळखीचा नव्हता, पण एक गोष्ट मात्र माझ्या नजरेतून सुटली नव्हती. आम्ही दोघंही स्वत:च्या लहान मुलीचं बोट धरून जरा जास्तच ताठ मानेने व अभिमानाने चालत होतो. त्या महत्त्वाच्या दिवशी जरी आम्हा दोघांना जास्तच अभिमान वाटत होता तरी एकीकडे मनाला आतून थोडी धाकधुकही वाटत होती. आमच्या लेकी आज पहिलीच्या वर्गात प्रवेश करणार होत्या. त्यांच्या शालेय जीवनाचा अनोखा टप्पा सुरू होणार होता. आज थोड्या वेळासाठी का होईना आम्ही या शाळानामक संस्थेच्या हाती आमच्या मुली सुपूर्द करणार होतो. शाळेच्या इमारतीत शिरताना त्या गृहस्थाने डोळ्यांच्या कोपऱ्यातून माझ्याकडे पाहिलं. थोडी नजरानजर झाली आमची पण त्या पलीकडे काही नाही. काही न बोलता आम्हा दोघांना मुलीवरचं प्रेम, तिच्या भविष्याबद्दलच्या आशा व तिच्या स्वास्थ्यासाठी वाटणारी काळजी एकमेकांच्या डोळ्यांतून दिसत होती.

तुम्ही त्यांच्या वर्गशिक्षिका, आम्हाला दारातच भेटलात. स्वत:ची ओळख करून देत मुलींना तुम्ही त्यांची वर्गातली जागा दाखवलीत. गोड पापा घेऊन आम्ही आमच्या मुलींचा निरोप घेतला व दाराकडे वळलो. गाड्या लावलेल्या जागी आम्ही दोघं बरोबरच गेलो पण एकही शब्द न बोलता. कारण बहुधा दोघंही तुमच्याचबद्दल मनात विचार करण्यात गर्क होतो.

मॅडम, निघायच्या आधी आम्हाला दोघांना तुम्हाला कितीतरी गोष्ट सांगायच्या होत्या. बरंच बोलायचं राहूनच गेलं. म्हणून मी आज तुम्हाला हे पत्र लिहित आहे. हे सगळं सांगण्यासाठी मलाही वेळ नव्हता कारण ऑफिसला जायचं होतं व पहिला दिवस असल्यानं तुम्हीही कामात होतात.

आमच्या बेथचा नवा ड्रेस तुम्ही नक्कीच पाहिला असेल. किती गोड दिसत होती ती त्यात. तुम्ही म्हणाल असं तर प्रत्येक वडिलांनाच वाटतं, पण तिला स्वत:ला त्या दिवशी ती सुरेख दिसतेय असं मनापासून वाटत होतं व असं वाटणं खूप महत्त्वाचं असतं. तुम्हाला माहिती आहे की त्या खास दिवसासाठी योग्य ड्रेस शोधण्यात आम्ही गेल्या आठवड्यात किती दुकानं पालथी घातली? तो ड्रेस

दुकानात घालून बघितल्यावर बेथने गिरकी घेऊन समोरच्या आरशात पाहिलं व ड्रेस तिच्यावर किती खुलतोय हे तिला समजलं. अर्थात तिने तशी गिरकी घेऊन तुम्हाला दाखवलं नसेल ही वेगळी गोष्ट. पण जर तुम्ही आपणहून कौतुक केलं तर तिला खूप आनंद होईल.

बेथचे नवे बूट तिच्याबद्दल व आमच्या कौटुंबिक वातावरणाबद्दल खूप काही सांगतील. काही क्षण जरी तुम्ही ते नीट निरखून बघितले असले तरी खूप झालं. निळ्या रंगाचे, चांगले मजबूत, फारसे फॅशनेबल नसलेले, मागे एक पट्टा असलेले ते बूट घेताना आमची खूप वादावादी झाली. कारण हे बूट वर्गातल्या इतर मुलींच्या बुटांसारखे छान दिसणार नाहीत असं बेथचं म्हणणं, तर उगाचच प्लास्टिकचे गुलाबी, नारंगी, जांभळ्या रंगाचे बूट घ्यायचे नाहीत असं आमचं ठाम मत!

बेथला वाटत होतं की, छोट्याशा बेबीच्या बुटांसारखे तिचे बूट बघून इतर मुलंमुली तिला हसणार, चिडवणार. पण शेवटी हे निळे एक पट्टा असलेले बूट तिने घालून पाहिल्यावर तिला ते खूप आवडले. आमची बेथ या बुटांसारखीच मजबूत व भरवसा ठेवण्यासारखी आहे. तुम्ही तिच्या बुटांचं थोडं कौतुक केलंत तर ती खूप खूष होईल बघा.

मला वाटतं बेथ तशी एक लाजरी-बुजरी मुलगी आहे, हे तुम्ही नक्कीच ओळखलं असेल. एकदा तुमच्याशी ओळख झाली की मग मात्र खूप बोलायला लागेल, पण आपणहून सुरुवातीला नाही बोलणार. तुम्हालाच तिला बोलतं करावं लागेल. तिचा शांतपणा म्हणजे हुशारीचा अभाव अशी मात्र कल्पना करून घेऊ नका हं! लहान मुलांचं कोणतंही पुस्तक तुम्ही तिच्या पुढ्यात ठेवा, छान वाचून दाखवेल ती. आईबाबांबरोबर उबदार पांघरुणात शिरून झोपायच्या आधी, तर कधी दिवसा लाडंलाडं करून तिने खूप गोष्टी आमच्याकडून वाचून घेतल्या आहेत. पुस्तकांमुळे आपला वेळ छान जातो व आईबाबांचा जास्त सहवास मिळतो हे पक्कं ठाऊक आहे तिला. त्यामुळे पुस्तक म्हणजे प्रेम हे तिचं समीकरणच झालंय. तिचा वाचनाचा आनंद असाच द्विगुणित होऊ द्या. त्याचं तिला कधी ओझं भासू देऊ नका. वाचन म्हणजे कंटाळवाणं काम अशी तिची भावना होऊ नये हीच इच्छा. तिला वाचनाची गोडी लागण्यासाठी आम्ही खूप कष्ट घेतले आहेत.

तुम्हाला एक सांगू, पूर्ण उन्हाळाभर बेथ व तिचं मित्रमंडळ शाळा-शाळा असा खेळ रोज खेळत असत. जणू या पहिल्या दिवसाची सगळे मिळून तयारीच करत होते. ते लुटुपुटूचा वर्ग भरवत. रोज वर्गात बसून प्रत्येकजण काहीतरी लिहून काढत असे. काय लिहावं हे काही जणांना कळायचं नाही. मग बेथ मोठ्या उत्साहाने त्यांना सुचवायची. त्यांचं शुद्धलेखन तपासायची.

एक दिवशी हिरमुसली होऊन ती माझ्याकडे आली व एका अवघड शब्दाचं

स्पेलिंग तिला येत नव्हतं म्हणून मग माझ्याकडून शिकून घेतलं आणि आता ती तो शब्द बरोबर लिहू शकते. उन्हाळ्यातल्या या खेळामुळे शाळेबद्दलच्या विश्वासाचा त्यांचा पाया आधीच मजबूत झालाय. एका शांत शिक्षिकेची भूमिका ती रोज वटवत असल्याने आता तिच्या कल्पनाविश्वाला शाळेच्या वातावरणात खरं रूप मिळो हीच माझी मनापासून इच्छा आहे.

शालेय वर्षाच्या सुरुवातीस तुम्हा शिक्षकांना खूप कामं असतात, त्यामुळे मी हे पत्र जास्त लांबवत नाही, परंतु एक लहानशी गोष्ट लिहिल्यावाचून राहावत नाहीये. शाळेच्या पहिल्या दिवसाच्या आधीची रात्र होती. झोपायच्या आधी आम्ही तिचा शाळेत न्यायचा जेवणाचा रंगीबेरंगी डबा तयार करून ठेवला. दप्तर नीट भरून ठेवलं. तिचा नवा ड्रेस, बूट बाहेर काढून ठेवून सर्व जय्यत तयारी केली. नेहमीप्रमाणे तिला एक गोष्ट वाचून दाखवली. तिची पापी घेऊन, दिवा बंद करून आम्ही आमच्या खोलीत यायला निघालो. तेवढ्यात तिने मला परत हाक मारली व विचारलं की देवबाप्पा पत्रं लिहून ती लोकांच्या मनात ठेवतो हे मला माहिती आहे का?

मी तिला म्हटलं मला तर काही कल्पना नाही बुवा! पण तिला असं पत्र कधी मिळालंय का म्हणून चौकशी केली. तिला मिळालं होतं असं ती म्हणाली आणि त्या पत्रात देवबाप्पानं लिहिलं होतं की तिचा शाळेचा पहिला दिवस तिच्या जीवनातला एक अविस्मरणीय दिवस ठरणार आहे. माझे डोळे भरून आले तिच्या त्या निरागस उत्तराने व मी मनात प्रार्थना केली, "देवा, असंच घडू दे रे बाबा!"

माझ्या खोलीत आल्यावर उशीखाली बेथच्या हस्ताक्षरातली एक चिठ्ठी मला मिळाली, "मी किती भाग्यवान आहे म्हणून तर मला तुमच्यासारखे छान बाबा मिळाले आहेत."

बरंय मग, बेथच्या मॅडम, मला असं वाटतंय की बेथ सारखी विद्यार्थिनी तुम्हाला लाभलीय हे तुमचं भाग्य. आता आमची सगळी भिस्त तुमच्यावरच आहे. या पहिल्या दिवशी आम्ही आमची मुलं व आमची स्वप्नं तुमच्या हातात सोपवली आहेत. मुलांचा हात हातात घेऊन आता पुढची वाट तुम्हाला चालायची आहे. अगदी आमच्यासारखी ताठ मानेने... अभिमानाने. राहाल नं चालत?

शिक्षकाचा पेशा म्हणजे शिरावर केवढी प्रचंड जबाबदारी, नाही?

■

डिक अब्राहमसन

'To Beth's First-Grade Teacher'

## मिस्टर वॉशिंग्टन

११ वी मधे शिकत असताना एकदा मी मित्राच्या वर्गापाशी गेलो होतो त्याला बोलवायला. तेवढ्यात त्या वर्गाचे शिक्षक मि. वॉशिंग्टन तिथे आले व त्यांनी बाहेर का उभा आहेस, आत ये म्हणून वर्गात बोलावलं. फळ्यापाशी जाऊन त्यांनी मला काहीतरी अवघड गणित सोडवायला सांगितलं. मला ते जमणार नाही असं मी त्यांना सांगितल्यावर त्यांनी विचारलं—

"जमत नाही म्हणजे काय?"

"कारण मी तुमच्या वर्गाचा विद्यार्थी नाही." मी म्हटलं.

"त्यानं काही फरक पडत नाही बरं का. चल. फळ्यावर सोडवून दाखव ते गणित." सर म्हणाले.

"नाही. मला नाही येत." मी म्हणालो.

"अरे का नाही येत?" सरांनी विचारलं.

मी गप्प बसलो कारण मला खूप ओशाळवाणं वाटत होतं. तरी हिम्मत करून मी सांगितलं. "कारण मी शिकू शकणारा, पण मतिमंद आहे म्हणून."

आपल्या जागेवरून ते माझ्याजवळ आले. मला म्हणाले. "परत असं कधी बोलू नकोस. दुसऱ्यांच्या मतामुळे ही तुझी वस्तुस्थिती होता कामा नये."

माझ्या आयुष्यातला फार महत्त्वाचा क्षण ठरला तो. एकीकडे इतर मुलं कुत्सितपणे हसल्याने मला फार अपमानित वाटत होतं. त्यांना सगळ्यांना माहिती होतं की मी वेगळ्या प्रकारच्या शिक्षणपद्धतीच्या वर्गातला होतो. पण दुसऱ्या बाजूने आज मला त्या सरांमुळे खूप आत्मविश्वास मिळाला व स्वत:ला असं कमी लेखणं सोडून द्यायचं असं ठरवलं.

अशा प्रकारे मि. वॉशिंग्टन माझे मार्गदर्शक व सन्मित्र बनले. हा अनुभव यायच्या आधी दोन वर्ष मी नापास झालो होतो. पाचवीत असताना मी मतिमंद असून थोडं फार शिकू शकतो हे लक्षात आल्यावर मला पाचवीतून चौथीत टाकलं होतं. नंतर आठवीत मी परत नापास झालो, पण केवळ या व्यक्तीमुळे आता माझ्यात आमूलाग्र फरक पडू लागला.

मि. वॉशिंग्टन प्रसिद्ध तत्त्ववेत्ता गोथेच्या तत्त्वप्रणालीचं पालन करत. गोथेने म्हटलं आहे. "जो माणूस जसा आहे फक्त अशाच दृष्टीने त्याच्याकडे पाहिलंत, तसंच त्याला वागवलंत तर तो आहे तसाच राहील. परंतु तो अमुक अमुक पातळीपर्यंत सहज हुशार होऊ शकेल, त्याची कुवत असेल किंवा ते त्याला साध्य होऊ शकेल अशी मनाची धारणा करून त्याच्याशी तसं वागलात तर तो नक्की तसा बनेल. त्याच्यात सुधारणा होईल." कॅल्विन लॉईडच्या मताचेही ते पुरस्कर्ते होते. "तुम्ही एखाद्याकडून कमीच अपेक्षा ठेवली तर त्याची उन्नती होईलच कशी?" सरांनी मुलांच्या मनावर हेच बिंबवलं होतं की, प्रत्येक विद्यार्थ्याकडून त्यांच्या खूप उच्च अपेक्षा आहेत आणि म्हणूनच प्रत्येकाने त्यांच्या अपेक्षा पूर्ण करण्याचा शर्थीने प्रयत्न केला. मी खालच्या वर्गात असताना एकदा वरच्या वर्गातल्या (सिनियर्स) विद्यार्थ्यांच्या पदवीदान समारंभाच्या वेळी (अमेरिकेत शालेयजीवनातही दोन तीन वेळा हा समारंभ होतो) ते भाषण करत असताना मी ऐकलं. ते सांगत होते. "तुमच्या अंगी खूप गुण आहेत. तुम्ही जर स्वत:मध्ये डोकावून पाहिलंत, स्वत:ला ओळखलंत व या भूतलावर काहीतरी बदल घडवून आणण्याची तुमची क्षमता आहे हे तुम्हाला समजलं तर मग या जगाचा इतिहास नक्कीच बदलेल. तुमच्या आई-वडिलांच्या कष्टांचं चीज तुम्ही करू शकता. तुमच्या शाळेचा लौकिक वाढवू शकता, तुमच्या समाजाचा पुनरुद्धार करू शकता. हजारो, लाखो लोकांच्या आयुष्यात तुम्ही आनंद निर्माण करू शकता." ते बोलत होते त्या मोठ्या मुलांसाठी पण त्यांच्या भाषणातला शब्द न् शब्द मलाच लागू पडतोय असं मला वाटत होतं.

भाषणानंतर सगळ्यांनी उभं राहून टाळ्यांच्या कडकडाटात त्यांचं कौतुक केलं. नंतर ते त्यांच्या गाडीपाशी जात असताना मी धावत जाऊन त्यांना गाठलं व म्हणालो, "सर ओळखलंत तुम्ही मला? आत्ता मी तुमचं भाषण ऐकत सभागृहाच्या एका कोपऱ्यात उभा होतो."

त्यांनी विचारलं, "पण तू काय करत होतास तिथे मोठ्या मुलांमधे?" मी म्हटलं, "सर, तुम्ही भाषण देत असताना मी बाहेरून ऐकलं आणि मला नकळत माझे पाय आत वळले. प्रत्येकाच्या अंगी खूप गुण असतात असं तुम्ही सांगत असताना मला वाटत होतं हे सगळं तुम्ही मलाच सांगत आहात.

"खरंच माझ्याही अंगी असे खास गुण आहेत का सर?"

ते उत्तरले "हो. हो. नक्कीच आहेत."

"पण मग मी तर इंग्रजी, गणित, इतिहास या विषयांत नापास झालोय. त्यामुळे मला आता उन्हाळ्याच्या सुटीत देखील शाळेत जावं लागणार आहे. मग हे कसं काय सर? बाकी सगळ्या मुलांपेक्षा मी कमी हुशार आहे. माझ्या मोठ्या भावा-बहिणीइतका मी स्मार्ट पण नाही."

"मग काय बिघडलं त्यामुळे? काही नाही. ह्यामुळे फक्त एवढंच सिद्ध होतं की तू जास्त प्रयत्न करायला हवेत. नुसत्या परीक्षेतल्या मार्कांनी गुणवत्ता ठरत नसते किंवा पुढील आयुष्यात तुम्ही काय काय कामगिरी करून यश मिळवाल हे या मार्कांवर अजिबात अवलंबून नसतं हे लक्षात ठेव."

"मला माझ्या आईसाठी नवीन घर घ्यायचं आहे विकत."

"होईल हे शक्य तुला. नक्कीच घेऊ शकशील तू." असं म्हणून ते निघाले.

"मिस्टर वॉशिंग्टन?"

"आता अजून काय राहिलंय?"

"अंऽऽऽऽ सर, हा मुलगा – म्हणजे मी – तुमच्या कायम आठवणीत राहील. माझं नावसुद्धा तुम्ही लक्षात ठेवाल. एक दिवस तुम्ही माझ्याबद्दल खूप चांगलं ऐकाल. मग माझा तुम्हाला खूप अभिमान वाटेल. सर, मीच असणार तो!"

माझं शालेय कालातलं जीवन तसं खडतरच होतं. मी आपला कसाबसा काठावर पास होऊन वरच्या वर्गात ढकलला जात असे. मी खोडकर किंवा त्रास देणारा मुलगा कधीच नव्हतो. उलट एक समंजस, आज्ञाधारक मुलगा म्हणून सगळे मला ओळखत. स्वभावाने विनोदी असल्याने मी सगळ्यांना खूप हसवत असे. त्याचबरोबर मोठ्यांशी आदराने वागत असे. त्यामुळे शिक्षकांना कदाचित माझ्याबद्दल सहानुभूती वाटत असावी व त्या पोटी ते मला पास करून टाकत पण त्यामुळे माझे नुकसानच होई. वॉशिंग्टन सर मला जरी शिकवत नसले तरी माझ्याकडून त्यांच्या खूप खूप अपेक्षा होत्या. माझ्या कमी मार्कांबद्दल ते मला जाब विचारत असत. सतत

माझ्या मनावर ते एकच बिंबवत राहिले की मी करू शकतो. माझ्यात तेवढी पात्रता आहे.

नंतर वरच्या वर्गांत गेल्यावर मात्र मला वॉशिंग्टन सर शिकवू लागले. साधारणत: 'खास शिक्षणवर्गातल्या' माझ्यासारख्या मुलांना संभाषण व अभिनयकलेबद्दल काहीच शिकवत नसत, पण सरांनी माझं नाव विशेष विद्यार्थी म्हणून त्याही अभ्यासक्रमात घातलं. आमच्या शाळेचे प्रिन्सिपलही मनातून उमजून चुकले होते की, वॉशिंग्टन सर व माझ्यात वेगळंच असं अतूट नातं निर्माण झालं होतं व त्या परिणामी मी अभ्यासात खूपच सुधारायलाही लागलो होतो. आयुष्यात प्रथमच शाळेच्या एका नाटकात मी छोटीशी भूमिका केली व त्या ग्रुपबरोबर परगावी जाऊनही मी प्रयोगात भाग घेतला. माझ्यासाठी हा एक खरोखर चमत्कारच होता म्हणायचा!

सरांनी माझं व्यक्तिमत्त्व पूर्णपणे नव्याने घडवलं. माझं मानसिक बळ वाढवून, माझ्यात आत्मविश्वास निर्माण करून माझ्या स्वत्वाची जाणीव करून दिली. आयुष्यात लढण्याची जिद्द दिली. माझं आत्मभान जागृत केलं.

कितीतरी वर्षांनंतर मी टीव्हीवर पाच भागांची एक मालिका बनवली. मी स्वत: निर्माता होतो त्या मालिकेचा. 'तुझी पात्रता आहे.' (You Deserve) असं नाव असलेला माझा कार्यक्रम टीव्हीच्या मयामी शैक्षणिक वाहिनीवर होणार असल्याने माझ्या काही मित्रांनी वॉशिंग्टन सरांना मुद्दाम फोन करून सांगितलं. कार्यक्रम दाखवला तेव्हा मी फोनपाशीच बसून होतो. तेवढ्यात सरांचा डेट्रॉईट शहरातून फोन आला. त्यांनी विचारलं, ''मी मि. ब्राऊनशी बोलू शकतो का?''

''कोण बोलतंय?''

''तुला माहिती आहे, कोण बोलतंय ते.''

''अरे व्वा, वॉशिंग्टन सर, तुम्ही?''

''आणि 'तो' तूच होतास नं?''

''हो सर, 'तो' मीच होतो. तुमचा तो विद्यार्थी!''

■

लेस ब्राऊन

'Mr. Washington'

# श्रद्धा, आशा व प्रेम

वयाच्या १४ व्या वर्षीच माझी रवानगी घरापासून दूर कनेक्टीकट राज्यातील चेशायर ॲकॅडमीच्या मुलांच्या वसतीगृहात झाली. ज्यांच्या घरात मुलांना अनेक समस्यांना तोंड द्यावं लागतं अशी मुलं इथे राहत असत. माझी समस्या म्हणजे आईवडिलांचा घटस्फोट झाल्याने मी माझ्या दारूच्या आधीन झालेल्या आईजवळ राहत असे. आपल्या व्यसनापायी तिने आमच्या घराची धूळधाण उडवून दिली होती. त्यांच्या घटस्फोटानंतर वर्षभर मीच तिची काळजी घेतली, पण त्यामुळे आठवीत मी नापास झालो. अशामुळे माझ्या हेडमास्तरांनी व वडिलांनी मला या शाळेच्या वसतीगृहात पाठवायचा निर्णय घेतला. ह्या शाळेत अतिशय कडक शिस्तीत खेळशिक्षण देण्यात येत असे. मी माझ्या व्यसनी आईपासून दूर राहणार होतो हे फार बरं झालं कारण त्यामुळे मी अभ्यासावरही लक्ष केंद्रित करून पास होऊ शकलो असतो.

पहिल्या दिवशी परिचयाच्या व्याख्यानानंतर शेवटी शाळाप्रमुख फ्रेड ओलिरी बोलायला उठले. हे एक अतिशय शिस्तप्रिय सर होते. येल या विद्यापीठाच्या 'ऑल अमेरिकन फुटबॉल प्लेअर'कडून खेळणारे खेळाडू होते. अतिशय प्रचंड शरीरयष्टीचे व भरभक्कम तब्येत लाभलेल्या सरांची भरदार गर्दन, विशाल जबडा येलच्या खेळचिन्हाची (बुलडॉग) आठवण करून देई. ते बोलायला माईकजवळ येऊन उभे राहिल्यावर सगळीकडे शांतता पसरली. वरच्या वर्गातला एक मुलगा हळूच माझ्या कानात कुजबुजला, "चुकून तू कधी ह्यांच्या नजरेला देखील पडू नकोस. कधी समोरून येताना ते दिसले तर रस्ता ओलांड, पण तुझं अस्तित्व त्यांना जाणवू देऊ नकोस. कळलं?"

सरांचं त्या दिवशीचं भाषण छोटंसं पण मुद्देसूद होतं. "अजिबात करू नका – काय? मी परत परत सांगतोय– शाळेचं आवार सोडून बाहेर भटकणं, धूम्रपान, मद्यपान करणं, मुलींना चोरून भेटणं. अशा सवयी एकदा का तुम्हाला लागल्या तर तुमचं अपरिमित नुकसान होईल व त्याची खूप मोठी भरपाई तुम्हाला करावी लागेल. शिवाय व्यक्तिशः मी तुम्हाला शिक्षा करेन, अशी शिक्षा करेन की तुम्ही ती कधीच विसरू शकणार नाही." मला वाटलं त्यांचं भाषण संपलं म्हणून. पण तेवढ्यात

खालच्या आवाजात सर्वांना उद्देशून ते म्हणाले, "तुम्हाला काहीही समस्या असतील तर माझ्या ऑफिसचं दार तुमच्यासाठी सदैव उघडं आहे." हे वाक्य माझ्या मनावर खोलवर कोरलं गेलं.

एक वर्ष संपत आलं, पण तिकडे माझ्या आईचं पिणं मर्यादेच्या बाहेर गेलं होतं. ती अधून-मधून दिवसा-रात्री केव्हाही मला वसतीगृहात फोन करत असे. जड जिभेने ती कसंबसं माझ्याशी बोलत शाळा सोडून देऊन तिच्याजवळ परत जाऊन राहण्यासाठी वारंवार माझ्या विनवण्या करत असे. दारू सोडायचं वचन मला देत असे व मी तिकडे गेलो की आम्ही दोघं फ्लॉरिडाला हिंडायला, मजा करायला जाऊ असं आमिष दाखवत असे. कितीही झालं तरी ती माझी आई होती. मला ती खूप आवडत असे व तिला नको कसं म्हणायचं या कल्पनेने माझं अंतरंग ढवळून उठे. तिचा असा फोन आला की दरवेळी मला खूप अपराध्यासारखं वाटे तर कधी लाज वाटे. माझ्या मनाचा खूप गोंधळ उडून गेला होता.

एकदा दुपारी इंग्रजीच्या तासाला आई आदल्या दिवशी फोनवरून काय बोलली ह्याचाच मनात विचार करत बसलो होतो. मला भावना आवरेनाशा झाल्या. डोळे भरून येऊन आता रडू बाहेर पडतंय असं वाटू लागलं. तेव्हा मी त्या तासाच्या सरांना बाहेर जाण्यासाठी परवानगी मागितली.

"कशाला जायचंय तुला बाहेर?" सरांनी विचारलं.

"मला ओलिरी सरांना जाऊन भेटायचं आहे." मी उत्तरलो. माझं बोलणं ऐकून बाकीचे विद्यार्थी चाटच पडले.

"पीटर, काय गुन्हा केला आहेस तू? मला सांग. मी कदाचित तुला मदत करू शकेन." सरांनी सुचवून पाहिलं.

"नाही, नाही. काही नाही. पण मला आत्ताच्या आत्ता ओलिरी सरांच्या ऑफिसमध्ये जायचं आहे." मी ठामपणे म्हणालो. मी वर्गातून बाहेर पडलो. चालताना माझ्या कानात "माझा दरवाजा तुमच्यासाठी सदैव उघडा आहे." हेच शब्द घोळत होते.

ओलिरी सरांचं ऑफिस खूप भव्य होतं. दर्शनी दार काचेचं असल्यामुळे आतलं सगळं स्पष्ट दिसत होतं. कोणाला जर कधी खूप समस्या असतील तर ते त्याला ऑफिसमधे आत बोलावून दार बंद करत, पडदे सारत. त्यामुळे मुलांना मनमोकळेपणाने बोलता येत असे किंवा कधी बंद दारांतूनही सरांचा चढलेला स्वर कानावर येत असे. "तुला काल रात्री गावातल्या अमुक एका ठिकाणी मित्रांबरोबर उभं राहून सिगारेट ओढताना पाहिलं आणि तुमच्याबरोबर त्या कॉफीच्या दुकानात काम करणारी तरुण मुलगीदेखील होती." असं गैरवर्तन करताना पकडले गेलेल्यांची

खैर नसायची. फार तीव्र शिक्षा त्यांना भोगावी लागत असे.

त्यांच्या ऑफिसच्या बाहेर एक रांगच लागलेली असायची. कोणी काही समस्या असणारे किंवा कोणाला गैरवर्तनासाठी बोलावून घेतलेलं. प्रत्येकजण जीव मुठीत धरून आता पुढे काय वाढून ठेवलंय या विचाराने बधीर होऊन बसलेले असत. मी रांगेत नंबर लावून बसल्यावर इतर मुलांनी मला काय समस्या आहे याबद्दल विचारलं.

''काही नाही.'' मी म्हणालो.

''तुला काय वेड-बिड तर नाही लागलंय इथे येऊन नुसतंच बसायला? जा, निघून जा इथून.'' ती सगळी मुलं एकसुरात ओरडली. पण मला मात्र तिथेच बसून राहण्याखेरीज दुसरा कुठलाच मार्ग सुचत नव्हता.

शेवटी माझा नंबर लागला एकदाचा. दार उघडून मी आत शिरलो. भीतीने माझे पाय लटलट कापत होते. इथे येऊन मी मूर्खपणा केला की काय, असं वाटलं मला. पण डोक्यात एकच कल्पना घर करून बसली होती की, कोणीतरी आपणहून जणू मला त्या कडक व्यक्तीच्या समोर आणून उभं केलं होतं. करड्या नजरेने ते माझ्याकडे व सशाच्या भित्र्या नजरेने मी त्यांच्याकडे बघत उभा होतो.

''इथे यायचं काय प्रयोजन?'' ते खेकसलेच जोरात.

''सर, शाळेच्या पहिल्या दिवशी तुम्ही भाषणात जे सांगितलं होतंत की, कोणाला काही समस्या आली तर तुमच्या ऑफिसचे दरवाजे सदैव उघडे असतील.'' मी कसंतरी पुटपुटलो.

''ये, आत ये.'' असं म्हणत त्यांनी टेबलाजवळच्या एका मोठ्या हिरव्या रंगाच्या खुर्चीवर बसायला सांगितलं व दाराचे पडदे सारून घेतले. माझ्यासमोर टेबलाच्या पलीकडच्या खुर्चीवर बसून ते मला बघू लागले.

मी मान वर करून त्यांच्याकडे पाहिलं. बोलायला तोंड उघडलं पण डोळ्यांतून टपटप अश्रू वाहू लागले. ''माझी आई खूप दारू पिते. खूप चढली की ती इथे मला वेळी-अवेळी फोन करते. मी शाळा सोडून देऊन परत तिच्याजवळ जाऊन राहावं म्हणून डोकं खाते. मला काय करावं तेच कळत नाहीये. मला खूप भीती वाटतेय. मी मूर्ख, वेडपट आहे असं मला कृपा करून समजू नका.''

एका दमात मनात कोंडलेलं सगळं बोलून मी डोकं गुडघ्यात खुपसून हमसाहमशी रडू लागलो. एके काळचे प्रसिद्ध क्रीडापटू, भव्य व्यक्तिमत्त्वाचे ओलिरी सर त्यांच्या खुर्चीवरून उठून केव्हा मागे येऊन उभे राहिले हे त्या अर्धवट वयाच्या घाबरट मुलाला कळलंदेखील नाही आणि मग एक आश्चर्य घडलं... चमत्कारच म्हणायचा तो... सरांच्या रूपात येऊन देवानेच काहीतरी चमत्कार घडवला जणू! ओलिरी सरांचा भव्य पंजा माझ्या खांद्यावर होता. अगदी शांत, धीरगंभीर आवाजात

आर्द्रता आणून ते बोलू लागले. ''मुला, मला कल्पना आहे की या क्षणी तुला काय वाटतंय. अरे, मी स्वत:देखील रोज खूप प्रमाणात मद्यसेवन करतो, पण तरी तुला व तुझ्या आईला माझ्याकडून होईल तितकी मदत करायला मी तयार आहे. लोकांचं हे व्यसन सुटावं म्हणून जी संस्था खूप मदत करत असते त्या संस्थेशी आजच संपर्क साधून त्यांच्या एखाद्या अधिकाऱ्याला मी तुझ्या आईची भेट घेण्यास सांगतो.''

त्या क्षणी माझं मन उजळून निघालं. आता सगळं ठीकठाक होणार अशी मला खात्री वाटून माझ्या मनातली भीती, गोंधळ, साशंकतेचं सावट सगळं दूर पळून जाऊ लागलं. माझ्या खांद्याला होणाऱ्या त्यांच्या हाताच्या स्पर्शात मला देवच भेटला. येशू भेटला, मोझेस दिसला. श्रद्धा, आशा व प्रेमाचा प्रथमच संगम झाला माझ्या हृदयात. खऱ्या अर्थाने या भावनांचं दर्शनच घडलं मला. माझ्या अवतीभवती असणाऱ्या प्रत्येकासाठी माझ्या मनात श्रद्धा, आशा व प्रेमाची भावना उचंबळून आली. ज्यांना सर्वजण खूप घाबरून असत असे ओलिरी सर माझे घनिष्ठ मित्र बनले. त्यानंतर न चुकता मी आठवड्यातला एक दिवस त्यांना भेटण्यासाठी, म्हणून राखून ठेवायला लागलो. जेवायच्या सुटीत ते ज्या टेबलपाशी बसत तिथून जाताना मी हळूच त्यांच्याकडे बघत असे व आम्हा दोघांच्यात नेत्रपल्लवी होत असे. इतक्या कडक शिस्तीच्या ओलिरी सरांनी माझ्या वैयक्तिक समस्येत इतकं लक्ष घातल्याने माझं हृदय त्यांच्याबद्दल वाटणाऱ्या अभिमानाने, आदराने भरून आलं.

माझ्या अडचणीच्या काळात मी त्यांच्याकडे मदतीचा हात मागितला व त्यांनी प्रेमाने पुढे केला...

■

पीटर स्पेल्क
'Faith, Hope and Love'

# ते बूट

*"दुसऱ्यांच्या अडीअडचणीला मदत न केल्यास काय अर्थ या आयुष्याला?"*

**जॉर्ज इलियट**

१९३०च्या सुमारास सगळीकडच्याच खाणकामगारांचं आयुष्य फारच जिकिरीचं होतं. पश्चिम पेनसिल्वानियामधील माझ्या जन्मगावी तर हजारोंनी माणसं काम मिळवण्यासाठी रस्ते, गल्ली-बोळांतून हिंडत असत. माझे मोठे भाऊही अशाच वाईट अवस्थेतून जात होते. म्हणजे आमचं कुटुंब अगदीच भुकेकंगाल झालं होतं असं मला म्हणायचं नाही, पण खाण्यापिण्याची चंगळही नव्हती हे खरं. सगळं कसं पुरवून पुरवून खावं लागे.

मी घरात सगळ्यांपेक्षा वयाने लहान असल्याने मोठ्यांनी वापरलेले, त्यांना लहान झालेले कपडेच माझ्या वाट्याला येत. मोठ्या पँटस् गुडघ्यापर्यंत कापून मला मिळत व खालचा कापलेला भागही इतर फाटलेल्या पँटस्ना ठिगळं लावायच्या कामी येई. शर्टची पण तीच कथा. पण बूट– बुटांची व्यथा वेगळीच असे. बूट अगदी पूर्ण झिजून पाय जमिनीला टेकायला लागले की मगच ते बूट फेकून देण्याच्या लायकीचे होत.

ऑक्सफर्ड (बुटांची प्रसिद्ध कंपनी) बूट मिळायच्या आधी मी जे बूट घालायचो ते अजूनही माझ्या चांगले लक्षात आहेत. दोन्ही बाजूने उसवलेले, तळवे खूप झिजलेले असे ते बूट घालून मी चालायला लागलो की समोर वासलेला बुटांचा 'आ' पतक् पतक् आवाज करत असे. शेवटी वैतागून एकदा मी सायकल ट्यूबचे रबरबँडसारखे गोल कापून ते बुटांवर चढवून त्यात माझे अंगठे अडकवायला सुरुवात केली. त्यामुळे कमीतकमी तो विचित्र आवाज येणं तरी थांबलं.

माझी लग्न झालेली मोठी बहीण तिच्या नवऱ्याबरोबर कोलोराडो या राज्यात राहत असे. जेव्हा जेव्हा शक्य असेल तेव्हा तेव्हा ती तिच्याकडचे जुने कपडे आम्हा भावंडांसाठी पाठवत असे.

एकदा 'थँक्स गिव्हिंग'च्या खास दिवसाच्या आधी तिच्याकडून एक भलंमोठं पार्सल आलं. आम्ही ते उघडून बघण्यासाठी खूप उत्सुक होतो. आतमध्ये इतर गोष्टींबरोबर बुटांची एक जोडी ठेवलेली होती. आईबाबांना व आम्हा भावंडांना असंच वाटलं की बहिणीने तिचे बूट वापरून कंटाळा आला म्हणून पाठवून दिले असावेत. उत्तम स्थितीत ते दिसत होते.

माझ्या आईने जुन्या फाटक्या बुटातून बाहेर दिसणाऱ्या माझ्या पावलाकडे एक कटाक्ष टाकला. तिने पार्सलमधून ते बूट काढून माझ्यासमोर धरले. 'थँक्स गिव्हिंग'साठी मला भेट म्हणून ती देत होती. मी झटक्यात हात मागे घेतले. घरातले सगळे माझ्याकडेच बघताहेत असं दिसल्यावर तर हळू आवाजात मी रडू लागलो. आश्चर्य म्हणजे एकाही भावाने मला ''ए रडूबाई बघ.'' असं म्हणून चिडवलं नाही किंवा हसत हसत माझी टिंगलदेखील केली नाही.

आज तीस वर्षांनंतरदेखील ती घटना आठवली की मला खूप त्रास होतो. आई मला बाजूला एका कोपऱ्यात घेऊन गेली व म्हणाली की, 'थंडीचे दिवस जवळ आले आहेत आणि माझ्याकडे तर चांगले, धड बूट घालायला नाहीत तेव्हा मी ते बहिणीचे बूट घालावेत.' तिला ते सांगतानाही कसनुसं होत असावं. पण तिचाही नाईलाज होता. वडिलांनी मला पाठीवर थोपटून न बोलता बूट घालण्याची खूण केली. माईक, म्हणजे माझ्या सगळ्यांत लाडक्या भावाने माझ्या केसात प्रेमाने हात फिरवत 'बूट घाल' असं सांगितलं.

शेवटी मग आसपास कोणी नाहीये बघून मी माझ्या बहिणीचे ते बूट घालून पाहिले. समोरच्या बाजूला निमुळते होत गेलेले ते बूट ब्राऊन रंगाचे होते. उंच टाचांचे होते. पायात घातल्यावर छान वाटत होतं, पण तरी परत परत हुंदके देत, उसासे टाकत बूट घालून मी तसाच सुन्न बसून राहिलो.

दुसऱ्या दिवशी तयार होऊन शाळेत जायला निघालो, पण बूट घालायला मी टंगळमंगळ करून वेळ काढू लागलो. परत मला रडू येऊ लागलं, पण शाळेत तर जायलाच हवं होतं. शेवटी बूट घालायचं दिव्य पार पाडून मी मागच्या रस्त्याने धूम ठोकली. त्यामुळे वाटेत मला कोणी मुलं-मुली भेटले नाहीत. शाळेच्या आवारात पोहोचताच माझ्याशी नेहमी भांडणारा दांडगोबा, माझ्यापेक्षा थोराड दिसणारा, माझ्याच वर्गातला टिमी ओटूल तिथे उभा दिसला.

त्याची नजर पटकन त्या बुटांवरच पडली व त्यानं माझं बकोटं धरून पुढे खेचलं. ''ए, गंमत बघा, गंमत, इव्हानने मुलीचे बूट घातलेत!'' इव्हानने मुलीचे बूट घातलेत!'' असा आरडाओरडा केला. मी त्याची खरं म्हणजे थोडीशी पिटाई करू शकलो असतो. पण कशी करणार? माझ्यापेक्षा खूप शक्तिवान होता तो. माझी वाट

अडवून तो उभा राहिला. त्याचं ओरडणं ऐकून इतर मुलांनी तिथे येऊन मला चिडवत चिडवत माझ्याभोवती फेर धरला.

तेवढ्यात शाळेचे मुख्याध्यापक ओल्डमन वेबर तिथे आले. "चला, चला मुलांनो, घंटा वाजेल आता." असं त्यांनी म्हणताच टिमीने मला अजून जास्त छळायच्या आत मी वर्गात पळून गेलो.

मी माझ्या जागेवर खाली नजर करून, पाय शक्य तेवढे बाकाखाली लपवून बसून राहिलो, पण टिमी त्याच्या जागेवरून वाकून वाकून मुद्दाम माझ्या बुटांकडे बघत होता. मधेच जागेवरून उठून माझ्याजवळ येऊन, चित्रविचित्र नाचत मला इव्हान ऐवजी एडना असं मुलीच्या नावाने हाक मारून बुटांबद्दल काहीतरी वेडंवाकडं बोलत होता.

दुपारचा तास चालू होता. अमेरिकेच्या कोलोराडो, टेक्सस, कॅनसस, या पश्चिमेकडच्या राज्यातल्या नव्याने स्थायिक झालेल्यांविषयी आमच्या वर्गशिक्षिका मिस मिलर बऱ्याच गोष्टी सांगत होत्या. तेवढ्यात अचानक आमचे मुख्याध्यापक वर्गाच्या दाराशी आले व शांतपणे ऐकत उभे राहिले.

त्या दिवसापर्यंत इतर सर्व मुलांप्रमाणेच मलाही ते मुख्याध्यापक सर आवडत नसत. ते फार रागीट होते पण तरी मुलींना मात्र कधीच रागावत नसत.

हळूहळू ऐकत ऐकत ते वर्गात आले. एकेकाळी ते ओक्लोहोमा राज्यात मोठ्या शेतावर गुराखी म्हणून राहत असत. हे मिस् मिलर सोडून आम्हा कोणाला माहीत नव्हतं. मिस् मिलरने आमच्या चर्चेत भाग घेणार का असं त्यांना विचारलं. आश्चर्य म्हणजे हो म्हणून ते आमच्यात सामीलही झाले. नेहमीप्रमाणे व्याख्यान न देता त्यांनी अशा मोठमोठ्या शेतावर (Ranch ) राहणाऱ्या गुराख्यांचं (Cowboys) आयुष्य कसं असे, तिथे राहणारे मूळचे रहिवासी कसे होते अशा अनेक गोष्टी खुलवून खुलवून सांगितल्या. गुराख्यांची खास गाणीदेखील म्हणून दाखवली, तब्बल ४० मिनिटे ते बोलत होते.

जेवायची सुटी होणारच होती. बोलता बोलता मुख्याध्यापक माझ्या बाकापाशी आले आणि बोलणं थांबवून एकदम स्तब्ध उभे राहिले. त्यांच्याकडे मान वर करून पाहिल्यावर लक्षात आलं की बाकाखालून दिसणाऱ्या माझ्या त्या बुटांकडे त्यांचं लक्ष गेलं होतं. मी लाजेने लाललाल झालो व पाय मागे करून लपवायचा प्रयत्न करू लागलो. पण तेवढ्यात मोठ्या आवाजात ते म्हणाले, "अरे व्वा! हे तर गुराख्यांचे ऑक्सफर्ड बूट दिसताहेत!"

परत एकदा म्हणाले, "गुराख्यांचे ऑक्सफर्ड बूट." सगळी मुलं माना लांब करून मुख्याध्यापक काय बघताहेत ते पाहायचा प्रयत्न करू लागली. खुष होऊन हसत हसत ते म्हणाले. "अरे इव्हान, इतके छान हे गुराख्याचे ऑक्सफर्ड बूट कुठून

मिळाले तुला?''

थोड्याच वेळात त्यांच्या व माझ्या जितक्या जवळ येता येईल तितकी सगळी मुलं गर्दी करून उभी राहिली. अगदी मिस् मिलरदेखील! प्रत्येकजण एकच म्हणत होता की, ''काय बुवा, इव्हानकडे आता मस्तपैकी गुराख्यांच्या ऑक्सफर्ड बुटांची जोडी आहे! मज्जा आहे बाबा तुझी!'' माझ्या जीवनातला जास्तीत जास्त आनंदाचा क्षण होता तो!

जेवायची सुटी होण्यास काही मिनिटेच उरली होती पण मुख्याध्यापकांनी मिस् मिलरना सांगितलं की इव्हानची काही हरकत नसेल तर वर्गातल्या सगळ्या मुलामुलींना त्याचे बूट नीट बघू द्या. मग सगळ्यांनी रांग करून अगदी टिमीसकट एकेकाने माझ्याजवळ येऊन ते सुंदर बूट डोळे भरून पाहिले. मी स्वत:ला एक आकषर्णाचा केंद्रबिंदू समजून शिष्टपणे तिथे बसलो होतो, पण मग आईची शिकवण आठवली की कधीही वृथा अभिमानी व्हायचं नाही. शेवटी एकदाची घंटा झाली.

मला वर्गातून बाहेर पडणं कठीण झालं कारण प्रत्येकाला माझ्याबरोबर खेटून चालायचं होतं. नंतर मग प्रत्येकाला ते बूट एकदातरी घालून बघायचे होते. मी म्हटलं की जरा विचार करीन ह्यावर आणि मगच परवानगी देईन घालायची.

मी मुख्याध्यापकांना विचारलं की द्यावी का मुलांना परवानगी? माझे बूट घालून पाहावेत का त्यांनी? त्यांनीही बराच विचार केला आणि शेवटी म्हणाले की मुलांनी बूट घालून बघितले तर ठीक आहे पण मुलींनी मात्र घालायचे नाहीत. कारण असे गुराख्यांचे ऑक्सफर्ड बूट मुली कधीच घालत नाहीत. अगदी माझ्या मनातलंच बोलले सर.

मग मी मोठ्या दिलदारपणे माझ्या वर्गातल्या एकूण एक मुलाला, अगदी टिमीलापण बूट घालून बघा म्हणून सांगितलं. टिमीला मात्र मुद्दामच सगळ्यांच्या शेवटी घालू दिले. गंमत म्हणजे मी सोडून बाकीच्या मुलांपैकी फक्त टिमीच्याच पायांना ते छान मापाचे बसले. टिमी नंतर मला म्हणाला की मी बहिणीला पत्र लिहून त्याच्यासाठी पण असे छान बूट पाठवायला सांगावं. मी अर्थात त्याच्या बोलण्याकडे लक्ष दिलं नाही हे वेगळं! पूर्ण गावात फक्त माझ्या एकट्याकडेच गुराख्यांच्या ऑक्सफर्ड बुटांची जोडी असल्याने मी मात्र अगदी ऐटीत वावरत असे.

आमच्या मुख्याध्यापकांच्या समयसूचकतेमुळे केवढा आनंद प्राप्त करून दिला मला त्या बुटांनी!

■

पॉल इ. माव्हिनी

'The Shoes'

## बोनहेड

१९९१मधे प्रथमच भेटलेल्या अल्विन सी. हॅसला मी माझ्या आयुष्यात कधीच विसरू शकणार नाही. तुरुंगातले इतर कैदी मात्र त्याला अल्विन हॅस या नावाने कधीच हाक मारत नसत. मी तिथे कैद्यांसाठी एक कार्यशाळा चालवत असे. क्लासमधे ओळख करून देताना दुसऱ्या कैद्याने त्याचं नाव 'बोनहेड' आहे असं मला सांगितलं. असलं विचित्र टोपणनाव ऐकून मला कसंतरीच वाटलं. माझ्याशी हस्तांदोलन करताना त्या उंच, मृदुभाषी कैद्यानं मान वर करून माझ्याकडे बघितलंदेखील नाही. 'बोनहेड'ला पूर्ण टक्कल पडलेलं होतं, पण दोन्ही बाजूला उरलेले केस मात्र त्यानं खांद्याच्या खालपर्यंत वाढवले होते. त्याच्या टकलावर एक भली मोठी गोंदणाची खूण होती. तिने जवळजवळ त्याचं पूर्ण टक्कल व्यापून टाकलं होतं.

शिक्षक म्हणून मला मनावर नियंत्रण ठेवूनच नेहमी वागावं लागतं व त्याप्रमाणेच माझा तो पहिला दिवस पार पडला. तासाच्यानंतर वर्गाबाहेर पडताना बोनहेडने माझ्या हातात एक चिठ्ठी सरकवली 'त्याला चांगले मार्क दिले नाहीत तर ते सगळे मिळून माझी वर्गाबाहेर हकालपट्टी करतील' किंवा असंच काहीतरी लिहिलं असावं असं मला वाटलं. पण नंतर जेव्हा वेळ मिळाला तेव्हा मी ती चिठ्ठी वाचली. तिच्यात लिहिलं होतं. "सर, सकाळी न्याहरी करणं हे फार महत्त्वाचं असतं. त्यावेळी तुम्ही तिथे हजर नसाल तर दिवसभर तुम्हालाच खूप त्रास होतो."

"बोनहेड - डोंगरातला हिप्पी" अशी सही केली होती खाली.

बोनहेडने काही महिन्यांच्या माझ्या कार्यशाळेत एकूण सहा तासांचं शिक्षण घेतलं. तो एक अतिशय हुशार विद्यार्थी होता. फार कमी बोलत असे तो, पण रोज न चुकता मला एक चिठ्ठी तो देत असे. तिच्यात कधी एखादी म्हण तर कधी सुविचार तर एखादा वाक्प्रचार किंवा आयुष्याबद्दलची एखादी मार्गदर्शक सूचना. क्वचित विनोद ही तो लिहित असे. मी देखील रोज त्याची चिठ्ठी मिळायची वाटच बघत असायचो व एखाद्या दिवशी त्याने दिली नाही तर मला चुकल्यासारखं वाटायचं. अगदी आजमितीपर्यंत मी त्या सर्व चिठ्ठ्या अगदी जपून ठेवल्या आहेत.

बोनहेडचं व माझं छानपैकी सूत जमलं होतं, मी जे जे शिकवत असे ते सर्व त्याला नीट समजतंय असं मला प्रत्येकवेळी वाटे. कसं काय कोण जाणे पण माझा

शब्द न् शब्द तो मनावर कोरून ठेवतोय अशी मला खात्री वाटे. आमच्या दोघांच्या मनाच्या तारा छानपैकी जुळल्या होत्या.

पूर्ण कोर्स संपल्यावर प्रत्येकाला प्रमाणपत्र मिळालं. बोनहेडने तर फारच उत्कृष्टरीत्या अभ्यासक्रम पूर्ण केला होता. त्यामुळे त्याला प्रमाणपत्र देताना मला मनापासून आनंद झाला.

त्याला प्रमाणपत्र दिलं तेव्हा तिथे फक्त आम्ही दोघंच होतो. त्याच्याशी हस्तांदोलन करून मी त्याला म्हटलं की त्याच्यासारखा हुशार, कष्टाळू, नेहमी हजर राहणारा व उच्चप्रतीची विचारशैली असलेला विद्यार्थी लाभल्यामुळे मी स्वत:ला भाग्यवान समजत होतो. ह्यावर त्याने केलेलं भाष्य आजही माझ्या लक्षात आहे व त्याचा माझ्या मनावर फार खोलवर परिणाम झाला आहे. बोनहेड म्हणाला, "थँक यू लॅरी. तुम्ही माझ्या आयुष्यातले पहिले शिक्षक आहात ज्यांनी मी काहीतरी चांगलं केलं असं सांगून माझी प्रशंसा केली."

तिथून परत जाताना माझ्या मनात भावनांचा प्रचंड कल्लोळ उठला होता. बिचाऱ्या बोनहेडला त्याच्या वाढीच्या वयात एका शिक्षकाने देखील चांगलं म्हटलं नाही या कल्पनेने मला गदगदून येत होतं.

तसा मी जुन्या वळणाचा, जुन्या मतांचा, तशाच प्रकारच्या वातावरणात वाढलेलो. त्यामुळे अपराध्याला शिक्षा ही मिळालीच पाहिजे व त्यांच्या गुन्ह्याला तेच जबाबदार असतात हेच सत्य होतं माझ्या दृष्टीने, पण तरीदेखील मी माझ्या मनाला नेहमी एक प्रश्न विचारत असतो की, "खरंच बोनहेडला कधी कोणी शिक्षकांनी चांगलं म्हटलं नाही आणि कैदी म्हणून, गुन्हेगार म्हणून त्याचं तुरुंगात येणं ह्याचा कुठेतरी, काहीतरी संबंध असेल का? नीट वागणूक न मिळाल्याने तर हा अशा मार्गाला नसेल लागला?"

त्या क्षणाचा तो अनुभव माझ्या मन:पटलावर कायमचा बंदिस्त झाला. आता माझ्या प्रत्येक विद्यार्थ्याकडे मी सकारात्मक दृष्टिकोनातून बघितलं तर कुठेतरी, काहीतरी त्यांनी चांगलं केलं आहे हे मला दिसतं. त्याचा एखादा छोटा गुण देखील माझ्या नजरेतून निसटत नाही.

"थँक यू बोनहेड, तू मला दाखवून दिलंस की माझ्या हातून पण अशी चांगली गोष्ट घडू शकली. मी काहीतरी चांगलं काम केलं."

■

लॅरी टेरहर्स्ट
'Bonehead'

# माझ्या मनावर उमटलेल्या खुणा

*"अनेक व्यक्ती आपल्या जीवनात येतात व पटकन निघूनही जातात. काही व्यक्ती थोड्या काळासाठीच आपल्या सहवासात येतात पण त्यांच्या छोट्याशा सहवासाच्या अनेक खुणा सोडून जातात. परिणामत: आपणही त्यामुळे अंतर्बाह्य बदलून जातो."*

**अज्ञात**

जानेवारीतल्या कडाक्याच्या थंडीत एक दिवस एक नवा विद्यार्थी माझ्या वर्गात आला आणि त्याने आपल्या सहवासाच्या खुणा माझ्या मनावर खोलवर उमटवल्या. माझ्या वर्गात आकलनशक्ती कमी असलेली मुलं होती. बॉबीला मी पहिल्यांदा पाहिलं तेव्हा त्याने गुलाबी टी शर्ट व जवळजवळ चिंध्या झालेली जीन्सची पँट घातली होती. अशा थंडीत इतक्या कमी कपड्यात त्याचा कसा काय निभाव लागत होता कोण जाणे! त्याच्या एका बुटाला बंदच नव्हता. त्यामुळे चालताना तो बूट वरखाली हलत होता, पण समजा बॉबीने जरी चांगल्यापैकी, नीटनेटके कपडे, बूट घातले असते तरी देखील तो सर्वसाधारण मुलांप्रमाणे दिसला नसता. एखाद्या दुर्लक्षित केल्या गेलेल्या मुलाची जशी शून्य नजर असते तशा नजरेने तो कुठेतरीच बघत उभा होता. अशी थिजलेली नजर मी त्यापूर्वी कोणाचीही पाहिली नव्हती व भविष्यात तशी वेळही येऊ नये.

बॉबी विचित्रच दिसत होता आणि जोडीला त्याचं वागणंही फार विक्षिप्त होतं. साध्या साध्या गोष्टींचंही आकलन त्याला होत नसे. हॉलमधलं हात धुवायचं बेसिन म्हणजे त्याला टॉयलेट वाटायचं. किंचाळल्याखेरीज त्याला बोलताच यायचं नाही. डोनल्ड डक या कार्टूनचं त्याला विचित्र आकर्षण होतं. ते बघून तो झपाटून जायचा. मुख्य म्हणजे तो बोलताना कोणाच्याही नजरेला नजर द्यायचा नाही. वर्ग चालू असताना सतत काहीतरी असंबद्ध बडबड करत राहायचा. एकदा सगळ्या वर्गाला त्याने सांगितलं होतं की पी.टी.च्या सरांनी त्याला सांगितलं की तो खूप अस्वच्छ राहतो म्हणून त्याच्या अंगाला घाण वास येतो आणि मग त्यांनी त्याच्यावर छान

वासाचं अत्तर शिंपडलं. एकंदरीत बॉबी प्रकरण फार वेगळंच होतं.

जोडीला अभ्यासातही त्याची शून्य प्रगती होती. ११ वर्षांच्या बॉबीला लिहिता-वाचता येत नव्हतं. साधी बाराखडी त्याला म्हणता यायची नाही. म्हणजे माझ्या वर्गात बसायची त्याची योग्यता नव्हती हे म्हणणंदेखील फार सौम्य ठरलं असतं.

मी एकदा त्याच्या आत्तापर्यंतच्या प्रगतीचे कागदपत्र चाळले तर त्यात त्याचा बुद्ध्यांक (I.Q.) अगदी सर्वसाधारण मुलासारखा आहे असंच नमूद केलं होतं. मग त्याचं हे विक्षिप्त वागणं कसं? काय समजायचं? मी शाळेच्या समुपदेशकांची भेट घेतली तर त्यांनी सांगितलं की, बॉबीच्या आईला ते भेटले होते. ते म्हणाले, "बॉबी त्याच्या आईपेक्षा पुष्कळच बरा म्हणायचा." मी बाकीचे कागदपत्र, रिपोर्ट चाळले तर त्यावरून मला कळलं की वयाची पहिली तीन वर्षं बॉबीला अनाथालयातच ठेवलं होतं. नंतर त्याला आईच्या स्वाधीन केलं, पण ती विक्षिप्त बाई त्याच्यासह एका गावाहून दुसऱ्या गावी हिंडत राहायची. जेमतेम एखादं वर्ष ती एका जागी टिकायची. "म्हणजे एकंदरीत अशी परिस्थिती होती तर." मी मनात म्हटलं. बॉबीची बुद्धी सामान्य मुलांसारखी होती पण त्याच्या विक्षिप्त वागणुकीमुळे त्याला माझ्या वर्गात (कमी आकलनशक्ती असलेल्या मुलांसाठीच्या) घातलं होतं.

मला सांगायला लाज वाटते पण मला तो माझ्या वर्गात अजिबात नको होता. आधीच माझ्या वर्गात बरीच जास्त मुलं होती व अनेकांकडे मला जातीने लक्ष द्यावं लागे. इतक्या खालच्या पातळीची कुवत असलेल्या कोणत्याही मुलाला मी आत्तापर्यंत कधीच शिकवलं नव्हतं. त्याला धडा कसा समजावून सांगायचा ह्याची आखणी करणं देखील एक महाकर्म होतं. त्याला वर्गात येऊन काही आठवडे झाले होते तरी सकाळी उठल्यावर शाळेत जाऊन त्याला बघायचं केवळ या कल्पनेने देखील माझ्या पोटात गोळा येई. मी गाडीतून शाळेत जात असताना रोज माझ्या मनात येई की तो आज आला नसला शाळेत तर किती बरं होईल. मी एक उत्कृष्ट शिक्षिका आहे ह्याचा मला अभिमान वाटे पण तो मला आवडत नाही व माझ्या वर्गात त्याने राहू नये अशी माझी धारणा व्हायला लागल्याने मी स्वतःचाच रागराग करू लागले. चरफडू लागले.

माझ्या सहनशक्तीचा तो अगदी अंत बघत असला तरी मी माझ्याकडून त्याला चांगल्या प्रकारेच वागवायचा प्रयत्न करत असे. इतर मुलांनी त्याच्याशी भांडाभांडी, मारामारी करू नये म्हणून मी खबरदारी घेत असे, पण वर्गाच्या बाहेर सगळी मुलं त्याच्याशी फार दुष्टासारखं वागत. जंगली जनावरासारखी त्याच्या अंगावर तुटून पडत.

बॉबीला शाळेत येऊन एखादा महिना झाला असावा. एक दिवस फाडलेला शर्ट व रक्ताळलेल्या नाकाने तो वर्गात आला. माझ्या वर्गातल्या मुलांनी त्याला

अक्षरश: बुकलून काढलं होतं. पुस्तक उघडून तो वाचायला लागला पण अश्रू व रक्ताचं मिश्रण त्याच्या चेहऱ्यावरून पानांवर पडायला लागलं. अतिशय संतापून मी आधी बॉबीला शाळेच्या दवाखान्यात औषधपाण्यासाठी पाठवलं व मग सगळ्या मुलांना असं फैलावर घेतलं की काय सांगू! "बॉबी सगळ्यांपेक्षा वेगळा असल्याने तुम्हाला तो आवडत नाही ह्याची तुम्हाला लाज वाटली पाहिजे. तो वेड्यासारखा वागतो म्हणून तुम्ही उलट त्याच्याशी प्रेमाने, सबुरीने वागायला पाहिजे." माझ्या तोंडाचा पट्टा चालूच होता आणि मग मी काय बोलतेय ह्याकडे माझं लक्ष गेलं. अचानक माझ्या लक्षात आलं की, त्याच्याबद्दलची माझी मतं बदलण्याची देखील गरज आहे. मला काय अधिकार मुलांना रागवण्याचा?

ह्या घटनेनंतर मी बॉबीकडे नव्या दृष्टीने बघू लागले. त्याच्या विक्षिप्त वागणुकीच्या पलीकडे जाऊन मी बघितलं तर तिथे मला एक अगतिक बॉबी दिसला. असा बॉबी, ज्याची कोणीतरी खूप काळजी घेण्याची गरज होती. मला उमजलं की उत्तम शिक्षिका म्हणजे फक्त शैक्षणिक ज्ञान देणं नव्हे तर मुलांच्या इतर गरजा समजून घेऊन त्यांना मदत करणंही तेवढंच महत्त्वाचं आहे. बॉबीच्या बाबतीत तर फार विशेष, खास गरजा होत्या त्या मी पूर्ण करायचं ठरवलं.

मुक्तीफौजेकडून (Salvation Army ) मी बॉबीसाठी काही कपडे घेऊ लागले. बॉबीकडे फक्त तीनच शर्ट असल्याने मुलं त्याची टिंगल करत हे मला कळलं होतं. मी ढिगाऱ्यातून नीट शोधून चांगल्या अवस्थेतले, चांगल्या नव्या फॅशनचे कपडे त्याच्यासाठी घेत असे. ते कपडे मिळाल्यावर बॉबी खूपच खूष राहायला लागला व त्याच्यात आत्मसन्मानाची तीव्र भावना निर्माण व्हायला लागली. कधीकधी मुलांशी मारामारी होण्याची भीती त्याला वाटली तर मी त्याच्याबरोबर वर्गात जात असे. तसेच गृहपाठात त्याला मदत करण्यासाठी मी मुद्दाम जास्तीचा वेळ काढू लागले.

नवे कपडे व मी दिलेलं लक्ष, वेळ, प्रेमामुळे त्याच्यात होणारा सकारात्मक बदल बघणं फारच आनंददायक होतं. बॉबी त्याच्या कोशातून बाहेर येऊ लागला व आपण इतरांना आवडू शकतो हे त्याला कळू लागलं. त्याच्या वागण्यात, बोलण्यात कमालीचा फरक पडू लागला. आता तो माझ्याशी नजर मिळवून बोलू लागला. शाळेत गेल्यावर तो दृष्टीस पडणार ही माझी भीती कुठच्याकुठे पळून गेली. उलट रोज सकाळी हॉलमधून येताना तो दिसावा म्हणून मी वाट बघू लागले. तो गैरहजर असला की मला काळजी वाटे. त्याच्याकडे बघायचा माझा दृष्टिकोन बदलल्यावर इतर मुलांच्या वागण्यातही खूप सुधारणा होऊ लागली. त्याच्याशी भांडाभांडी, मारामारी करणं त्यांनी सोडून दिलं. उलट आता ते त्याला त्यांच्यात सामील करून घ्यायला लागले.

काही दिवसांनंतर बॉबी एक दिवस घरून एक चिठ्ठी घेऊन आला की दोनच दिवसानंतर तो व त्याची आई आमचं गाव सोडून दुसरीकडे जाणार होते. मला अतिशय वाईट वाटलं. खरं म्हणजे मला अजून त्याला बरेच कपडे घेऊन जायचे होते. मग मी मधल्या सुटीत जाऊन दुकानातून एक भारी ड्रेस विकत घेऊन आले. ती माझ्यातर्फे त्याला निरोपाची भेट आहे असं सांगून त्याला मी ते कपडे दिले. एका प्रसिद्ध कंपनीचं ड्रेसवर लागलेलं लेबल बघून तो अगदी हरखून गेला आणि मला म्हणाला, ''मला नाही वाटत आजपर्यंत मी असा नवा नवा, कोरा करकरीत, मोठ्या कंपनीने तयार केलेला महागडा ड्रेस कधी घातला असेल.''

बॉबी शाळा सोडून दुसऱ्या गावी जाणार ही बातमी वर्गातल्या काही मुलांपर्यंत पोहोचली होती. शाळा सुटल्यावर त्या मुलांनी बॉबीसाठी वर्गात निरोप समारंभ करायची इच्छा मला बोलून दाखवली. मी म्हटलं, ''करा की, जरूर करा. माझी काही हरकत नाही.'' पण मनात विचार केला. ''या मुलांना साधा गृहपाठ करायची आठवण राहात नाही कधी कधी, तर आता लगेच उद्या सकाळी कसली हे पार्टी ठरवू शकताहेत!'' पण त्यांनी खरंच छानपैकी बेत आखला. मी तर खूपच आश्चर्यचकित झाले. दुसऱ्या दिवशी सकाळी शाळेत येतानाच त्यांनी केक, फुगे, वर्ग सजवायला रंगीबेरंगी पताका, झिरमिळ्या, बॉबीसाठी अनेक भेटवस्तू असं बरंच सामान आणलं. त्याला छळणारे आता त्याचे जिवलग झाले होते.

शाळा सोडायच्या दिवशी बॉबी एक मोठी बॅग भरून मुलांची गोष्टीची पुस्तकं वर्गात घेऊन आला. त्यानी पार्टीचा मनमुराद आनंद लुटला. सगळा समारंभ आटोपल्यावर मी त्याला त्या पुस्तकांचं तो काय करणार आहे असं विचारल्यावर तो म्हणाला, ''मॅडम, ही पुस्तकं तुमच्यासाठी. माझ्याकडे घरी ढीगभर पुस्तकं आहेत तर विचार केला थोडी तुम्हाला भेट म्हणून द्यावी.'' ज्याच्याकडे एके काळी फक्त ३ शर्ट होते अशा बॉबीच्या घरात त्याचं स्वत:चं म्हणून काही सामान असेल अशी सुतराम शक्यता नव्हती. तर पुस्तकं कुठून येणार त्याच्याजवळ? केवळ अशक्य!

मी ती पुस्तकं उघडून बघितली तर त्यातल्या बऱ्याचशा पुस्तकांवर बॉबी पूर्वी ज्या ज्या शाळेत गेला होता त्या त्या शाळेच्या वाचनालयाचा शिक्का मारलेला होता. काही पुस्तकांवर 'शिक्षकांची वैयक्तिक प्रत' असं लिहिलेलं होतं. ही पुस्तकं नक्कीच बॉबीची नव्हती. त्याने ती गैरमार्गाने मिळवली होती हे स्पष्ट होतं, पण तरी आता ती मला भेट म्हणून द्यावी, त्याची आठवण म्हणून द्यावीशी वाटत होती. आजतागायत मला अशी अनोखी भेट कोणीच दिली नव्हती. मी त्याला फक्त एक चांगला ड्रेस विकत घेऊन दिला तर परतफेड म्हणून त्याच्या हक्काच्या वाटणाऱ्या गोष्टी (पुस्तकं) तो मला किती मोठ्या मनाने देऊन टाकत होता.

आमचा निरोप घेताना बॉबीने मला विचारलं की, तो माझा पत्रमित्र होऊ शकतो का? वर्गातून बाहेर पडताना बॉबीजवळ माझा पत्ता लिहिलेला कागद होता तर माझ्याजवळ त्याची अमूल्य पुस्तकं व त्याने माझ्या मन:पटलावर उमटवलेल्या खुणा होत्या!

■

लॉरा डी. नॉर्टन
'Footprints on My Heart'

४

# मृत्यूची चाहूल व प्रत्यक्ष मृत्यूविषयी

*"माझ्या थडग्याशी उभी राहून अश्रू नको गाळू*
*कारण आता माझं अस्तित्वच इथे नाही.*
*इथे चिरनिद्रा घेत मी पडून राहिलेलो नाही.*
*मी आहे जोराने वाहणाऱ्या वाऱ्यात,*
*मी आहे बर्फावरच्या चमचमणाऱ्या किरणात,*
*मी आहे धान्याच्या दाण्यावर पडणाऱ्या प्रकाशात,*
*माझं अस्तित्व आहे आता शरदाच्या सरीत,*
*पहाटेच्या नीरव शांततेत तू जेव्हा जागी होतेस,*
*तेव्हा मी सामावून जातो उंच उठणाऱ्या लव्हाळयात,*
*आकाशात भराराणाऱ्या पक्षात आणि*
*रात्रीच्या चांदण्यात लपलोय मी.*
*खरंच माझ्या थडग्याशी नको असे अश्रू ढाळू*
*कारण माझं अस्तित्वच नाही इथे*
*इथे चिरनिद्रा घेत मी पडून राहिलेलो नाही."*

*अनामिक*

## सोनेरी सारस पक्षी

'ओरिगामी' (कागदाच्या घड्या घालून वस्तू बनविण्याची पुरातन जपानी कला) या विषयाची 'लाफार्ज लाईफलाँग लर्निंग इन्स्टिट्यूट' विस्कॉन्सिन राज्यातल्या मिलवॉकी शहरात आहे. मिलवॉकीमधे असणाऱ्या एका भल्यामोठ्या मॉलमधे या शिक्षकाला म्हणजेच आर्ट ब्युड्रायला शाळेतर्फे कागदापासून बनवलेल्या त्याच्या वस्तू घेऊन भाग घेण्यास सांगितले.

रंगीबेरंगी कागदांपासून बनविलेले २०० सारस पक्षी तिथे ठेवून, जे कोणी त्याच्या स्टॉलपाशी येईल त्याला एक सारसपक्षी द्यायचा असं त्याने ठरवलं.

तिथे जाण्याचा दिवस उजाडायच्या आदल्या दिवशी एक चमत्कारच झाला. त्याला असं वाटलं की कोणीतरी त्याच्या कानात सांगतंय की त्याच्या कागदाच्या ढिगातून त्याने एखादा सोनेरी कागद शोधून त्याचा सोनेरी सारसपक्षी बनवून घ्यावा. त्या अद्भुत आवाजात इतकी शक्ती होती की त्यामुळे भारल्यासारखा होऊन त्याने खरोखर त्याच्या जवळच्या कागदाच्या ढिगातून प्रयत्नांनी एक सोनेरी, चकचकीत कागद शोधून काढलाच.

"मी हे एवढं का करतोय बरं?" त्याने स्वतःलाच प्रश्न केला. आजपर्यंत आर्टने कधीही अशा चकचकीत कागदाचा प्राणी बनवला नव्हता कारण इतर कागदाप्रमाणे त्या कागदाची छान घडी पडत नाही. परंतु परत परत कानात घुमणारा तो आवाज, ती वाणी, त्याला स्वस्थ बसू देईना. तरी त्याने तिकडे दुर्लक्ष केलं. "का म्हणून मी सोनेरी कागदच वापरायचा? त्यापेक्षा इतर कागदावर काम करणं किती सोपं असतं." आर्ट मनाची समजूत काढत होता.

परंतु तो आवाज त्याचा पिच्छा सोडेना. "बघ, बघ करून बघ. नक्की जमेल तुला आणि मग उद्या तुला प्रदर्शनात एक खास व्यक्ती भेटेल. त्या व्यक्तीला तू हा पक्षी भेट म्हणून द्यायचास."

एव्हाना आर्टचं डोकं चक्रावूनच गेलं होतं. "कोण अशी खास व्यक्ती भेटेल?" त्याने त्या आवाजाला प्रश्न केला.

"कळेल, तुला आपोआप कळेल उद्या." आवाजाने त्याला समजावलं.

आर्टने मग खूप प्रयत्न करून, वेगवेगळ्या प्रकारे त्या सोनेरी कागदाच्या घड्या घालून एक ऐटदार, डौलदार सारसपक्षी बनवला शेवटी. तो इतका सुंदर, नाजूक दिसत होता की, त्याच्याकडे बघून वाटावं जणू त्या क्षणी तो आकाशात भरारी घेणार होता. एका डब्यात इतर २०० सारसपक्षी व त्यांच्यामधे मोठ्या काळजीपूर्वक त्या पक्ष्याला त्याने ठेवलं.

दुसऱ्या दिवशी प्रदर्शनात त्याच्या स्टॉलपाशी मोठ्या संख्येने लोकं येत राहिले व उत्सुकतेने त्याला ओरिगामी कलेबद्दल जास्त माहिती विचारू लागले. त्याने एक कागद घेऊन सर्वांसमोर प्रत्यक्ष कृती करून दाखवली. या कलेत कात्रीने कागद न कापता फक्त कागदाला वेगवेगळ्या प्रकारे घड्या घालून, कधी घडी थोडी उचलून, बारीक कोन साधून कशी सुंदर कलाकृती बनवायची ह्याचे बारकावे समजावून सांगितले.

तेव्हा आर्टसमोर एक स्त्री उभी होती. तीच ती खास व्यक्ती! आर्टने त्यापूर्वी तिला कधीही बघितलं देखील नव्हतं. आर्ट जेव्हा गुलाबी रंगाच्या कागदाचा सारस पक्षी बनवून दाखवत होता तेव्हा ती काहीही न बोलता, न विचारता चुपचाप बघत उभी होती.

आर्टने तिच्याकडे मान वर करून पाहिलं व आपण काय करतोय हे कळायच्या आतच त्याचा हात त्या भल्या मोठ्या डब्यात गेला व त्यातून त्याने तो सोनेरी सारसपक्षी हळुवारपणे उचलून बाहेर काढला, जो तयार करण्यासाठी त्याने

आदल्या रात्री खूप कष्ट घेतले होते. हाताने तो पक्षी उचलून त्याने अलगदपणे त्या स्त्रीच्या हातात ठेवला.

"मला माहिती नाही पण माझ्या मनात एक अद्भुत आवाज मला सतत सांगत आहे की हा सोनेरी सारसपक्षी मी तुम्हाला भेट म्हणून दिला पाहिजे. आपल्या पूर्वापार श्रद्धेनुसार सारसपक्षी हा शांतीचा दूत असतो असं सांगितलं जातं." आर्टने शांतपणे तिला सांगितलं.

एकही शब्द तोंडातून न काढता त्या स्त्रीने तो पक्षी अतिशय हळुवारपणे आपल्या हातात धरला व दुसऱ्या हाताने त्याला कुरवाळलं इतक्या प्रेमळपणे की जणू तो जिवंत सारसपक्षीच होता. आर्टने तिच्याकडे पाहिलं तर तिचे डोळे आसवांनी डबडबले होते व कोणत्याही क्षणात ती आसवे वहायला लागतील असं त्याला वाटलं.

एक दीर्घ श्वास घेऊन शेवटी ती बोलायला लागली. "तीन आठवड्यापूर्वीच माझ्या पतीचं निधन झालंय. आज मी पहिल्यांदाच घराबाहेर पडलेय. आज..." एका हाताने तिने डोळे टिपले पण दुसऱ्या हातातला तो सोनेरी सारसपक्षी ती एकीकडे बोटांनी कुरवाळतच होती.

खालच्या सुरात ती पुढे म्हणाली, "आज आमच्या लग्नाचा सुवर्णमहोत्सव आहे." नंतर मोकळ्या सुरात ती आर्टला म्हणाली. "इतक्या सुंदर भेटीबद्दल मी तुझे कृतज्ञतापूर्वक आभार मानते. आज माझ्या पतीच्या आत्म्याला नक्कीच शांती लाभली असेल अशी मला खात्री वाटतेय. तुलाही नाही असं वाटत? जो आवाज तुझ्या कानावर पडला होता तो नक्कीच परमेश्वराचा आवाज होता. देववाणी! त्या परमेश्वरातर्फेच मला ही सुंदर सोनेरी सारसपक्षाची भेट आज मिळाली आहे. लग्नाच्या ५० व्या वाढदिवसाला ह्यापेक्षा कोणती छान भेट मिळाली असती? तू तुझ्या मनाचा, हृदयाचा कौल ऐकलास याबद्दल थँक यू व्हेरी मच!"

तेव्हापासून आर्ट नेहमीच त्याच्या अंतर्मनाचा वेध घेत असतो. असाच अद्भुत आवाज त्याला जेव्हा काहीतरी करायची प्रेरणा देतो, तेव्हा त्या क्षणी जरी त्याला त्याचं आकलन झालं नाही, तरी तो त्या आवाजाची साथ देत असतो.

■

पॅट्रिशिया लॉरेन्झ<br>'The Golden Crane!'

## ट्रकड्रायव्हरचं अखेरचं पत्र!

स्टीमबोट माऊंटन हा माणसांना गिळंकृत करणारा एक मोठा डोंगर आहे. अलास्का हायवेवरून जाणारा प्रत्येक ट्रक ड्रायव्हर इथे ट्रक खूपच जपून चालवत असतो. विशेषत: थंडीच्या दिवसांत! बर्फाने झाकलेले नागमोडी वळणांचे रस्ते व खोल दऱ्याखोऱ्यांनी अनेक ट्रक्स व ट्रकड्रायव्हर्सचे बळी घेतलेले आहेत. कित्येकांच्या आयुष्यातला हा अखेरचा प्रवास ठरला आहे व ठरत राहील असा धोकादायक भाग आहे हा.

एकदा असंच त्या हायवेवरून गाडीतून जात असताना मला रॉयल कॅनेडियन माऊंटेड पोलिसांचं एक पथक दिसलं. ते व इतर अनेक लोक एका अपघातग्रस्त ट्रकचे अवशेष एका अवघड जागेवरून काढत होते. मीही गाडी थांबवून स्तब्धपणे बघत उभ्या असलेल्या काही ट्रकड्रायव्हर्समधे जाऊन सामील झालो.

एक पोलीस तिथे येऊन म्हणाला, "सांगायला अतिशय खेद होतोय पण ड्रायव्हर हाती लागला तेव्हा त्याचा मृत्यू झालेला होता. दोन दिवसांपूर्वी बर्फाचं प्रचंड वादळ झालं तेव्हा त्याचा ट्रक रस्त्याच्या पलीकडे फेकला गेला असावा. बर्फामुळे त्याला रस्त्याचा अंदाज आला नसणार. आज कर्मधर्मसंयोगानेच सूर्यदर्शन झाल्याने ट्रक चमकताना आम्हाला दिसला."

दु:खाने मान हलवून त्याने त्याच्या गरम कोटाच्या खिशात हात घालून "हे घ्या, तुम्ही सर्वांनी हे वाचलं तर बरं होईल. मला वाटतं अपघातानंतर तो बरेच तास जिवंत होता व कडाक्याच्या थंडीने त्याला नंतर मृत्यू आला असावा." असं म्हणत एक पत्र समोर केलं.

त्यावेळेपर्यंत मी पोलिसांच्या डोळ्यांत कधीच अश्रू पाहिले नव्हते. मला नेहमी असं वाटायचं की अनेक मृत्यू व निराशाजनक परिस्थितीचा सतत सामना करावा लागत असल्याने त्यांची मनं मरून गेली असतील, पण त्या पोलिसाने अश्रू पुसत ते पत्र माझ्या हातात दिलं. मलाही ते वाचता वाचता रडू येऊ लागलं. तिथे थांबलेल्या प्रत्येक ट्रकड्रायव्हरने त्यातला शब्द न् शब्द वाचला व खिन्न मनाने काहीही न बोलता तिथून पुढचा मार्ग धरला. इतक्या वर्षांनंतर आजदेखील मला ते पत्र, त्यातला मजकूर, अगदी प्रत्येक शब्द जसाच्या तसा आठवतोय, जणू आत्ता

या क्षणी ते पत्र माझ्या हातात आहे व मी वाचतोय. इतक्या त्याच्या स्मृती अजून ताज्या आहेत माझ्या मनात. तुम्हा सर्वांना व तुमच्या कुटुंबीयांना त्या पत्रातला मजकूर सांगावा अशी माझी प्रबळ इच्छा आहे.

डिसेंबर १९७४

माझ्या लाडक्या पत्नीस,

असं पत्र लिहायला कदाचित कोणत्याच पुरुषाला आवडणार नाही पण आज माझ्याजवळ फार थोडा वेळ शिल्लक आहे तेव्हा मनात राहून गेलेलं बरंच काय काय मला शब्दरूपात मांडावसं वाटतंय. ''प्राणप्रिये, सखे, माझं तुझ्यावर नितांत प्रेम आहे.''

तुझ्यापेक्षा मला माझा ट्रकच जास्त प्रिय आहे असं तू लटक्या रागाने नेहमी मला चिडवायचीस. कारण ट्रकच्याच सहवासात माझा जास्त वेळ जाई. सवतीमत्सरच होता जणू तो तुझा! पण तुला सांगतो, हा लोखंडी ट्रक खरंच खूप आवडतो मला. अतिशय बिकट मार्गात व अडीअडचणीच्या वेळी ह्याने मला साथ दिली आहे. मी निर्धास्तपणे या ट्रकवर विसंबून राहात आलो आहे आणि त्याने देखील कधीही मला दगा दिलेला नाही.

पण तरीदेखील एक सांगू तुला? याच कारणास्तव तुझ्यावरही मी तेवढंच प्रेम केलेलं आहे कारण तू देखील आयुष्याच्या चढउतारात मला साथ दिली आहेस.

आपला अगदी पहिला ट्रक आठवतो तुला? तो मोडकळीला आलेला, जुना ट्रक आपल्याला किती त्रास द्यायचा. कित्ती खर्च व्हायचा त्याच्यामुळे पण तरी बिचाऱ्याने आपल्याला खायला-प्यायला कधी कमी पडू दिलं नाही. तू तेव्हा नोकरी करायला लागलीस व घरखर्चाचा सगळा भार उचललास. मला मिळालेली पै न् पै ट्रकच्या दुरुस्तीसाठी, देखभालीसाठी जात असे आणि तुझ्या पैशात घरात चूल पेटत असे. घरभाडं तूच भरत असल्याने डोक्यावर छत होतं आपल्या.

मला आठवतंय की मी घरी येऊन नेहमी ट्रकबद्दल तक्रारीच्या सुरात बोलत असे पण तू दमूनभागून घरी आल्यावर तोंडातून तक्रारीचा चकार शब्दही काढायची नाहीस. उलट परत दुसऱ्या गावी ट्रकमधून जाताना मी तुझ्यासमोर वाटखर्चासाठी हात पसरत असे. तू कधीमधी तक्रार केली असलीस तरी मी ती कधीच ऐकली नाही कदाचित. माझ्याच व्यापात मी इतका गुरफटलेला असायचो की तुझ्यादेखील काही तक्रारी असतील ह्याचा मी कधी विचारही केला नाही.

माझ्यासाठी म्हणून तू कितीतरी गोष्टीचा त्याग केलास ह्याचा मला आत्ता साक्षात्कार होतोय. छान कपडेलत्ते, सुटीचा आराम, पार्ट्या, मित्रमैत्रिणी जमवणं सगळं सगळं तू सोडून दिलंस, केवळ माझ्यासाठी. पण एवढं करून कधीही तक्रारीचा, गाऱ्हाण्यांचा सूर नाही काढलास आणि तू जशी होतीस तशीच मला

आवडलीस हे तुझ्याजवळ मोकळेपणाने साधं कबूल करावं असं देखील माझ्या कधी लक्षात आलं नाही.

मित्रांबरोबर कॉफी घेताना मी फक्त माझा ट्रक, माझं काम, माझा खर्च ह्याबद्दलच बोलत राहत असे, पण तू जरी तेव्हा माझ्याबरोबर नसलीस तरी माझी जीवनसाथी आहेस याचाही मला विसर पडत असे. माझ्याएवढाच तुझा दृढनिश्चय व तू केलेल्या त्यागामुळे आपण नवा कोरा करकरीत ट्रक विकत घेऊ शकलो. तुझाही त्यात तेवढाच सहभाग होता.

माझ्या ट्रकबद्दल सतत मी किती अभिमानाने सर्वांशी बोलायचो. मला तुझाही तेवढाच अभिमान वाटायचा पण तसं मी तुला सांगितलंच नाही गं कधी. तुला माझ्या भावनेची जाणीव असणारच असंच मी गृहीत धरत राहिलो, पण आता वाटतं ट्रकला पॉलीश करून, नीट स्वच्छ व्यवस्थित ठेवण्यासाठी मी जेवढा वेळ दिला तेवढाच मी तुला देखील दिला असता तर...

गेली कित्येक वर्षे मी हजारो मैलांचा रस्ता तुडवला आहे. पण दरवेळेला माझ्या पाठीशी तुझ्या शुभेच्छा आहेतच हे मला माहिती असायचं, यावेळी मात्र त्या कमी पडल्या असं वाटतंय.

या क्षणी मी जखमी अवस्थेत पडून आहे. फार वाईट स्थिती झालीय माझी. आजवर मी कितीतरी गोष्टींबद्दल बोललेलो नाही. माझा ट्रक व माझं काम या पलीकडे मला काही सुचलंच नाही, त्यामुळे इतर कितीतरी बाबतीत बोलायचं विसरूनच गेलोय मी.

माझ्या गैरहजेरीत साजरे केलेले आपल्या लग्नाचे अनेक वाढदिवस, तसेच सर्वांचे जन्मदिवस. या सर्वांवर मी आता विचार करतोय. माझ्या सततच्या फिरतीमुळे तुला एकटीलाच मुलांच्या शाळेतल्या कार्यक्रमांना, खेळाच्या मॅचेसना जावं लागायचं.

मी प्रवासात कुठे असेन, कसा असेन या काळजीत तू जागून काढलेल्या अनेक रात्रींचा मी विचार करतोय. आता आठवतंय की ट्रकच्या प्रवासात कित्येकवेळा मी वाटेतून तुला फोन करून हालहवाल विचारायचा असं मनात ठरवायचो, पण कृतीत मात्र आणायचो नाही. मी शांतचित्ताने ट्रक चालवत प्रवास करताना घरी मुलांजवळ तू आहेसच या कल्पनेने निश्चिंत असे.

आपल्या सगळ्या नातेवाईकांना तू घरी जेव्हा जेवायला बोलवायचीस व मग सारा वेळ मी कसा घरी येऊ शकत नाहीये ह्याचंच स्पष्टीकरण देत बसायचीस तेव्हा मी वाटेत कुठेतरी ट्रकमधलं ऑईल बदलत असायचो, तर कधी ट्रकचा एखादा खराब झालेला पार्ट बदलत असायचो, तर कधी दुसऱ्या दिवशी सकाळी लवकर प्रयाण करायचं असल्याने वाटेतल्या गावात झोपलेला असायचो. म्हणजे माझ्या गैरहजेरीला काहीतरी निमित्त असायचं दरवेळी. पण आता मला त्या सगळ्या सबबी

फारच लंगड्या वाटताहेत.

आठवतं तुला, आपलं नवीनच लग्न झालं होतं तेव्हा तुला खराब झालेला विजेचा दिवा कसा बदलायचा व नवीन कसा लावायचा हे देखील यायचं नाही, पण काही वर्षांतच तू तर बर्फाच्या वादळात घरात विजेची भट्टी कशी लावायची हे देखील आपणहून शिकून घेतलंस. कारण तेव्हा नेमका मी कुठेतरी दूर फ्लॉरिडा राज्यात वगैरे गेलेला असे. पाहता पाहता तू एक निष्णात मेकॅनिक झालीस. ट्रकच्या दुरुस्तीत तू मला किती मदत करायचीस. मला खूप अभिमान वाटायचा तुझा. एकदा तर तू चालत्या ट्रकमधे बसून कसा पटकन मागे घेतला होतास नं?

दुपारचे दोन वाजलेले असोत की मध्यरात्रीचे दोन कोणत्याही वेळी तू मला एखाद्या सिनेअभिनेत्रीइतकीच सुरेख दिसायचीस. तू खूप सौंदर्यवान आहेस हे तुलाही माहिती आहे, पण कित्येक दिवसांत मी मात्र तोंडभरून तुझी स्तुती केली नाही हे आता खटकतंय.

आयुष्यात मी अनेक चुका केल्या, पण एकच निर्णय १०० टक्के बरोबर घेतला आणि तो म्हणजे तुझ्याशी लग्न करण्याचा! आयुष्यभर ट्रकमधून जो खडतर प्रवास मी केला त्याबद्दल तूच काय मी देखील कित्येकवेळा चक्रावून जात असे पण ट्रक चालवणं हेच माझं जीवन होतं हे तू मान्य करून चांगल्या व वाईट काळातही माझी साथ सोडली नाहीस. मी किती जिवापाड प्रेम करतोय तुझ्यावर व मुलांवर!

माझं शरीर तर रक्तबंबाळ झालंच आहे, पण त्यापेक्षा जास्त या हृदयाच्या जखमा फार खोलवर आहेत. माझ्या प्रवासाच्या अखेरीला तू माझ्याबरोबर राहणार नाहीस. पुढचा प्रवास एकट्याने करायचा या कल्पनेने मी घाबरलोय. इतके वर्षांची साथ तुटणार आहे आता. मला तुझी फार गरज आहे गं... पण आता... आता खूप उशीर झालाय.

काय दैवदुर्विलास आहे की शेवटच्या क्षणी माझ्याजवळ कोण आहे तर फक्त माझा ट्रक. ज्याने आपल्या जीवनावर एवढी वर्ष अधिकार गाजवला. मोडून वाकडा-तिकडा झालेला लोखंडाचा एक निर्जीव तुकडाच म्हणायचं की ह्या ट्रकला! ज्यातून मी दिवसरात्र मैलोन्गणती प्रवास करत राहिलो, पण तो माझं प्रेम मला परत मिळवून देणार आहे का? तू, फक्त तूच हे काम करू शकशील.

आता हजारो मैल माझ्यापासून दूर आहेस पण तरी माझ्या निकट आहेस असं मला वाटतंय. माझ्या डोळ्यांसमोर तुझा चेहरा येतोय. तुझा प्रेमळ स्पर्श मला जाणवतोय. मला पुढे एकट्याला जायला भीती वाटतेय गं!

मुलांना सांग, बाबांनी खूप खूप प्रेम केलं त्यांच्यावर आणि त्यांना उपजीविकेसाठी कधीही ट्रक चालवायची परवानगी देऊ नकोस.

बस्स. एवढंच मला जाण्यापूर्वी सांगायचं होतं. मी किती प्रेम केलंय तुझ्यावर.

देवाशप्पथ! आता तुलाच स्वत:ची काळजी घ्यायचीय आणि हे लक्षात ठेव की आयुष्यात मी सर्वांत जास्त कोणावर प्रेम केलं असेल तर ते फक्त तुझ्यावर आणि तुझ्यावरच लाडके! मी फक्त मनमोकळेपणाने तुला माझ्या प्रेमाची कबुली द्यायला विसरलो. असं कसं विसरलो गं...?

सदैव तुझ्या प्रेमात राहिलेला फक्त तुझाच
बिल

∎

रूड केन्डॉल
प्रेषक– व्हॅलेरी तेशिमा
'A Trucker's Last Letter'

# मुलांना गरज प्रेमाची

१७ वर्षांचा माईक एम्मी १९६७चं फोर्ड कंपनीचं मॉडेल मस्टँग ही गाडी चालवत असे. कोलोराडो राज्यातल्या एका शेतावर सात वर्ष दुर्लक्षित पडून राहिलेली गाडी त्याने विकत घेऊन पूर्णपणे दुरुस्त करून पिवळाशार रंग देऊन तिचं रूपच पालटून टाकलं होतं. एक अतिशय बुद्धिमान विद्यार्थी, सदैव हसतमुख असणारा, नेहमी दुसऱ्यांच्या मदतीला धावून जाणाऱ्या माईकचं भविष्यही त्याच्या स्वभावाप्रमाणेच उज्ज्वल व आनंदी होणार असं प्रत्येकाला वाटे. त्याचे मित्र त्याला 'मस्टँग माईक' अशा टोपणनावाने हाक मारत.

''मला जर द्वेष करता आला असता तर फार बरं झालं असतं. आई-बाबा तुम्ही स्वत:ला दोषी मानू नका. मी तुमच्यावर प्रेमच केलंय नेहमी. मी सदैव तुमच्याजवळ असेन हे लक्षात ठेवा.''

माईक : सकाळी ११.४५

अशी ही चिठ्ठी मिळाल्यावर सगळे सुन्न झाले.

उन्हाळ्याच्या सुटीत माईकला मिळालेली नवी मैत्रीण, मैत्रीत प्रेमाचा फुटलेला अंकुर अचानक खुडला गेला कारण २३ ऑगस्टला तिचा दुसऱ्याच एका मुलाबरोबर साखरपुडादेखील झाला. सप्टेंबर ८ ला माईक त्याच्या पिवळ्याशार मस्टँग गाडीत ड्रायव्हरच्या सीटवर बसला. दार बंद करून त्याने स्वत:वर गोळी चालवली.

११ वाजून ५२ मिनिटांनी माईकचे आईवडील व धाकटा भाऊ व्हिक्टर गाडीतून घरी परत आले व गाडी लावता लावता त्यांना समोरच माईक त्याच्या गाडीत पडलेला दिसला. फक्त सात मिनिटांचा उशीर त्यांना नडला!

दुसऱ्या दिवशी दुपारपर्यंत माईकचे अनेक तरुण मित्र-मैत्रिणी त्याच्या घरी जमू लागले. प्रत्येकाच्या अंगावर 'माईकच्या स्मृतिप्रीत्यर्थ' असं छापलेला टी-शर्ट होता. खालच्या बाजूस एका पिवळ्या मस्टँग गाडीचं चित्रं रंगवलेलं होतं.

माईकबद्दलच्या अनेक चांगल्या आठवणींना, घटनांना उजाळा मिळू लागला. माईकच्या फॅमिलीला हे पहिल्यांदाच कळत होतं. प्राथमिक शाळेत त्याच्या वर्गात असलेल्या कोणी सांगितलं की माईक गरीब घरातल्या वर्गमित्रांबरोबर आपलं जेवण

वाटून खात असे. तर कधी कँटीनमधे जेवायला आणलेले पैसे एखाद्या निधीसाठी देऊन टाकत असे.

एका अनोळख्या बाईने फोन करून सांत्वन करून सांगितलं की एकदा रात्रीच्या वेळी एका निर्जन रस्त्यावर तिची गाडी बंद पडली होती. ती व तिची दोन लहान मुलं अडकून पडली असताना माईकने आपली गाडी थांबवली. उतरून तो त्यांच्या गाडीपाशी गेला. खिशातलं आपलं ड्रायव्हिंग लायसन्स तिला दाखवून तो त्यांना लुबाडायला आलेला नव्हता ह्याची सर्वप्रथम खात्री दिली. त्याने तिची गाडी दुरुस्त करून चालू करून दिली व त्यांचं घर येईपर्यंत त्यांच्या गाडीच्या मागे त्याने आपली गाडी नेली व त्यांना सोबत केली.

वर्गातल्या एका गरीब मुलाने आपला अनुभव सांगितला. माईकने त्याच्या मस्टँग गाडीत नवी कोरी म्युझिक सिस्टिम लावण्यासाठी ऑर्डर दिली होती. त्यासाठी त्याने बचत करून पैसे साठवले होते, पण त्याच्या ह्या मित्राची गाडी खराब झाल्याचं व त्याच्याकडे दुरुस्तीसाठी पैसे नव्हते कळल्यावर माईकने सेलमधून जुनी, वापरलेली, साधी म्युझिक सिस्टिम स्वत:साठी घेऊन उरलेले पैसे त्याला गाडी दुरुस्तीसाठी दिले होते.

नंतर एका तरुण मुलीने तिची कहाणी सांगितली. केवळ माईकमुळे ती एका पार्टीला जाऊन नृत्य करू शकली होती. तिच्याकडे पार्टीसाठी घालायला छान ड्रेस नव्हता हे समजल्यावर माईकने तिला स्वस्त दुकानातून का होईना एक खूप छान ड्रेस विकत घेऊन दिला होता.

माईक १४ वर्षांचाच असताना त्याच्या बहिणीची मुलगी जी जन्मत:च अपंग, अधू होती, तिची खूप काळजी घेतली होती. तिच्या घशाला श्वसनासाठी जी ट्यूब लावलेली असायची ती आणीबाणीच्या प्रसंगी काढायची वेळ आल्यास कशी काढायची हे त्याने मुद्दाम शिकून घेतलं होतं. तिला कृत्रिम श्वासोच्छ्वास कसा द्यायचा हे देखील त्याने माहीत करून घेतलं होतं. तिच्याशी तो खाणाखुणा करून बोलत असे कारण घशाला श्वसनासाठी कायमची ट्यूब लावलेली असल्याने तिला बोलता येत नसे. हावभाव करून तिला ऐकवण्याचं त्याचं आवडीचं गाणं म्हणजे, ''देवाची नजर दूरवरून आपल्यावर सतत पडत असते.'' अशा अर्थाचं होतं. एकूण बघता माईक जिथे जाई तिथे आनंद निर्माण करे. मदत करायला सतत तो तयार असायचा व तसंच प्रेमाने कोणालाही जवळ घ्यायला त्याचे बाहू उत्सुक असायचे.

सर्व तरुण मुलं-मुली माईकच्या घरच्यांचं व एकमेकांचं सांत्वन करायला जमले होते. तरुण मुलांनी आत्महत्या करणे या विषयावर ते धीरगंभीर आवाजात चर्चा करत होते. त्यांच्या मते आत्महत्या करणाऱ्या बहुतेक तरुणांचा बुद्ध्यांक फार वरच्या स्तराचा असतो.

५ ते १४ वर्षांच्या मुलांच्या मृत्यूचं आत्महत्या करणं हे सहाव्या क्रमांकाचं कारण ठरतं तर १५ ते २४ या वयोगटात हे तिसऱ्या क्रमांकाचं कारण असतं. दरवर्षी १० ते १९ या वयोगटातली साधारणपणे ७०००च्या वर मुलं आत्महत्या करतात. आता शालेय जीवनात तर ह्याची जशी लागणच झाली आहे. कोणी एकाने असंही सांगितलं की वाढीच्या वयातली मुलं, जी आत्महत्या करतात त्यांच्या मेंदूत काहीही बिघाड नसतो. फक्त गोळ्यांनी भरलेली बंदूक सहजपणे त्यांच्या हाती लागते एवढाच फरक.

अशा प्रकारच्या दु:खद घटना टाळायच्या असतील तर काय करता येईल ह्यावर सगळे विचार करू लागले. एकाचं लक्ष प्रत्येकाच्या टी शर्टवर रंगवलेल्या पिवळ्या मस्टँग गाडीच्या चित्राकडे गेलं आणि मग 'पिवळ्या रिबिनचा प्रकल्प' ह्यातून सुरू झाला.

लिंडा बॉवेल्स या एका मुलीने पिवळ्या रिबिनचा एक भला मोठा गुंडा विकत आणला. कागदाच्या छोट्या छोट्या चौकोनी तुकड्यांवर ती पिवळी रिबिन कशी वापरायची ह्याबद्दल सूचना लिहिल्या.

'पिवळ्या रिबिनचा प्रकल्प'

प्रिय माईकच्या स्मृतिप्रीत्यर्थ.

ही रिबिन म्हणजे एक जीवनरेषा आहे. ही असा एक संदेश देत आहे की तुमच्याबद्दल काळजी करणारी, तुम्हाला मदत करणारी माणसं आजूबाजूला आहेत. जर तुम्हाला किंवा कोणालाही कधी गरज पडली व मदत कशी मागायची असा प्रश्न पडला तर अशी पिवळी रिबिन घ्या व ती घेऊन शहरातल्या कोणत्याही सल्लागार किंवा शिक्षक, पालक, मित्र, चर्चमधले पाद्री कोणाकडेही जा आणि सांगा- ''मला माझी ही पिवळी रिबिन उपयोगात आणायची आहे.''

माईकच्या घरातल्या दिवाणखान्यात जमिनीवर बसून त्याच्या मित्रमैत्रिणींनी एकमेकांना अनेक गोष्टी सांगितल्या. आपल्या प्रिय मित्राच्या आठवणी काढून डोळ्यांतून अश्रूंचा पूर मुक्तपणे ओसंडू दिला. एकमेकांच्यात दु:ख वाटून घेतलं व मन हलकं केलं, कागदाचे चौकोनी तुकडे कापून प्रत्येकावर संदेश लिहून त्यावर पिनेने पिवळ्या रिबिनचा तुकडा अडकवला.

अशा ५०० पिवळ्या रिबिन्स एका बास्केटमधे ठेवून ते माईकच्या स्मृतिदिनाला भेटले. तिथे असंख्य लोक आलेले होते. आदरांजलीनंतर ५०० पैकी एकही रिबिन बास्केटमधे उरली नाही. प्रत्येकाने एकेक उचलली व मग तरुणांना आत्महत्येपासून परावृत्त करण्याचा सर्वांनी विडाच उचलला. काही आठवड्यांतच पिवळ्या रिबिनच्या प्रकल्पामुळे तीन तरुण मुलांना आत्महत्या करण्यापूर्वीच वाचवलं गेलं. हळूहळू कोलोराडो राज्यातल्या प्रत्येक शाळेत हा प्रकल्प राबवला गेला व आता तो

चहूबाजूला पसरत चालला आहे.

एकाकी वृत्ती, नैराश्य, भीती, काळजीच्या पोटी हजारोंनी आपली गुणी मुलं आत्महत्या करत असतात. वरून बघता ही सर्व मुलं इतर मुलांप्रमाणे छान हसरी, आनंदी वाटतात पण आतून ती पूर्णपणे पोखरलेली असतात. त्यांच्या मनाला नैराश्याने घेरलेलं असतं. काय करू शकतो आपण ह्यावर उपाय?

विनामूल्य पिवळी रिबिन व इतर साहाय्य मिळण्याचं ठिकाण -
"The Yellow Ribbon Project" P.O. Box 644, Westminster Co. 800300, or call (303) 429-3530

■

थी अलेक्झांडर<br>
'For the Love of a Child'

# अखेरचं नृत्य

लहानपणी वडिलांबरोबर जंगलात जाऊन सरपण गोळा करण्यास त्यांना मदत करणं हे माझं महत्त्वाचं व आवडीचं काम असे. जंगलात जाऊन झाडाची मोठाली लाकडं तोडायची आणि मग घराच्या शेकोटीत घालण्यासाठी त्याचे बारीक बारीक ढलपे करायचे ह्या कामात मला खूप रस वाटे. आम्ही दोघं घरातले पुरुष अशाप्रकारे घर उबदार ठेवण्यात व चूल पेटती ठेवण्याच्या कर्तव्यात अजिबात कसूर करत नसू. एक प्रकारे पुरुषार्थाच्या एका लक्षणाची शिकवणूकच मिळाली मला बाबांकडून. कधी कधी एखाद्या ओंडक्यावरची गुंतागुंतीची घट्ट गाठ मला मोजून ५०० घावात तोडता येणार नाही असं बाबा पैज लावून म्हणायचे. किती कष्ट पडायचे पण बहुतेकवेळा मी जिंकायचोच. कधी कधी तर अगदी ४९९ वा घाव घालताना माझा चेहरा आनंदाने खूप फुलून जायचा व मला स्वत:बद्दल खूप अभिमान वाटायचा पैज जिंकल्याबद्दल. तोडलेली लाकडं गोळा करून एका ढकलगाडीत भरून, थंडीने गळणारी नाकं पुसत पुसत आम्ही घरच्या गरमगरम जेवणाकडे व उबदार हवेकडे डोळे ठेवून निघायचो.

मला आठवतंय मी पहिलीत शिकत असताना बाबांबरोबर दर मंगळवारी रात्री लहान मुलांचे कार्टूनचे कार्यक्रम टीव्हीवर बघायचो, मॅव्हरिक, शुगर-लोफ, चेनी इ.इ. त्यातल्या प्रत्येकाबरोबर बाबांनी मागल्या जन्मी घोड्यावरून प्रवास केला होता असं बाबा मला सांगत व माझाही त्यावर विश्वास बसे. कार्यक्रमात पुढे काय होणार आहे हे बाबा मला आधीच सांगायचे. त्यांचा प्रत्येक शब्द मला खरा वाटे. प्रत्येक कार्टूनला ते इतकं चांगलं ओळखत की त्यामुळे त्यांची प्रत्येक कृती त्यांना आधीच कळायची असं मला ते विश्वासपूर्वक आवाजात सांगत. माझ्या बालबुद्धीनुसार माझे वडील खरंच एक उत्कृष्ट घोडेस्वार होते असं मला वाटे. मग काय, शाळेत जाऊन मी बाबांच्या या रम्य कथा माझ्या मित्रांना सांगत असे. पण ते सगळे माझी चेष्टाच करत व बाबा मला थापा मारतात असं म्हणत. त्यांचा मान कमी होऊ नये म्हणून मी सतत माझ्या वर्गमित्रांशी मारामाऱ्या करत असे. एकदा तर मुलांनी मला इतकं पिटलं की माझी पँट फाटली, ओठातून रक्त येऊन ओठ निळा झाला. माझा अवतार बघून वर्गशिक्षकांनी मलाच रागं भरून काय झालं म्हणून विचारलं. एकेक गोष्ट

लपवता लपवता शेवटी मला सगळं खरंखरं सांगावं लागलं. घरी गेल्यावर बाबांनीही अखेर कबूल केलं की ते गंमत म्हणून मला अशा थापा मारत व माझ्यासाठी एक काल्पनिक विश्वाचा भास निर्माण करत. हे कळल्यावर माझा किती हिरमोड झाला असेल हे वेगळं सांगायलाच नको पण तरीही मला ते खूप आवडत.

मी १३ वर्षांचा असताना बाबा गोल्फचा खेळ खेळायला शिकले. मी त्यांच्याबरोबर कॅडी (गोल्फचं सगळं सामान वाहणारा) म्हणून राहत असे. मला कधी कधी ते थोडंफार खेळायला देत असत. मला तो खेळ इतका आवडला की मी हळूहळू चांगल्यापैकी खेळू लागलो. बाबा कधीकधी त्यांच्या दोन मित्रांनाही खेळायला बोलवत असत. मी व बाबा, दोघं मिळून त्यांना हरवायचो तेव्हा मी खूप खूष होऊन जात असे. आमची छान टीम जमली होती.

आई-बाबांचं सर्वात जास्त प्रेम आम्हा मुलांवरच होतं पण आमच्यानंतर नंबर लागत असे त्या दोघांनी एकत्र करायच्या नृत्याचा. दोघं कसे भान हरपून नृत्य करत असत व्वा! बॉलरूम (नृत्यगृह) मधले सगळे त्यांना मार्विन व मॅक्सिन (M&M) अशा टोपणनावानेच हाक मारत. त्यामुळे आईबाबांचा मान अजूनच वाढत असे. नृत्य करताना सुंदर स्मितहास्याखेरीज त्यांच्या दोघांच्या चेहऱ्यावरती दुसरी कोणतीच भावना उमटत नसे इतकं देहभान हरपून ते नृत्य करत. मी व माझ्या बहिणी नॅन्सी व ज्युली कधीकधी बॉलरूममध्ये नृत्याचा कार्यक्रम बघायला जात असू. अतिशय अवर्णनीय दृश्य असायचं ते!

रविवारी सकाळी चर्चमधून प्रार्थना आटोपून घरी आलो की नाश्त्याची जबाबदारी बाबांची व माझी असे. खिरीसाठी गव्हाचा रवा शिजायला ठेवून मी व बाबा स्वयंपाकघरात नृत्याचा (टॅप-डान्स) सराव करत असू. आईने झाडून पुसून पॉलिश केलेल्या लाकडी जमिनीवर आम्ही नाचलो तरी आई कधी आक्षेप घेत नसे.

पण मी जसा मोठा होऊ लागलो तसा बाबांच्यात व माझ्यात एक विचित्र दुरावा निर्माण होऊ लागला. मी शाळेत वरच्या वर्गात गेल्यावर माझे इतर अनेक उद्योग वाढायला लागले व त्यात माझा बराचसा वेळही जाऊ लागला. आम्हा मित्रांचा ग्रुप गाणी गात असे. बँडमधे भाग घेत असे. खेळांच्या स्पर्धांत असे. जोडीला मुलींशी ओळखी वाढवण्याच्या उद्योगात देखील मागे नसे. रात्री उशिरापर्यंत कामात मग्न राहाणाऱ्या बाबांमुळे मी फार दुःखीकष्टी होत असे. माझ्या मनाला फार लागत असे ते व त्यामुळे कधीकधी फार एकटेपणा वाटे. माझ्या एकाही कार्यक्रमाला किंवा खेळांच्या स्पर्धांना ते येईनासे झाले. मी मग स्वतःला हॉकी व गोल्फमधे झोकून दिलं. मनातला राग दाखवण्याचं ते एक साधनच बनलं. माझी चिडचिड "बघा, मी

दाखवूनच देईन तुम्हाला की, तुमच्या सहवासाखेरीज, मार्गदर्शनाशिवाय मी नंबर एकचा खेळाडू बनू शकतो.'' अशा प्रकारे होऊ लागली. हॉकी व गोल्फच्या आमच्या टीमचा मी कॅप्टन होतो, पण एकाही मॅचला ते आले नाहीत. माझ्याकडे होणारं त्यांचं दुर्लक्ष जीवनाच्या लढ्यात यशस्वी होताना मला कडवं बनवत होतं. मला त्यांची नितांत गरज भासत होती. त्यांना मात्र कसं हे कळत नव्हतं?

समाजात आपलं स्थान उंचावण्यासाठी मी हळूहळू मद्यपान करायला सुरुवात केली. आता मला पूर्वीप्रमाणे बाबा 'हिरो' वाटेनासे झाले. उलट एक अत्यंत सामान्य व्यक्तीसारखे भासू लागले. माझ्या भावना त्यांना समजतच नव्हत्या. मोठा कसोटीचा काळ होता तो माझ्यासाठी! कधीकधी आम्ही दोघं मद्य घेत बसलो असताना व जरा चढल्यानंतर आमच्यात थोडी जवळीक निर्माण होई पण तरी त्यात पूर्वीचा जिव्हाळा नसे. माझ्या वयाच्या १५ ते २६ वर्षांच्या काळात आम्ही एकमेकांना कधीही प्रेमाने संबोधलं नाही. ११वर्षांचा दीर्घ काळ!

आणि एक दिवशी ते घडलं – अचानक घडलं! एकदा सकाळी आम्ही दोघं कामावर जाण्यासाठी तयार होत होतो. बाबा दाढी करत होते आणि त्यांच्या गळ्यावरच्या गाठीकडे माझं लक्ष गेलं. मी विचारलं, ''बाबा कसली गाठ दिसतेय तुमच्या गळ्यावर?''

''हं, मलाही कळत नाहीये. आजच मी डॉक्टरकडे जाऊन दाखवून येतो.'' ते म्हणाले.

डॉक्टरांनी ती कॅन्सरची गाठ असल्याचं निदान केलं. मी प्रथमच बाबांना घाबरलेलं बघितलं. पुढचे चार महिने माझ्या बाबांना रोज तीळतीळ मरताना पाहिलं. काय होतंय, काय होणार आहे या संभ्रमात पडले होते. ते खूप सैरभैर झाले होते. उत्तम तब्येत असणारे माझे बाबा १६५ पौंड वजनावरून ११५ पौंडावर आले होते. एकेकाळच्या सुदृढ शरीराचा हाडाचा सापळा झाला होता. मी मनाने त्यांच्याजवळ जाण्याचा खूप प्रयत्न करत होतो पण ते त्यांच्या दुःखात, वेदनेत इतके गुंगले होते की माझ्यावर त्यांना लक्ष केंद्रित करता आलं नाही किंवा आम्हाला एकमेकांबद्दल वाटणाऱ्या भावना त्यांना प्रेरित करू शकल्या नाहीत.

ख्रिसमसच्या त्या संध्याकाळपर्यंत हे असंच चालू होतं. संध्याकाळी मी हॉस्पिटलमधे गेलो. बघितलं तर माझी आई व बहीण दिवसभर तिथे त्यांच्याजवळ बसून होत्या. मी बाबांजवळ थांबून त्यांना दोघींना घरी जाऊन विश्रांती घेण्यास सांगितलं. बाबांना तेव्हा झोप लागलेली होती. त्यांच्या कॉटजवळच्या खुर्चीत मी बसलो. वरचेवर त्यांना जाग येत होती पण त्यांच्यात बोलायची देखील शक्ती न उरल्याने अगदी हळू आवाजात काय बोलायचा प्रयत्न करत होते ते मला नीट ऐकूही येत नव्हतं.

रात्रीचे ११.३० वाजले असावेत. माझे डोळे पेंगुळले. त्यांच्या जवळच्या कॉटवर मी आडवा झालो आणि अचानक बाबांनी मला उठवलं. ते जोरजोरात "रिक्, रिक्'' अशा मला हाका मारत होते. मी खडबडून उठलो आणि बघतो तर काय बाबा गादीत उठून बसले होते. निश्चयी सुरात ते मला म्हणाले, "रिक्, मला आता नृत्य करायचं आहे. अगदी या क्षणीच करायचं आहे.''

काय बोलावं, काय करावं मला काहीच उमजेना. म्हणून मी तसाच स्वस्थ बसून राहिलो. त्यांनी परत आग्रह धरला. "प्लीज, ऊठ राजा. मला आता नृत्य करावसं वाटतंय. चल, हे अखेरचं नृत्य करू या नं आपण दोघं.'' मी उठून त्यांच्या कॉटपाशी गेलो आणि वाकून त्यांना अदबीनं विचारलं. "बाबा, करणार का माझ्याबरोबर नृत्य?'' आणि काय आश्चर्य! माझी विशेष मदत न घेता त्यांचे ते कॉटवर उतरून उभे राहिले. देवाच्या कृपेने त्यांच्यात उत्साह संचारला होता. हातात हात घेऊन एकमेकांच्या बाहुपाशात आम्ही दोघं खोलीत मनसोक्त नाचत राहिलो.

ह्या अनुभवाचं वर्णन करायला कोणत्याही लेखकाच्या लेखणीमधले शब्द अपुरे पडतील. त्या रात्रीचं ते प्रेम, जिव्हाळा, तो सळसळता उत्साह, उल्हास– कोण व कसा शब्दांत मांडू शकेल? आम्ही बापलेक एकमेकांच्या प्रेमात, काळजीत, एकमेकांना समजून घेत जणू एक होऊन गेलो होतो. खऱ्या अर्थाने आयुष्याचं सार्थक होत होतं. अनेक वर्षांचा दुरावा गळून पडला होता. एकत्र केलेली मासेमारी, शिकार, गोल्फ, टॅप-डान्सचा एकेकाळी उपभोगलेला आनंद परत नव्याने अनुभवत होतो. सगळं कसं एकत्र जुळून आलं होतं. आमच्यासाठी काळ-वेळेचं बंधन नव्हतं, ना आम्हाला साथीसाठी रेडिओ, रेकॉर्ड-प्लेअरची गरज वाटत होती. आत्तापर्यंत लिहिली गेलेली व पुढे लिहिली जाणारी गाणी आमच्यासाठी जणू हवेत वाजत होती. हॉस्पिटलच्या त्या खोलीसमोर मोठी बॉलरूमही फिकी पडली असती. बाबांचे डोळे आनंदाने व दु:खमिश्रित सुखाने चमकताना मी प्रथमच बघत होतो. नृत्य करताकरता आम्हा दोघांच्या डोळ्यांत अश्रू दाटून आले. आम्ही एकमेकांचा अखेरचा निरोप घेत होतो. उरलेला अल्प वेळ आम्ही एकमेकांच्या विशुद्ध प्रेमात व्यतीत करत होतो. त्या उरल्यासुरल्या वेळाची जाणीव दोघांना झाल्याचं स्पष्ट जाणवत होतं.

नृत्य करून आम्ही थांबलो. बाबांना गादीवर झोपायला मी मदत केली कारण एव्हाना त्यांची चांगलीच दमछाक झाली होती. हातांची घट्ट पकड माझ्या हाताभोवती घालून, माझ्या नजरेत नजर मिसळून ते मला म्हणाले, "थँक यू माझ्या प्रिय बाळा. माझ्यामते ही रात्र खूप महत्त्वाची आहे.'' दुसऱ्या दिवशी म्हणजे ऐन ख्रिसमसच्या सकाळी त्यांची जीवनज्योत मालवली.

त्यांच्याबरोबर केलेलं ते अखेरचं नृत्य म्हणजे मला मिळालेली ख्रिसमसची भेट होती. वडील व मुलगा ह्यांच्यातल्या अतूट नात्याची– त्या नात्यातून लाभलेल्या

आनंदाची, ज्ञानाची प्रेमळ अमूल्य भेट!

बरंय बाबा, माझं खूप खूप प्रेम आहे तुमच्यावर व आता परमेश्वराच्या दरबारातल्या बॉलरूममधे तुमच्याबरोबर पुढचं नृत्य करायची मी सदैव प्रतीक्षा करेन. ∎

रिक नेलीज
'The Last Dance'

# माझे बाबा

मी तीन वर्षांची असतानाच माझे बाबा देवाघरी गेले होते, पण मग मी सात वर्षांची झाल्यावर आईने दुसरं लग्न केलं आणि त्यामुळे मी जगातली सर्वात भाग्यवान छोटी मुलगी ठरले. तुम्हीच विचार करा. मला माझ्या वडिलांची चक्क निवड करता आली म्हणजे कित्ती छान नं? आई जेव्हा माझ्या 'या' बाबांबरोबर लग्नाआधी मैत्री वाढवत होती, काही महिने ते एकत्र हिंडत-फिरत होते तेव्हाच मी आईला म्हटलं होतं. "हेच ते बरं का! आपण ह्यांनाच घेऊन टाकू!" अशी माझी बालबुद्धी!

आई बाबांच्या लग्नसोहळ्यात मी फुलांचा गुच्छ हातात धरून उभी राहणारी खास मुलगी म्हणून मिरवले. अजबच नं? किती लोक म्हणू शकतात की ते त्यांच्या आईबाबांच्या लग्नात हजर होते?

माझ्या बाबांना त्यांच्या कुटुंबातल्या प्रत्येकाचा खूप अभिमान वाटे. (दोन वर्षांनी आमच्या कुटुंबात माझ्या नव्या छोट्या बहिणीची भर पडली होती.) आमच्या ओळखीचे सगळे नेहमी आईला म्हणत. ''चार्ली तुझ्या व दोन्ही मुलींच्या सहवासात किती खूष दिसतो.'' बाबांना आम्हा सगळ्यांच्या बुद्धिमत्तेचं, सामान्य ज्ञानाचं, आमच्या स्वतंत्र मताचं, प्रेमळ स्वभावाचं मनापासून खूप खूप कौतुक वाटे व अभिमानही! (माझं गोड हसणं तर बाबांना अतिप्रिय होतं)

मी १७ वर्षांची होण्याच्या आतच एक अतिशय धक्कादायक घटना घडली. बाबा आजारी पडले. खूप खूप वेगवेगळ्या वैद्यकीय चाचण्या झाल्या तरी डॉक्टरांना काहीच निदान होईना. त्यांच्यात काहीच दोष सापडेना. ''डॉक्टरला काही सापडत नाही, त्याअर्थी तुम्ही पूर्णपणे निरोगी आहात.'' असं डॉक्टरांनी सांगून त्यांना कामावर रुजू व्हायलाही सांगितलं.

दुसऱ्या दिवशी बाबा कामावरून आले ते अश्रू पुसतच. त्यापूर्वी मी बाबांना कधीच रडताना बघितलं नव्हतं. रडणं म्हणजे कमकुवतपणाचं लक्षण अशीच बाबांची धारणा असे. मी मात्र त्या काळात वाढत्या वयात शरीरात होणाऱ्या बदलांमुळे इतकी हळवी झालेली होते की साध्या साध्या गोष्टींमुळे मला विनाकारणच रडू येत असे.

शेवटी बाबांना हॉस्पिटलमधे ठेवावं लागलं. त्यांना स्वादुपिंडाचा कर्करोग (Pancreatic Cancer) झाला होता. तो इतका शेवटच्या थराला पोहोचला होता की बाबांचा कोणत्याही क्षणी मृत्यू होण्याची शक्यता होती असं डॉक्टरांनी सांगितलं, पण त्यांच्यापेक्षा आम्हाला खात्री होती की कमीत कमी अजून तीन आठवडे तर ते नक्कीच तग धरतील. कारण माझ्या छोट्या बहिणीचा लगेचच पुढच्या आठवड्यात वाढदिवस होता व माझ्या वाढदिवसाला तीन आठवड्यांचा अवधी होता. माझ्या बाबांच्यात देवाला प्रार्थना करून मृत्यू पुढे ढकलण्याचं सामर्थ्य नक्कीच होतं. जन्मभर आम्हाला आमच्या वाढदिवसाच्या दिवशी दुःख होईल, मनाला टोचणी लागेल असं त्यांना होऊ द्यायचं नव्हतं. त्यांचा स्वभावच नव्हता तसा!

आयुष्य हे थांबवण्यासाठी नसून सतत पुढे जात राहण्यासाठी असतं ह्याची सत्यता प्रकर्षाने जाणवते जेव्हा घरचं कोणीतरी मृत्यूच्या दारात उभं असतं. आयुष्यात मागे वळून न बघता जीवन पूर्णत्वाने जगावं. अशीच त्यांची जबरदस्त इच्छा होती. आम्हाला त्यांना आमच्या आयुष्यातला एक अतिशय महत्त्वाचा हिस्सा म्हणून जपायचं होतं. मग आम्ही एक तडजोड करून सुवर्णमध्य काढला. आम्ही रोजचे व्यवहार सामान्यपणे पार पाडायचे असं कबूल केलं व बाबांनी हॉस्पिटलमधे राहूनही आमच्या प्रत्येक कार्यक्रमात सहभागी व्हायचं असं ठरलं.

हॉस्पिटलच्या आमच्या रोजच्या फेरीनंतर बाबांच्या खोलीत असणारा दुसरा

पेशंट एकदा आईच्या पाठोपाठ व्हरांड्यात आला. "तुम्ही इथे आलात की तुमच्या सहवासात चार्ली किती आनंदी आणि सकारात्मक वृत्तीचा वाटतो. त्यामुळे प्रत्यक्षात त्याला किती वेदना होत असतात ह्याची तुम्हाला कल्पना येत नाही. मोठ्या कष्टाने, महत्प्रयासाने तो त्याच्या वेदना, तळमळ तुमच्यापासून लपवत असतो."

माझी आई म्हणाली, "मला माहिती आहे ते आमच्यापासून लपवतात, पण तो त्यांचा स्वभावच आहे. आम्हाला त्रास होऊ नये असाच त्यांचा प्रयत्न असतो व आता त्यांना एवढा त्रास होतोय कळल्यावर आम्ही किती बेचैन होऊ हेही त्यांना माहिती आहे. म्हणूनच हा खटाटोप चाललाय त्यांचा."

'मदर्स डे'ला आम्ही आमची प्रेझेंटस् घेऊन हॉस्पिटलमधे गेलो. बाबा बाहेरच्या प्रतीक्षाकक्षात आले कारण माझ्या धाकट्या बहिणीला लहान वयामुळे त्यांच्या खोलीत जाण्याची परवानगी नसे. बाबांनी आईला भेट द्यायची वस्तू देखील मीच विकत आणली होती. तिथेच एका कोपऱ्यात आम्ही छोटीशी पार्टी साजरी केली.

धाकट्या बहिणीचा वाढदिवस लगेचच पुढच्या आठवड्यात होता. बाबांना जास्त चालवत नसल्याने जिना उतरून खाली न येता खोलीच्या बाहेरच ते आम्हाला भेटले. केक कापून आम्ही सगळ्यांनी खाल्ला. बहिणीला प्रत्येकाने प्रेझेंट दिलं.

दुसऱ्या आठवड्यात माझ्या शाळेत नृत्याचा कार्यक्रम होता. (PromParty ) मुली मोठ्या झाल्या आहेत तेव्हा त्यांनी आता मुलांबरोबर नृत्य करण्यास सुरुवात करावी असा या पार्टीचा हेतू असतो. पार्टीसाठी छान ड्रेस विकत आणून तो घालून घरी खूप फोटो काढून घेतले. माझ्या मित्रांबरोबरही काढले. नंतर आम्ही हॉस्पिटलमधे गेलो. माझ्या छान नव्या ड्रेसमधे पूर्ण हॉस्पिटलमधे हिंडले. मला जरा लाज वाटत होती पण जेव्हा माझ्या बाबांच्या चेहऱ्यावरचा आनंद मी पाहिला तेव्हा माझी लाज कुठच्याकुठे पळून गेली. आपली लाडकी लेक वयात येईल, प्रॉम पार्टीला केव्हा जाईल ह्याची बाबा किती वर्ष आतुरतेने वाट बघत होते.

माझ्या बहिणीच्या वार्षिक नृत्यसमारंभाची रंगीत तालीम होती. घरी तिचे त्या ड्रेसमधे फोटो काढून आम्ही हॉस्पिटलमधे गेलो. माझी लहानशी बहीण तिच्या त्या नृत्याच्या खास ड्रेसमधे हॉस्पिटलच्या व्हरांड्यात फिरली. बाबा बसून तो सोहळा बघत होते, पण बघताना त्यांना आतून प्रचंड वेदना होत होत्या. तरी चेहऱ्यावरचं हास्य ते मावळू देत नव्हते.

माझा वाढदिवस आला. आम्ही सगळ्यांना चुकवून छोट्या बहिणीला घेऊन चुपचाप बाबांच्या खोलीत गेलो. कारण आता त्यांच्याच्याने खोलीतून बाहेर पडणंही होत नव्हतं. खोलीतल्या नर्सेस दुसरीकडे तोंड फिरवून उभ्या राहिल्या, आम्हाला एकांत लाभावा म्हणून. आम्ही चौघांनी मिळून माझा वाढदिवस साजरा केला, पण बाबांचं लक्षण काही ठीक दिसत नव्हतं. त्यांची घटका भरत आली होती. पण तरी

ते झगडत होते, केवळ आमच्यासाठी!

त्याच काळरात्री हॉस्पिटलमधून घरी फोन आला. बाबांची तब्येत पूर्णपणे ढासळायला लागली होती. थोड्याच दिवसांत माझ्या बाबांचा मृत्यू झाला. आम्हाला सोडून गेले पण त्यांची वेदनांपासून सुटका झाली.

आयुष्य हे पुढे चालत राहण्यासाठी असतं. हाच मृत्यूमधून संदेश मिळतो, आम्ही पूर्णत्वाने जीवन जगावं असा बाबांचा अट्टाहास होता. त्यांच्या अखेरच्या काळात आमची त्यांना काळजी वाटत असे व आम्हा सर्वांबद्दल वाटणाऱ्या अभिमानाने त्यांचा ऊर भरून येत असे. त्यांची अखेरची इच्छा काय असावी?

मृतदेहांचे दफन करताना त्यांच्या खिशात म्हणजेच हृदयाजवळ आमच्या सर्वांचा एक फोटो असावा–

■

केली जे. वॅटकिन्स
'My Daddy'

## चिमण्या मेल्यावर कुठे जातात?

लहानपणी मला नेहमी एक प्रश्न पडायचा. "चिमण्या मेल्यावर कुठे जातात?" मला तेव्हाही त्याचं उत्तर मिळालं नाही आणि अजूनही मला त्याचं आश्चर्यच वाटतं. आता एखादा मृत पक्षी मला आढळला तर कळतं की ह्याला दुष्टपणे कोणीतरी मारून टाकलंय. त्याला नैसर्गिक मृत्यू आलेला नाहीये. त्याला कोणी तरी मारलं आणि रात्रीतूनच त्याचा आत्मा कुठेतरी हरवून गेलाय.

मी सहा वर्षांची असताना आमच्या गल्लीतला एक मुलगा माझा सगळ्यात जवळचा दोस्त होता. आम्ही दोघं घराच्या मागच्या बाजूला समुद्रकिनाऱ्यापासून थोडं दूर वाळूच्या ढिगाऱ्यात खेळत असू. ढिगाऱ्यावर बसून मोठे लोक विसरून गेलेल्या गोष्टींबद्दल आम्ही बोलत असू, जसं आपण कधीच मोठे होणार नाही किंवा कॉटखाली, कपाटात अंधारात भुतं दिसतात इ.इ. माझ्या मित्राचं नाव टॉमी असं होतं मी त्याला चिमणाच म्हणायची कारण तो त्याच्या वयाच्या मानाने खूपच लहान वाटायचा. आता त्याच्या नावाबद्दल बोलायचं म्हणजे विरोधाभासच वाटतो कारण तोच मुळी हे जग सोडून गेला आहे.

टॉमीचा मृत्यू जवळ आलाय हे मला जेव्हा कळलं तो दिवस आजही आठवतोय मला. नेहमीप्रमाणे मी त्याची वाट बघत वाळूच्या ढिगात बसून होते. आदल्या दिवशी बनवायला घेतलेला वाळूचा किल्ला मी एकटीच पूर्ण करत होते. टॉमीशिवाय माझं अस्तित्व अर्धच होतं. कितीतरी वेळ मी एकटीच बसले होते. मग पाऊस सुरू झाला. दुरूनच आमच्या घराची बेल वाजल्याचं मला ऐकू आलं. दहा मिनिटांनी छत्री घेऊन आई पावसात येताना दिसली. मला घ्यायलाच येत होती ती. तिचा चेहरा खूप उतरलेला दिसत होता. आम्ही दोघी घरी आलो. घरात शिरताना मी मागे वळून पाहिलं तर टॉमीने व मी बांधलेला वाळूचा किल्ला पावसाने कोसळून पडला होता.

घरात गेल्यावर आईने दिलेलं चॉकलेट घातलेलं गरमगरम दूध पिऊन मला छान वाटलं. आई टेबलपाशी बसली होती. तिने मला जवळ बोलावलं. माझ्या हातावर तिने तिचे हात ठेवले. ते अक्षरश: थरथरत होते. माझ्या एकदम लक्षात आलं की टॉमीला काहीतरी झालंय नक्की. डॉक्टरांनी थोड्यावेळापूर्वी त्याच्या काही

चाचणीपरीक्षा केल्या होत्या. रिपोर्ट आल्यावर कळलं की त्याला रक्तपेशींचा कॅन्सर (ल्युकेमिया) झाला होता. ल्युकेमिया म्हणजे काय झालंय हेही मला कळलं नाही. मी गोंधळून आईकडे बघू लागले पण तरी आतून मला जाणीव होत होती की खूप भयंकर रोग होता तो. आईने सांगितलं की टॉमीसारखा आजार ज्यांना होतो त्यांना या जगाचा लवकर निरोप घ्यावा लागतो. पण मी त्याला जाऊ देणार नव्हते. माझ्यासाठी त्याने राहायलाच हवं होतं.

दुसऱ्या दिवशी टॉमीला भेटायला जायचं असं मी ठरवलं. जे कळलं ते खरं होतं का हे मला बघायचं होतं. शाळेतून परत येताना बसड्रायव्हरला टॉमीच्या घराजवळ मला उतरवायला सांगितलं. मी त्याच्या दाराशी पोहोचले तर त्याची आई दारातच उभी होती व तिने मला सरळ सांगितलं की टॉमीला मला भेटायची इच्छा नाही. एका छोट्या मुलीचं नाजूक मन दुखावल्याची तिला कल्पनादेखील आली नाही. तिच्या त्या बोलण्याने माझं बालहृदय विदीर्ण होऊन गेलं. मी रडत रडत धावत घरी गेले. मी घरी पोहोचले तर लगेच टॉमीचा फोन आला. घरामागे आमच्या रोजच्या जागी त्याने मला भेटायला बोलावलं. रात्री आमच्या दोघांचे आईवडील झोपल्यावर मी तिथे गेले. टॉमी वाटच बघत होता. मला तो रोजच्यासारखाच वाटला. कदाचित थोडा निस्तेज पण शेवटी कितीही झालं तरी तो माझा मित्र टॉमीच होता आणि त्याला मला भेटण्याची किती जबरदस्त इच्छा होती. मग आम्ही नेहमीप्रमाणे मोठ्या लोकांना कळणार नाही अशा कित्येक गोष्टींवर बोललो व बोलता बोलता एकीकडे वाळूच्या किल्ल्याचं परत बांधकाम करून ठेवलं. टॉमी म्हणाला, ''आपण मोठं व्हायचंच नाही व या किल्ल्यातच राहायचं.'' माझाही त्याच्या बोलण्यावर पूर्ण विश्वास बसला. तिथेच आम्ही शांतपणे झोपून गेलो. आमच्या निर्व्याज मैत्रीच्या विळख्यात, गरम उबदार वाळूत. जवळ वाळूचा किल्ला आमच्या मैत्रीला साक्ष म्हणून उभा होता.

पहाटेच मला जाग आली. अर्धवट झोपेत आमचा तो वाळूचा ढिगारा म्हणजे एक निर्जन बेट होतं व आजूबाजूला नुसतं गवत वाढलंय पण दूरवर एका घराची मागची बाजू व तिथून जाणारा रस्ता आहे असा मला भास होत होता. पहाटेचं दव पडलं होतं, ते मला समुद्राप्रमाणे भासलं. हात फिरवून पाण्यात लाटा निर्माण कराव्यात म्हणून मी प्रयत्न केला पण काहीच झालं नाही. मी कूस बदलली. टॉमीने मला हलवून हलवून जागं केलं व मी पूर्ण भानावर आले. टॉमी माझ्याआधीच जागा झाला होता व आमच्या वाळूच्या किल्ल्याकडे डोळे भरून बघत बसला होता. मी देखील उठून त्याच्याजवळ जाऊन बसले. दोन लहान जीवांच्या नजरेत तो किल्ला पूर्णपणे सामावून गेला होता व ते आपल्या विश्वात हरवून गेले होते.

शांततेचा भंग करत टॉमी मला म्हणाला, ''मी आता निघालो त्या किल्ल्याकडे'' एखाद्या किल्लीच्या खेळण्यासारखे आम्ही दोघं उठून किल्ल्याजवळ जाऊन बसलो.

टॉमी माझ्या मांडीवर डोकं ठेवून निवांत पहुडला व गुंगीतच पुटपुटला, "मी आता तुला सोडून किल्ल्याकडे जायला निघालोय, मला भेटायला ये कधी तरी, मला फार एकटं एकटं वाटेल तुझ्याशिवाय." मी त्याला "हो" म्हणून आश्वासन दिलं. नंतर त्याने शांतपणे डोळे मिटले व माझा चिमणा उडून गेला. बाकीच्या चिमण्या मृत्यूनंतर जिथे जातात तिथे जाऊन त्यांच्यात तो मिसळून गेला असावा असंच मला त्या क्षणी वाटलं. मला एकटीला मागे सोडून त्याचं ते निर्जीव शरीर माझ्याजवळ ठेवून त्याचा आत्मा आसमंतात कुठेतरी विलीन झाला.

तब्बल २० वर्षांनतर मी टॉमीच्या दफनस्थानाला भेट दिली व तिथे खेळण्यातला एक छोटासा किल्ला ठेवला. त्यावर मी कोरून कोरून लिहिलं. "माझ्या लाडक्या टॉमी चिमण्यास, मी नक्की एकदा तुझ्या किल्ल्यात येईन कायमची राहण्यासाठीच."

माझी वेळ आली की मीही आमच्या 'त्या' किल्ल्याकडे प्रस्थान करेन. मग टॉमीसारखाच माझा आत्मा चिमणीच्या रूपात 'त्या' किल्ल्याकडे जाईल व बाकीच्या चिमण्यांच्या आत्म्याप्रमाणे उडून जाईल. जसा टॉमीचा आत्मा दूर आसमंतात उडून गेला. सहा वर्षांच्या मुलीचंच मन बोलतंय– कधीच मोठं न होणारं मन!

■

कॅसी कोकोस्का

'Where Do the Sparrows Go When They Die?'

# माझ्यावर लाल रंगाचा ड्रेस चढवाल हं!

एक शिक्षिका व आरोग्याचा सल्ला देणारी समुपदेशक असं दुहेरी काम करत असताना 'एड्स'च्या अनेक बालरुग्णांशी माझा खूप जवळून संपर्क येत असे. त्या प्रत्येकाबरोबर जडलेलं प्रेमाचं नात म्हणजे माझ्या आयुष्यातला अनमोल ठेवा होता. त्यांच्याकडून मला कितीतरी शिकायला मिळालं पण सर्वात महत्त्वाची शिकवणूक म्हणजे छोट्या छोट्या प्रसंगांना असामान्य धैर्याने कसं तोंड द्यायचं, कसा लहानशा संकटाचा सामना करायचा. चला तुम्हाला टायलरचीच कहाणी सांगते.

टायलर जन्मत:च HIV चा पेशंट होता. त्याच्या आईला गरोदरपणातच लागण झाली होती. जन्मापासून औषधांवरच तो जगत होता. वयाच्या अवघ्या पाचव्या वर्षी त्याच्या छातीच्या शिरेत शस्त्रक्रियेद्वारे एक नळी घालावी लागली. ही नळी एका पंपाला जोडली होती व तो पंप एका बॅगमध्ये ठेवून ती बॅग त्याच्या पाठीवर सतत लटकलेली असे. त्या पंपात द्रव औषधे भरलेली असत व नळीतून ती सतत त्याच्या शरीरातल्या रक्तात जाऊन भिनत असत. कधीकधी तर श्वासोच्छ्वासाला त्रास झाला की त्याला जास्तीचा प्राणवायू द्यावा लागत असे.

त्या जीवघेण्या रोगाचा बाऊ करून टायलरला आपल्या बाल्यावस्थेतला एकही अमूल्य क्षण वाया जाऊ द्यायचा नव्हता. पाठीवर बॅग, जोडीला प्राणवायूचं नळकांडं एका गाड्यावर ठेवून त्याच्या मागे मागे येत असे व अशा लवाजम्यासह तो खेळत बागडत असे. जिवंत असण्याचा आनंद व जगण्याची शक्ती एकवटलेला आनंदी टायलर सर्वांच्याच ओळखीचा झाला होता. त्याची आई कधीकधी त्याला चिडवत म्हणायची की तो इतकी धावपळ करत असतो त्यामुळे त्याला नेहमी लाल रंगाचेच कपडे घातले पाहिजेत म्हणजे मग तिने खिडकीतून बाहेर पाहिलं तर तिला तो पटकन ओळखता येईल.

त्या वाईट रोगाने हळूहळू त्याच्या शरीराचा कब्जा घ्यायला सुरुवात केली. सळसळत्या उत्साहाचा टायलर निस्तेज, शक्तिहीन दिसू लागला. सतत आजारी राहू लागला व त्याच्या बरोबर त्याच्या आईचीही तब्येत बघता बघता ढासळू लागली. दोघांना HIV मुळे प्रचंड वेदना होऊ लागल्या. जेव्हा टायलरचा मृत्यू खूप समीप आलाय हे स्पष्ट झालं तेव्हा त्याची आई मृदू भाषेत त्याला मृत्यूबद्दल सांगू लागली.

तिने त्याला हेही सांगून विश्वास दिला की ती देखील आता लवकरच मरणाला सामोरी जाणार आहे व त्याच्या पाठोपाठ स्वर्गात जाऊन त्याला तिथे नक्कीच परत भेटेल. एकापरीने त्याचं बळ ती वाढवत होती.

त्याच्या मृत्यूच्या थोडे दिवस आधी त्याने मला हॉस्पिटलमधे येण्यासाठी बोलावणं धाडलं. त्याच्या कॉटपाशी मी वाकून उभी होते तेव्हा त्याने हळुवारपणे खोल गेलेल्या आवाजात सांगितलं. ''मी आता बहुतेक लवकरच तुम्हा सर्वांचा निरोप घेणार आहे. मला अजिबात भीती वाटत नाहीये. पण मी गेल्यावर मला प्लीज लाल रंगाचा ड्रेस घाला बरं का. आईने मला वचन दिलंय की ती देखील माझ्या पाठोपाठ स्वर्गात येणार आहे. ती तिथे येईल तेव्हा मी तर स्वर्गात कुठेतरी धावत-पळत खेळत असेन म्हणून मी तिला पटकन दिसलो पाहिजे नं! त्याच्यासाठीच लाल ड्रेसचा हा हट्ट!''

■

सिंडी डी. होम्स
'Please Dress Me in Red'

## काळजी नको, सगळं ठीक होईल

एक आई व शाळेत मानसतज्ज्ञ अशी दुहेरी भूमिका बजावताना मुलांच्यात असणारी आगळी-वेगळी अशी खास मैत्री बऱ्याचवेळा मला बघायला मिळाली आहे. माझा मुलगा कोर्ट व त्याचा मित्र वेस्ली ह्या दोघांच्यात अशाच प्रकारची दृढ मैत्री होती. त्यांच्यातलं हे नातं फार अपवादानेच इतरत्र आढळतं.

कोर्टचं बालपण फार सुखाचं असं कधीच नव्हतं कारण त्याला नीट बोलता येत नसे व भाषा शिकण्यातही तो फार मागे पडत असे कारण त्याच्या मेंदूच्या वाढीतच दोष होता. कोर्ट चार वर्षांचा असतानाच त्याला त्याच्या खास प्रशिक्षण संस्थेत वेस्ली भेटला. वेस्लीच्या मेंदूवर भली मोठी गाठ झाली होती त्यामुळे कोर्टप्रमाणेच त्याचीही वाढ होण्यास विलंब लागत होता. पहिल्याच भेटीत दोघांच्या मनाच्या तारा जुळल्या व ते खूप छान मित्र झाले. दोघांपैकी एक, एखादा दिवस गैरहजर राहिला तरी दुसऱ्याला दिवसभर चैन पडायचं नाही.

वेस्लीच्या मेंदूवरची गाठ ही तो दोन वर्षांचा असल्यापासूनच झाली होती. त्या कोवळ्या जीवाने अनेक अयशस्वी शस्त्रक्रियांचा त्रास सहन केला होता. त्याच्या वयाची मुलं जेव्हा जोरात पळायची, तेव्हा वेस्ली मात्र पाय ओढत ओढत चालतोय हे स्पष्टपणे लक्षात येऊ लागलं. परत त्याच्या अनेक टेस्ट झाल्या तेव्हा लक्षात आलं की ती गाठ चांगलीच वाढली होती. म्हणजे वेस्लीला परत एकदा शस्त्रक्रियेला सामोरं जावं लागायची वेळ आली होती पण ती शस्त्रक्रिया करवून घ्यायला त्याला ओक्लहोमा शहरात जाणं भाग होतं.

कोर्ट व वेस्लीला नर्सरीच्या वर्गाला नशिबाने खूप छान शिक्षिका लाभली होती. तिच्याइतकी गुणी व निष्णात शिक्षिका आणि मानसतज्ज्ञ मला कधीच भेटली नव्हती. तिने वर्गातल्या इतर मतिमंद मुलांना मोठ्या प्रयत्नपूर्वक, वेस्लीवर शस्त्रक्रिया होणार व त्यासाठी त्याला ओक्लहोमा शहरात जावं लागणार असं समजावून सांगितलं. ते ऐकल्यावर कोर्ट खूपच निराश झाला व रडू लागला. त्याच्या जिवलग मित्राने असं दूर जायचं, ते देखील विमानातून, त्याला अगदी तो विचारही सहन होत नव्हता. डॉक्टरांनी परत शस्त्रक्रिया करून आता त्याला त्रास देऊ नये असंच वेस्लीला वाटत होतं.

वेस्ली निघायच्या दिवशी सगळ्या वर्गाने मिळून त्याला प्रेमाने निरोप दिला. कोर्टच्या डोळ्यांतून घळाघळा अश्रू वहात होते. त्याच्या वर्गशिक्षिकेने हेतुपूर्वकच कोर्ट व वेस्लीला थोडा वेळ एकत्रपणे घालवण्याची परवानगी दिली. त्यामुळे ते शांतपणे एकमेकांचा निरोप घेऊ शकले. आपण आपल्या दोस्ताला परत कधी भेटू शकणार नाही अशी कोर्टला भीती वाटत होती. वेस्ली कोर्टपेक्षा खूप नाजूक व बुटकाही होता. त्याने कोर्टला जवळ घेतलं (तो जेमतेम कोर्टच्या छातीपर्यंत पोहोचत होता.) मान वर करून कोर्टकडे बघत तो त्याला समजूतदारपणे म्हणाला, "तू काळजी करू नकोस. सगळं ठीक होईल."

त्या शस्त्रक्रियेत जिवाला फार मोठा धोका होता, पण वेस्ली त्यातून सहीसलामत वाचला. काही आठवड्यांनी तो परत आला व शाळेत जाऊ लागल्यावर त्या दोघांच्या मैत्रीचे धागे पूर्वीपेक्षा जास्तच घट्ट झाले.

जसजशी वर्षं जात होती तसतशा वेस्लीवर खूप अवघड अवघड शस्त्रक्रिया झाल्या व नवनवीन औषधांचा त्याच्यावर प्रयोग होत असे. दरवेळी त्या औषधांचे दुष्परिणाम त्याला भोगावे लागत. अतिशय कृश झालेला वेस्ली सारा वेळ त्याच्या चाकाच्या खुर्चीत बसलेला असे किंवा त्याला उचलूनच एका जागेवरून दुसऱ्या जागी न्यावं लागे.

तरी देखील शाळेतल्या शर्यतीत वेस्ली सहभागी होई. त्याचे पाय त्याला साथ देऊ शकत नसत, पण बाकीच्यांनी त्याची साथ सोडली नाही. एका वर्षी त्याच्या आईने त्याला चाकाच्या खुर्चीत बसवून तीच ढकलून शर्यतीत भाग घेण्याचा आनंद प्राप्त करून दिला तर दुसऱ्या वर्षी एका वर्गमित्राचे वडील वेस्लीला खांद्यावर घेऊन शर्यतीत धावले. कोणी त्याला दुर्लक्षित वाटू दिलं नाही.

वेस्ली ११ वर्षांचा होईपर्यंत सगळ्या प्रकारच्या शस्त्रक्रिया, इतर उपचार पद्धतींचा प्रयोग सगळं करून झालं. एव्हाना मेंदूवरच्या त्या भल्यामोठ्या गाठीने त्याच्या नाजूक शरीराचा ताबाच घेऊन टाकला होता. ९ मार्चच्या दिवशी त्याच्या वर्गशिक्षिकेने कोर्टला समजावून सांगितलं की त्याच्या जिवश्चकंठश्च मित्राला कायमचा निरोप द्यायची वेळ आली होती. आता वेस्ली घरीच राहू लागला. त्याची शाळा बंद झाली. तो आता जास्त काळ टिकणार नाही हे स्पष्ट दिसत होतं.

इकडे कोर्टच्या ११ व्या वाढदिवसापर्यंत त्याच्या वाढीत आश्चर्यकारक प्रगती होताना दिसायला लागली होती. त्यामानाने शिक्षणात प्रगती नव्हती. धावायच्या शर्यतीत भाग घ्यायला तर कोर्टला कधीच विशेष आवडलं नव्हतं, पण ज्या दिवशी त्याला वर्गशिक्षिकेने वेस्लीचा मृत्यू समीप येण्याबद्दल सांगितलं होतं व त्याची समजूत घातली होती त्या दिवशी मात्र धावण्याच्या शर्यतीत कोर्टने आवडीने भाग घेतला. खरं म्हणजे त्या दिवशी तो सर्दी व दम्याने खूप हैराण झाला होता. तरी

देखील शाळेत जाण्यासाठी त्याने माझ्याजवळ हट्ट धरला होता. मी त्याला घरी आणण्यासाठी दुपारी शाळेत गेले. तो हातात सर्टिफिकेट व पहिल्या नंबरची चमचम करणारी रंगीत रिबिन घेऊन उभा होता. त्याच्या सर्टिफिकेटवर लिहिलं होतं. ''पाचवीच्या वर्गाच्या धावण्याच्या शर्यतीमधलं पहिलं बक्षिस कोर्टला त्याच्या मित्राच्या म्हणजे वेस्लीच्या समर्पणाप्रीत्यर्थ देण्यात येत आहे.''

कोर्ट तसा पुढाकार घेऊन आपणहून काही न करणारा मुलगा त्यादिवशी रात्रीच वेस्लीला भेटायला जाण्यासाठी आग्रह धरून बसला. वेस्लीच्या आईने त्याच्या औषधाच्या दोन वेळांच्या मधला वेळ खास आमच्यासाठी म्हणून राखून ठेवला. वेस्लीला त्यांच्या दिवाणखान्यातच ठेवलं होतं. दिव्याचा मंद प्रकाश त्याच्या कृश शरीरावर पडला होता. रेडिओवर मंद आवाजात संगीत चालू होतं. वेस्ली काहीच हालचाल करू शकत नव्हता. त्याच्याजवळ बसलेल्या व्यक्तीचं एखादं बोट तो मधूनच किंचित दाबत होता. मोठ्या कष्टाने एकच डोळा उघडून बघायचा प्रयत्न करत होता.

वर्गशिक्षिकेने वेस्लीला थोडं जागं करायचा प्रयत्न करून त्याला सांगितलं की कोर्ट त्याच्याजवळ बसलेला आहे. कोर्टने वेस्लीचा हात आपल्या हातात घेतला व दुसऱ्या हाताने त्याच्यासमोर ते सर्टिफिकेट धरलं. कोर्टला सांगावंसं वाटत होतं की शर्यतीत वेस्ली गैरहजर असल्याने केवळ त्याच्यासाठी म्हणून कोर्टने भाग घेऊन पहिला नंबर मिळवला होता. वेस्लीने हळूच कोर्टचं बोट जरासं दाबलं व त्याच्याकडे अशा नजरेने पाहिलं की ती नजरेची भाषा फक्त त्या दोघांनाच समजू शकली. कोर्टने वाकून वेस्लीचा मुका घेतला व त्याच्या कानात कुजबुजला ''गुडबाय, वेस्ली, माझ्या जिवलग दोस्ता काळजी करू नको. सगळं ठीक होईल.''

वेस्ली त्याच्या ११ व्या वाढदिवसापर्यंत जिवंत होता आणि मग जून महिन्यात त्याचं निधन झालं. वेस्लीच्या स्मृतिप्रीत्यर्थ जो कार्यक्रम झाला तेव्हा कोणीतरी कोर्टला विचारलं की तुला कसं वाटतंय तेव्हा तो म्हणाला की त्याने त्याच्या लाडक्या मित्राचा आधीच अखेरचा निरोप घेतला होता व त्याला खात्री होती की वेस्ली आता नक्की 'ठीक' झाला असेल.

वेस्लीच्या मृत्यूनंतर त्यांची मैत्री संपली असं मला वाटलं होतं, पण ते चूक होतं. वेस्लीच्या मृत्यूनंतर बरोबर एक वर्षाने कोर्ट मेंदूदाहाने विलक्षण आजारी झाला होता. हॉस्पिटलच्या अतिदक्षता विभागाच्या एका खोलीत त्याला ठेवलं होतं. एकदा तो मला घट्ट बिलगला. आम्ही दोघंही खूप घाबरलो होतो. कोर्टला कडाक्याची थंडी भरली होती व तो लटलट कापत होता. परंतु एकाएकी आम्हाला दोघांना ऊब वाटू लागली व मनाला एकप्रकारची शांती मिळतेय असं वाटू लागलं. अशी शांती की जिचं मी वर्णनच करू शकत नाहीये. कोर्टचं थरथरणं कमी झालं, त्याचं शरीर थोडं

स्थिरावलं. खोलीतून डॉक्टर व नर्स बाहेर पडल्यावर मी व कोर्ट एकमेकांकडे टक लावून बघत होतो. एव्हाना कोर्ट पूर्णपणे शांत झाला होता. तो मला म्हणाला, ''आई, वेस्ली आता थोड्या क्षणांपूर्वी इथेच होता. मला तो म्हणाला, ''काळजी करू नकोस, सगळं ठीक होईल.''

मला मनापासून खात्री आहे की काही प्रकारची अलौकिक मैत्री अतूटच राहते. ती कधीच तुटू शकत नाही.

■

जेनिस हंट
'Don't Worry, it'll be Alright'

# सदैव आशावादी

नशिबाने आम्हाला तीन छान मुलगे होते. प्रत्येकाने आपापल्या परीने आमच्या आयुष्यात खूप आनंद निर्माण केला, पण आमचा मधला मुलगा, बिली, त्याची गोष्टच न्यारी! त्याला सगळे 'सदैव आशावादी' मुलगा म्हणूनच ओळखतात. त्याच्या स्वभावाचा हा पैलू आम्हा दोघांकडून आला असावा असं म्हणायला मला खूप आवडलं असतं, पण खरं म्हणजे हा त्याचा जन्मजातच गुण आहे. आता हेच उदाहरण बघा नं, पहिल्यापासून त्याला लवकर उठायची सवय आहे त्यामुळे सकाळी ५.३० लाच जाग आली की आमच्या खोलीत येऊन तो आमच्या पांघरुणात शिरून पहुडत असे. रागावून त्याला चुप बसायला आम्ही सांगत असू किंवा झोपून जा म्हणून आग्रह धरत असू. उताणा झोपून मग तो हलक्या आवाजात बडबड सुरू करे. "येणारी सकाळ कशी छान, मस्त, प्रसन्न असणार कारण पक्ष्यांचं गाणं मला ऐकू येतंय."

"आमच्याशी बोलू नकोस बरं, झोपू दे आम्हाला" असं म्हटलं की तो म्हणायचा "मी कुठे तुमच्याशी बोलतोय, मी तर माझ्याशीच बोलतोय!"

नर्सरी शाळेत असताना त्याला एकदा वाघाचं चित्र काढायला सांगितलं. बिलीचा आशावाद प्रचंड आहे पण त्या मानाने चित्रकला बेताचीच. वाघाचं चित्र त्याने काढलं होतं. पण कसं? तर वाघाचं डोक वेडवाकडं, त्याचा एक डोळा पूर्ण बंद. जेव्हा बाईंनी विचारलं की वाघाचा एक डोळा बंद का आहे तर या पठ्ठ्याने काय म्हणावं, "कारण तो म्हणतोय – ए मुला, बघ मी तुझ्याकडे कसा बघतोय!"

तो पाच वर्षांचा असतानाची गंमत– एकदा टीव्हीवरच्या एका कार्यक्रमातला माणूस टक्कल पडलेला आहे की नाही ह्यावर बिलीची त्याच्या मोठ्या भावाशी वादावादी चालू होती. बिलीचं म्हणणं "तो अजिबात टकलू नाहीये. तो आपल्या बाबांसारखा आहे. बाबा आपल्यासमोर उभे असतात तेव्हाच फक्त ते टक्कल पडलेले दिसतात. पण एकदा का आपल्या समोरून निघून गेले की मग त्यांच्या डोक्यावर भरपूर केस असतात."

अशा अनेक आठवणी मनात दाटून येताना एका घटनेवर मन स्तब्ध होतं. ही घटना म्हणजे बिलीच्या आशावादी स्वभावाचा कळसच म्हणायची. आमचा धाकटा

(तिसरा) मुलगा, टॅनर एका असाध्य रोगाने अचानकच पछाडला गेला. रोग इतका टोकाला पोहोचला होता की मंगळवारी निदान झालं व लगेचच्या रविवारी त्याचं निधन झालं. बिली तेव्हा फक्त सात वर्षांचा होता. टॅनरचा दफनविधी आटोपून घरी आल्यावर रात्री मी बिलीला झोपवत होते. त्याच्याजवळ आडवं होऊन त्याला थोपटता थोपटता दिवसभर काय काय झालं ह्यावर मला त्याच्याशी बोलायची रोजची सवय, पण त्या रात्री आम्ही अंधारात चुपचाप पडून होतो. काही बोलावंसं वाटत नव्हतं. अंधारातच अचानक बिली बोलू लागला.

तो म्हणाला, ''मला आपल्या सगळ्यांसाठी खूप वाईट वाटतंय, पण जास्त वाईट वाटतंय त्या लोकांसाठी'' तो कोणत्या लोकांबद्दल बोलत होता असं मी त्याला विचारल्यावर त्याने स्पष्टीकरण दिलं.

''आपल्या टॅनरला जी लोकं कधीच भेटली नाहीत त्या लोकांबद्दल म्हणतोय मी. वीस महिने आपल्याला टॅनरचा सहवास लाभला हे आपलं सुदैव. तुला नाही असं वाटत? थोडा विचार कर आई, असे कितीतरी लोकं होते की ज्यांना टॅनरला भेटायची किंवा त्याची ओळख होण्याची संधी देखील लाभली नाही. मग आपण त्यांच्यापेक्षा कितीतरी पटीने नशीबवान! हो नं?''

■

बेथ डाल्टन
'The Eternal Optimist'

# माझी आठवण जागृत ठेवा

एक दिवस असा उजाडेल की माझं शरीर हॉस्पिटलच्या खोलीतल्या कॉटवरच्या गादीत एका पांढऱ्याशुभ्र चादरीवर ठेवलेलं असेल, हॉस्पिटलमधे जिवंत व मृत्यूसमीप येणाऱ्या रोग्यांची गजबज असेल. एका अशा क्षणी डॉक्टर सांगतील की माझा मेंदू पूर्णपणे निकामी झालाय व जिवंतपणाच्या सर्व क्रिया-प्रक्रिया बंद पडल्या आहेत.

असं जेव्हा घडेल तेव्हा कृपाकरून माझं शरीर कृत्रिमरित्या मशीनच्या साहाय्याने जिवंत ठेवण्याचा प्रयत्न करू नका. माझ्या गादीला मृत्यूशय्या असं न संबोधता 'जीवनशय्या' म्हणा. तिथून माझं शरीर दूर नेऊन त्यातला प्रत्येक भाग, अवयव इतरांचा जीव वाचवण्याच्या कामी येऊ द्यात.

माझे डोळे अशा एखाद्या अभागी व्यक्तीला दान करा जिने आयुष्यात आजवर कधी सूर्य उगवताना पाहिलेला नाही की लहान बाळाचा चेहरा निरखला नाही किंवा आपल्या पत्नीच्या डोळ्यांतले प्रेमळ भाव कधी बघितलेच नाहीत. माझं हृदय अशा व्यक्तीला अर्पण करा जिच्या कमकुवत हृदयाने तिला आत्तापर्यंत केवळ वेदनाच झाल्या आहेत. अपघातग्रस्त गाडीतून बाहेर काढलेल्या एखाद्या जखमी तरुणाला माझं रक्त द्या. त्यामुळे वाचून तो पुढे त्याची नातवंड-पतवंड बघेपर्यंत दीर्घायुष्य जगेल. माझं मूत्रपिंड (किडनी) अशा रुग्णाला बसवा ज्याच्या दोन्ही किडन्या निकामी होऊन बिचारा दर आठवड्याला मशीनच्या साहाय्याने उपचार (डायलेसिस) करून घेऊन जगत आहे, माझ्या शरीरातलं प्रत्येक हाड, नस, स्नायू काढून एखाद्या अपंग मुलाच्या शरीरात बसवा जेणेकरून तो चालू शकेल.

माझ्या मेंदूचा कोपरान्‌कोपरा शोधून काही जिवंत जीवपेशी मिळाल्यास त्या काढून घेऊन त्यांची वाढ करा. त्यांचं रोपण करून एखादा मुका मुलगा बोलू शकेल. एखादी कर्णबधीर मुलगी खिडकीबाहेर पडणाऱ्या पावसाचं गाणं ऐकू शकेल.

माझ्या शरीराच्या उरल्या-सुरल्या निकामी भागांचं दहन करा. ती रक्षा सगळ्या आसमंतात सोडून द्या. कदाचित काही फुलझाडांच्या वाढीला हातभार लागेल.

तुम्हाला जर काही दफन करायचंच असेल तर माझे अवगुण, माझ्यांतली त्रुटी आणि इतरांबद्दल असलेली माझ्या मनातली चुकीची मतं या सर्वांना पुरून टाका!

माझी पापं नरकात जाऊ द्या व माझा आत्मा परमेश्वरात विलीन होऊ द्या.

जर, यदाकदाचित माझी आठवण जागृत ठेवण्यासाठी तुम्हाला इच्छा झालीच तर एखाद्या गरजवंताला मदत करण्याचं सत्कार्य करा. मी ज्या ज्या गोष्टींची इच्छा केली आहे त्या जर तुम्ही पूर्ण केल्या तर मी अमरच राहीन, हो नं?

∎

रॉबर्ट एन. टेस्ट
प्रेषक- केन नोवेल्स
'To Remember Me'

# काटा हातात धरून ठेव

फोनवरून पलीकडच्या बाजूने कानावर पडणारा मार्थाचा गोड आवाज ऐकल्यावर ब्रदर जिमच्या चेहऱ्यावर नेहमीच हास्य पसरत असे. चर्चच्या धार्मिक सभेमधली ती केवळ एक सर्वांत जुनी सदस्य नसून एक अतिशय निष्ठावान सेवक म्हणून प्रसिद्ध होती. आजूबाजूची मुलं तिला मार्टी मावशी म्हणूनच हाक मारत. तिथे जाईल तिथे ती श्रद्धा, निष्ठा, आशा व प्रेमाने सर्वांना आपलंसं करत असे.

पण आज मात्र फोनवरून ऐकू येणारा तिचा आवाज काही वेगळंच सूचित करत होता. "सर, आज घरी जाताना तुम्ही जरा माझ्या घरी याल का? मला जरा बोलायचंय तुमच्याशी."

"हो हो, अवश्य येईन. दुपारी ३ वाजता आलो तर चालेल?"

मार्थाच्या छोटेखानी दिवाणखान्याच्या शांत वातावरणात ते दोघं एकमेकांसमोर बसले तेव्हा जिमना कळलं की मघाशी मार्थाचा आवाज वेगळा का वाटत होता? मार्थाने त्यांना सांगितलं की इतके दिवस डॉक्टरांना ज्या गाठीचं निदान होऊ शकलं नव्हतं ती कॅन्सरची भली मोठी गाठ आता तिच्या शरीरात हाताला लागायला सुरुवात झाली होती.

"ते म्हणत आहेत की फार फार तर सहा महिने जगू शकेन मी."

मार्थाने गंभीर आवाजात सांगितलं, पण तिच्या चेहऱ्यावर थोडी देखील चलबिचल दिसली नाही.

"अरेरे, मला ऐकून फारच वाईट वाटतंय ग..." जिमचं वाक्य पूर्ण होण्याच्या आतच मार्था म्हणाली.

"नाही, कृपा करून दुःखी होऊ नका तुम्ही. देवानं मला चांगलं आयुष्य बहाल केलंय. मी पूर्णपणे जीवन जगलेय. मला आता जायला हवं व त्यासाठी माझ्या मनाची पूर्ण तयारी झाली आहे. तुम्हाला माहिती आहे हे."

"हो, हो, आहे मला कल्पना." जिमने होकारार्थी मान हलवून पुटपुट केली. "पण आता मला माझ्या अंत्यसंस्कारांविषयी, त्या विधीबद्दल जरा बोलायचंय तुमच्याशी. मी ह्यावर बराच विचार केलाय व अंत्यविधी कसा व्हावा याबद्दल मी माझ्या मनातल्या चार गोष्टी सांगते तुम्हाला."

मग बराच वेळ ते दोघं बोलत बसले. मार्थाच्या आवडत्या भजनांबद्दल, धार्मिक स्तोत्रांबद्दल, बायबलच्या ग्रंथातल्या उत्कृष्ट उताऱ्यांबद्दल ज्याच्यासाठी मार्थाला अतिशय आदर व भक्तिभाव वाटत असे. तसंच गेली पाच वर्षे सेंट्रल चर्चमधे एकत्र काम करत असतानाच्या चांगल्या आठवणींतही ते रमून गेले.

मार्थाच्या मते जवळजवळ सगळं बोलून झालं. एक क्षणभर थांबून मार्टी मावशी जिमकडे मिश्किलपणे बघत अजून काही सांगू लागली. "एक गोष्ट अजून सांगायचीच आहे बरं का. सर, माझं जेव्हा दफन केलं जाईल नं तेव्हा माझ्या एका हातात बायबलचं पुस्तक असावं व दुसऱ्या हातात काटा (जेवताना वापरतात तो) असावा."

"काय, काटा?" त्यांनी ऐकलेलं सगळं ठीक होतं पण हे शेवटचं ऐकून तेही बुचकळ्यात पडले. "दफन होताना हातात काटा ठेवायचं काय प्रयोजन?"

"त्याचं काय आहे सर, मागील अनेक वर्षांत चर्चमधे झालेल्या कित्येक मेजवान्या, जेवणावळी मला चांगल्या आठवतात अजून." ती म्हणाली, "एकूण किती वेळेला मी हजर होते हे जरी लक्षात नसलं तरी एक गोष्ट मात्र मनात पक्कं घर करून बसलीय."

"सगळ्यांबरोबर गंमत-जंमत, गप्पा, हास्य-विनोद करत जेवणं संपली की कोणीतरी येऊन उष्ट्या प्लेटस् उचलून नेत असत. मला अजूनही ते एक वाक्य

चांगलं आठवतंय. एखाद्या मोठ्या पार्टीमधे कोणीतरी अशावेळी माझ्या कानात कुजबुजत असे. 'प्लेट दे, पण तेवढा काटा मात्र हातात ठेव. तो देऊन टाकू नकोस.' म्हणजे त्याचा अर्थ असा असे की आता जेवणानंतर खायचा गोड पदार्थ (Sweet dish) यायचा आहे अजून.''

''गोड म्हणजे जेली, कस्टर्ड किंवा आईस्क्रीम नाही बरं का. कारण ते खाताना काट्याची गरज नसते. गोड म्हणजे मस्त, चविष्ट चॉकलेट केक किंवा चेरीचा पाय असं काहीतरी विशेष पक्वान्न! काटा हातात धरायला सांगितलाय म्हणजे आता काहीतरी छानपैकी गोड पदार्थ खायला मिळणार असं माझं समीकरणच तयार झालं होतं.''

''माझ्या अंत्यसंस्काराच्या वेळी लोकांनी असंच छान काहीतरी बोलावं अशी माझी इच्छा आहे. उदाहरणार्थ, आपण सगळ्यांनी मिळून एकत्र घालवलेल्या काळाबद्दलच्या चांगल्या आठवणी. किती छान वाटेल नाही?''

''माझ्या शवपेटीपाशी उभं राहून ते माझं अंत्यदर्शन घेतील तेव्हा त्यांनी आश्चर्याने एकमेकांना विचारलं पाहिजे की, ''अरे, काटा का ठेवलाय मार्टीच्या हातात?'' अशी माझी इच्छा आहे.''

''एवढंच माझं अखेरचं सांगणं आहे. तुम्ही त्यांना मग असं स्पष्टीकरण द्यावं की मृत्यूनंतरही चांगला काळ यायचा आहे या आशेने किंवा तशी खात्रीच वाटते म्हणून मार्थाने हातात काटा धरला आहे. काटा म्हणजे चांगल्या, उत्तम भविष्याचं द्योतक आहे तिचं!''

■

रॉजर विल्यम थॉमस

'Keep Your Fork'

# स्वर्गात नसतात चाकाच्या खुर्च्या

माझे आजोबा बौद्ध धर्मगुरू होते. त्यांच्या मृत्यूपूर्वी ते संपूर्ण जगातले सर्वांत वरच्या स्थानावरचे (अग्रक्रमांकाचे) कॉकेशियन धर्मगुरू होते. पण त्यांच्या केवळ या भौतिक स्थानामुळे त्यांना सगळे ओळखत, असं नसून त्यांच्या शरीरातून उत्पन्न होणाऱ्या अद्‌भुत अशा दिव्यशक्तीच्या प्रभावामुळे सगळे दिपून जात. आजोबांचे गहिऱ्या हिरव्या रंगाचे डोळे त्या दिव्यशक्तीमुळे अतिशय तेजस्वी दिसत. स्वभावाने अतिशय शांत असूनही गर्दीत ते एकदम नजरेत भरत. त्यांचं मौनच खूप काही सांगून जात असे.

त्यांची पत्नी म्हणजे माझी आजी मात्र कट्टर रोमन कॅथॉलिक पंथाची पुरस्कर्ती होती. अतिशय बुद्धिमान व उत्साही अशी ही आजी नेहमीच काळाच्या पुढे चालत असे. मी तिला 'गॅगी' असं संबोधत असे कारण बालपणी माझ्या तोंडून बाहेर पहिला शब्द 'गागा' असा होता व तेव्हापासून तिला वाटायचं की मी तिलाच हाक मारते म्हणून तर 'गागा'चं शेवटी 'गॅगी' झालं व तेच नाव तिला कायमचं चिकटलं.

गॅगीचं सारं आयुष्य पतीच्या भोवतालीच फिरे. स्वत: नोकरी करून, पैसे कमावून तिने लग्नानंतर तब्बल पन्नास वर्षं पाच मुलांसह संसार चालवला. त्यामुळे आजोबा त्यांच्या धार्मिक कार्याला पूर्ण वेळ देऊ शकले. गरजवंतांना मदत करू शकले. त्यांच्या मंदिराला भेट द्यायला देशविदेशातून मोठमोठे लोक येत तेव्हा त्यांच्या आगत-स्वागतात, पाहुणचारात ते गुंतलेले असत. खूपखूप गवगवा होता त्यांचा सगळीकडे. परंतु आजोबांच्या मृत्यूनंतर मात्र गॅगीच्या आयुष्यातला आनंदच नाहीसा झाला. त्यांच्याविना तिचं जीवन इतकं अंध:कारमय झालं की शेवटी तिला नैराश्याचा तीव्र झटका आला. आजूबाजूच्या जगापासून अलिप्त होऊन ती स्वत:तच हरवून गेली. ती सतत शोकाकूल असे.

त्या काळात कटाक्षाने आठवड्यातून एकदा तरी मी तिला भेटायला जात असे. तिची काळजी करणारं कोणीतरी आहे. मी आहे, हे तिला कळावं हा माझा उद्देश असे.

दु:खावर काळच रामबाण उपाय असतो हे खरं ठरलं. हळूहळू का होईना तिच्या मनावरच्या जखमा भरून येऊ लागल्या.

काही वर्षांनी एक दिवस मी तिला भेटायला गेले तेव्हा ती नेहमीप्रमाणे चाकाच्या खुर्चीवर बसलेली होती पण खूप आनंदी दिसत होती. तिच्या डोळ्यांत जिवंतपणाची चमक दिसत होती. तिच्यात झालेला अनपेक्षित बदल बघूनही मी काहीच प्रतिक्रिया देत नाही हे बघून तिने मला प्रश्न केला.

"मी एवढ्या खुषीत का आहे हे जाणून घ्यायची देखील इच्छा नाहीये का तुला? साधी थोडी उत्सुकता पण वाटत नाहीये का?"

"अगं हो गॅगी", मी घाईघाईत सारवासारवी करत म्हणाले, "सांग बरं, मला तुझ्या या खुषीचं कारण. काय जादू झाली की तुझ्यात एवढा आमूलाग्र बदल झालेला दिसतोय?"

"ह्याचं उत्तर काल रात्री मिळालंय मला. उशिरा का होईना पण रात्री मला कळलं की देवाने तुझ्या आजोबांना तर नेलं पण मला का मागे ठेवलं ते." तिने स्पष्टीकरण दिलं.

"का गं गॅगी?" मी प्रश्न केला.

एखादं मोठं गुपित सांगावं अशा थाटात ती चाकाच्या खुर्चीवरून माझ्याजवळ थोडी वाकली व हलक्या आवाजात मला विश्वासात घेऊन बोलू लागली. "तुझ्या आजोबांना उत्तमपणे जगावं कसं ह्याचा मंत्र माहिती होता व ते प्रत्येक दिवस तसंच जगले. त्यांच्या प्रत्येक कृतीतून प्रेमाचा साक्षात्कार होई, पण त्या प्रेमाच्या परतफेडीची त्यांनी कधीच अपेक्षा केली नाही. इतकं पुण्य कमावलं त्यांनी आयुष्यात की त्यामुळेच की काय पण माझ्याआधी त्यांना या इहलोकाचा निरोप घेता आला व मी मात्र मागे राहिले बघ." थोडा विचार करत क्षणभर थांबून ती पुढे बोलू लागली.

"त्यांच्याविना जगणं म्हणजे मला शिक्षा वाटे पण आता तेच जगणं म्हणजे देवाने दिलेलं एक दानच वाटतंय मला. मी पण माझ्या उरल्या सुरल्या आयुष्यात प्रेमाचा संदेश दूरदूरवर पसरवावा म्हणूनच देवाने मला त्यांच्यापेक्षा जास्त आयुष्य देऊन या भूतलावर ठेवलं आहे अजून. आता हेच बघ नं रात्री मला साक्षात्कार झाला की, आकाशाकडे बोट दाखवत ती बोलू लागली, 'तिथे गेल्यावर नाही तुम्हाला प्रेमाचे धडे घेता येत. जे काही चांगलं वागायचंय ते सगळं इथेच. इथे असेपर्यंतच! एकदा का जगाचा निरोप घेतला की मग सगळा उशीरच झाला आणि वेळ निघून गेली असंच समज.' कळलं का तुला? आतातरी मी माझ्यात सकारात्मक बदल करून सर्वांवर प्रेमाची पखरण करण्याचे धडे घ्यावेत याच हेतूने परमेश्वराने मला ही आयुष्याची पुढची वर्षे बहाल केली आहेत."

त्या दिवसापासून गॅगीला जाऊन भेटण्यात मला एक आगळाच आनंद मिळू लागला. तिच्या माझ्यातली गुपिते व दरवेळेला होणारा तिच्यातला आश्चर्यकारक बदल ह्याचं मिश्रण मोठं छान वाटे. तिची तब्येत तशी खालावायलाच लागली होती

पण मनाने ती खूप आनंदी वाटे. अखेर तिला जगण्याचा अर्थ समजला होता व एक उद्दिष्ट समोर ठेवून ती नव्याने जगू लागली होती.

एकदा अशीच मी तिला बघायला गेले होते तर तिच्या चाकाच्या खुर्चीच्या हातावर मुठी आपटून आनंदातिशयाने ती मला म्हणाली, "तुला कल्पना सुद्धा येणार नाही आज सकाळी काय झालं याची."

"नाही येत मला काही कल्पना" असं मी म्हटल्यावर ती उत्साहाने सांगू लागली, "तर त्याचं काय झालं, आज सकाळी तुझे काका माझ्यावर चिडले, कारण मी जरा वेड्यासारखं वागले. पण मी त्यांच्या रागवण्याला मुळीच घाबरले नाही. उलट मी शांतपणे त्यांची बोलणी खाल्ली. नंतर त्यांच्या रागाला मी माझ्या प्रेमाच्या आवरणात गुंडाळून मोठ्या आनंदाने त्यांचा त्यांना परत केला!" डोळे मिचकावत पुढे ती म्हणाली, "म्हणजे तो एक मजेदारच प्रकार झाला. माझा असा प्रतिसाद बघून त्याचाही राग चक्क पळून गेला."

दिवसा मागून दिवस जात होते आणि तिला वरचेवर भेटण्याचे योग जुळून आले. प्रत्येक वेळी गॅगी प्रेम करण्याच्या, वाटण्याच्या, व्यक्त करण्याच्या अनेक वेगवेगळ्या क्लृप्त्या शिकतच होती आणि दुसरीकडे तिचं वयही व्हायला लागलं होतं व वयापरत्वे येणारे आजार, दुखणी डोकं वर काढू लागले होते. प्रत्येक भेटीत ती तिच्या नव्या नव्या गोष्टी, अनुभव सांगून माझं मनोरंजन करत असे. जिद्दीने तिने आपल्या जन्मजात सवयी, खोडी मोडल्या व स्वतःचं जणू ती सतत नूतनीकरण करत राहिली. प्रामाणिकपणे ती स्वतःला बदलायचा प्रयत्न करून एक नवीन उत्साहवर्धक व्यक्तिमत्व बनवू बघत होती.

काही वर्षांनी तिची तब्येत ढासळू लागली. हॉस्पिटलच्या चकरा वाढू लागल्या. अखेर जेव्हा ती ९७ वर्षांची झाली त्या वर्षी 'थँक्स गिव्हिंग'च्या खास दिवसानंतर तिला परत हॉस्पिटलमधे दाखल करावं लागलं. मला ही बातमी कळल्यावर मी घाईने हॉस्पिटलमधे आले व सरकत्या जिन्याने चवथ्या मजल्यावर येऊन नर्सेसच्या केंद्रावर जाऊन "हंट बाईंना कोणत्या खोलीत ठेवलंय?" असं विचारलं.

ड्युटीवरची नर्स कामातून डोकं वर करून, चष्मा काढत मला म्हणाली, "तू त्यांची नात असणार नक्कीच, हो नं? त्या तुझीच वाट बघताहेत आणि तू केव्हा येतेस ह्याकडे आम्हाला लक्ष ठेवायला सांगितलंय." आपल्या खुर्चीवरून उठून ती माझ्याजवळ येत म्हणाली, "चल, मीच घेऊन चलते तुला त्यांच्याकडे." आम्ही जेव्हा व्हरांड्यातून जात होतो तेव्हा ती नर्स वाटेतच थांबली. माझ्याकडे डोळे भरून बघत म्हणाली, "तुझी आजी एक फारच खास व्यक्ती आहे बरं का! किती तेजस्वी आहे ती. प्रत्येक नर्स तुझ्या आजीच्या खोलीची ड्युटी मागून घेते मुद्दाम. तिची सेवा करण्यात प्रत्येकीला खूप आनंद मिळतो. काहीतरी विशेष आकर्षण आहे तुझ्या

आजीमधे.'' आपण फारच बोललो असं वाटून ती जरा गोरीमोरी झाली. ''पण तुला हे माहितीच आहे की, मी कशाला सांगायला हवं नाही का?''

''अर्थात आहेच माझी आजी एकदम स्पेशल.'' मी म्हटलं. त्याच वेळी माझा आतला आवाज मला सांगत होता. ''गॅगीने आपलं ध्येय साध्य केलंय. ती जायची वेळ आली आहे आता.''

ख्रिसमस होऊन दोन दिवस झाले होते. गॅगीजवळ काही तास बसून मी घरी येऊन संध्याकाळच्या वेळेत जरा आराम करत होते. तर परत माझा आतला आवाज मला ऐकू आला. ''ऊठ, आधी ऊठ, पटकन् हॉस्पिटलमधे जा. उगाचच उशीर करू नकोस की चालढकल करू नकोस. आता या क्षणी धाव हॉस्पिटलमधे!''

मी लगेच जीन्स-टी शर्ट अंगावर चढवला व गाडीने भरधाव हॉस्पिटलमधे पोहोचले. गाडी लावून मी अक्षरश: धावत सरकत्या जिन्यापर्यंत पोहोचून चवथ्या मजल्यावर पोहोचले. तिथून तडक खोलीपाशी येऊन दारातून डोकावून बघते तर माझी आत्या गॅगीचं डोकं तिच्या हातात घेऊन बसली होती. डबडबलेल्या डोळ्यांनी ती माझ्याकडे बघत विव्हळून म्हणाली, ''ट्रिन, गेली ग ही आपल्याला सोडून. फक्त पाचच मिनिटांपूर्वी गेली. तूच पहिली येऊन पोहोचली आहेस.''

गॅगीच्या कॉटजवळ येताना मला गरगरायला लागलं. प्रार्थना करण्याऐवजी माझा हात तिच्या हृदयापाशी गेला खात्री करून घ्यायला. हृदयस्पंदन पूर्णपणे थांबलेलं होतं. गॅगीने खरंच इहलोकाची यात्रा संपवली होती. अजूनही थोडीशी ऊब असलेला तिचा हात मी हातात घेतला. तिच्या सुरेख देहाकडे मी टक लावून बघत होते. ज्या देहात थोड्या वेळापूर्वी एक असा आत्मा होता ज्याची मी भक्तिभावाने पूजा करत असे. मी लहान असताना गॅगीने मला बरीच वर्षं वाढवलं होतं. माझं पालन-पोषण केलं होतं. माझे आईवडील तेव्हा अगदी तरुण होते व खर्चाचा ताळमेळ जमवता जमवता त्यांच्या नाकीनऊ येत असे, तेव्हा माझ्या कपड्यालत्त्याचा, शिक्षणाचा खर्च गॅगीच करत असे. माझी लाडकी आजी गेली ह्यावर माझा विश्वासच बसत नव्हता.

त्या रात्री खोलीत मी अनेकवेळा तिच्या मृतदेहाला स्पर्श करत होते. एक प्रचंड पोकळी मला जाणवत होती. मला वारंवार भरून येत होतं. आयुष्यात प्रथमच एक विचित्र अवस्था मी अनुभवत होते. तेच तिचे हात, तिचे पाय माझ्या ओळखीचे मला समोर दिसत होते पण मग ती कुठे गेली होती? तिचं ते मृत शरीर म्हणजे एक रिकामी पोकळी होती. पण मग तिचं काय झालं? असे अनेक प्रश्न मला भंडावू लागले व त्यांचं उत्तर शोधण्यासाठी मी गहन विचारात बुडून गेले. थोड्या क्षणांपूर्वी ज्या देहात जीव होता, आत्मा होता आणि अचानक कुठे गायब झाला तो? जगातली कोणतीही शक्ती त्याला शोधून परत त्या शरीरात घालू शकणार नव्हती. त्या देहाची

हालचाल परत सुरू करू शकणार नव्हती. कुठे गेली माझी गॅगी? कुठे गेली?

अचानक एक प्रकाशाचा झोत मला खोलीत दिसला. मी त्या झोतात बघितलं तर वर छताशी मला आजी दिसली. गादीवरच्या तिच्या मृत शरीरावर ती गोल गोल फिरत होती. तिची चाकाची खुर्ची तर गायब झालेली होती व त्या झोतात ती जणू काही नृत्यच करत होती.

"ट्रिन, अगं मी गेले नाही, इथेच आहे बघ" ती आनंदाने म्हणाली. "माझा देह मी सोडला आहे पण माझा आत्मा– तो तर इथेच घुटमळतोय. बघ, बघ! माझ्या पायात शक्ती आली आहे परत. अगदी पूर्वीसारखी! तुला माहिती आहे नं तिकडे स्वर्गात चाकाच्या खुर्च्या नसतात. आता मी तुझ्या आजोबांच्या जवळ आहे. त्यामुळे माझ्या आनंदाला उधाण आलंय. खाली वाकून माझा मृतदेह परत एकदा नीट बघ म्हणजे तुला आयुष्याचं गुपित उलगडेल. इहलोकाचा निरोप घेताना इथली एकही गोष्ट बरोबर नेता येत नाही. मी माझं शरीर नाही घेऊन जाऊ शकले, ना आयुष्यभर जोडलेला पैसा-अडका, ना इतर काही वस्तू ज्यांचा मी वर्षानुवर्ष आवडीने संग्रह करत राहिले. माझी सगळ्यांत मौल्यवान वस्तू– तुझ्या आजोबांनी लग्नात दिलेली अंगठी ती देखील मागेच राहिली. कशी पूर्ण रिक्त हाताने आलेय मी इथे बघ!"

तो प्रकाशाचा झोत जास्तच तेजोमय होऊ लागला होता. गॅगी पुढे बोलू लागली, "ट्रिन, आता तुला अनेक लोक भेटतील, सांत्वनाला येतील. तेव्हा त्यांना हे जीवनाचं सत्य तू समजावून सांग. त्यांना म्हणावं बरोबर काय नेता येतं तर ते फक्त प्रेम, जे आयुष्यभर तुम्ही सर्वांवर केलंत. आयुष्याचं रहस्य दडलंय घेण्यापेक्षा देण्यातच!" असं ती बोलत असताना तो अद्‌भुत प्रकाशझोत माझ्या आजीच्या आत्म्यासह नाहीसा झाला. आसमंतात विरून गेला.

ही घटना घडून आता खूप वर्ष उलटून गेली आहेत. पण त्या दिवशी तिच्या कॉटजवळ बसून मी जे काही अनुभवलं ते आजही माझ्या मनात तसंच्या तसं ताजं आहे, ती आठवण कोरून माझ्या मनात घर करून बसली आहे. तिचं स्थान माझ्या मनातून कोणीही हलवू शकणार नाही. तिने उलगडून दाखवलेलं जीवनाचं रहस्य मी रोज आचरणात आणायचा प्रयत्न करून स्वत:मधे बदल घडवायचा प्रयास करत असते. गॅगीने मला भरभरून प्रेम दिलं, माया दिली. अनेक भेटवस्तू, भारीभारी गोष्टी दिल्या पण जाताजाता जो अखेरचा नजराणा देऊन गेली त्यामुळे तिने माझ्या जीवनात, विचारात, आचरणात आमूलाग्र बदल घडवलाय हेच खरं!

■

डी. त्रिनिनाद हंट

'There Are No Wheelchairs in Heaven'

# ५

# दूरदृष्टी

"गोष्टी बदलत नसतात. बदलतो तो
त्यांच्याकडे बघण्याचा तुमचा दृष्टिकोन'
कॅरलोस कॅस्टानेडा

# नाताळचा सण

चर्चचे अधिकारी नाताळ नंतरच्या पहिल्या प्रार्थनेला येण्यापूर्वी चर्चमधे सगळीकडे नजर टाकून प्रत्येक गोष्ट व्यवस्थित आहे ह्याची खात्री करून घेत होते. तसंच सगळीकडे झाडलोट होऊन आवार स्वच्छ झालंय नं हे तपासून बघत होते. मध्यरात्रीच्या प्रार्थनेच्या वेळी जमलेल्या लोकांच्या हरवलेल्या गोष्टी उदा. प्रार्थनेची पुस्तकं, पैशाची पाकिटं, हातमोजे इ.इ. सर्व एकत्र करून त्या गोष्टी धर्मोपदेशकांच्या ऑफिसमधे जमा केल्या गेल्या आहेत हे देखील त्यांनी जातीने बघून खात्री केली.

सकाळचे पाच वाजायला थोडा अवधी होता. बाहेर अजूनही अंधार होता व चर्चमधल्या मेणबत्तीच्या पिवळसर उजेडात ते वयस्क पाद्री हळूहळू हिंडत होते. मेणबत्तीच्या लवलवत्या ज्योतीमुळे चर्चच्या दगडी भिंतीवर व कमानींवर चित्रविचित्र सावल्या हलत होत्या. तर कधी वरच्या खिडकीच्या रंगीत काचेवर उजेड पडताच विविध रंगात अजूनच भर पडत होती. त्या नि:स्तब्ध थंड शांततेत पाद्रीसाहेबांच्या पायांचा काय तो आवाज येत होता.

पुढे जाण्यापूर्वी वाटेत ते नाताळच्या देखाव्यापाशी थबकले व तिथे जरा प्रार्थना करायचा त्यांच्या मनात विचार आला. तो नाताळचा देखावा किती हुबेहूब बनवला होता. आकाश व त्यात चमचमणाऱ्या ताऱ्यांच्या आधाराने गोठ्यात परतलेले गुराखी, त्यांच्या चेहऱ्यावरचे मोहक हावभाव, गोठ्यात विसावलेली गाईगुरं व मध्यभागी येशूचं कुटुंब, त्यातील प्रत्येकजण धान्य कोठाराकडे उत्सुकतेने बघत असणारा.

देखावा न्याहाळताना पाद्र्यांच्या कपाळावर अचानक आठी उमटली. ते पुढे वाकून नीट निरखून बघू लागले. देखाव्यातील धान्याचं कोठार पूर्ण रिकामं होतं. तिथे ठेवलेली छोटी बाहुली (बाळ येशूचं प्रतीक) गायब झाली होती.

घाईघाईने पाद्री साहेब इकडे तिकडे शोधू लागले. त्यांनी चर्चमधे काम करणाऱ्या इतर सर्वांना तिथे बोलावून विचारलं, पण कोणीच काही सांगू शकलं नाही. बराच वेळ त्यावर गहन चर्चा झाली. शेवटी निराश होऊन माना हलवून ते एकमेकांकडे दु:खी नजरेने बघू लागले. जे होणं शक्य नाही असं इतका वेळ गृहीत धरलं होतं, त्या कटू सत्याचा शेवटी त्यांनी स्वीकार केला. बाळ येशूची मूर्ती हरवली

नव्हती की इकडे तिकडे ठेवली गेली नव्हती तर ती खरंच चोरीला गेली होती. होऊ नये ते झालं होतं.

सकाळी पहिल्या प्रार्थनेला जमलेल्या चर्चच्या सर्व अधिकाऱ्यांना त्यांनी त्या गंभीर परिस्थितीची, अक्षम्य गुन्ह्याची सविस्तर माहिती दिली. वर चढलेल्या परंतु कंपायमान आवाजात त्यांनी त्या भयानक, किळसवाण्या कृत्याची हकिकत सांगितली. देवस्थान भ्रष्ट करण्याचं नीच कर्म कोणी केलं असावं, असं म्हणत त्यांनी करड्या नजरेने जमलेल्या लोकांकडे पाहिलं. प्रत्येकाच्या मनात काय खळबळ चालली असावी ह्याचा ते अंदाज घेत होते. "कसंही करून बाळ येशूची मूर्ती नाताळ सणाची समाप्ती होण्यापूर्वी परत केली गेलीच पाहिजे.'' एवढं बोलून शांतपणे धीम्या पावलांनी ते तिथून गेले.

दिवसभर प्रत्येक प्रार्थनेच्या वेळी ते परत परत सर्वांना निक्षून बजावत होते, पण काहीच घडत नव्हतं. तो रम्य देखावा बाळ येशूविना रिकामा, ओकाबोका, भकास दिसत होता. संध्याकाळी निस्तेज चेहऱ्याचे पाद्री जड मनाने एकाग्रता साधण्यासाठी चर्चच्या बाहेरच्या रस्त्यावर चकरा मारू लागले.

चकरा मारत असताना त्यांना समोर एक छोटासा मुलगा दिसला. त्याच गावातला पाच-सहा वर्षांचा जॉनी मुलान्ये होता तो. एवढ्या कडाक्याच्या थंडीत अंगावर जेमतेम उबदार कपडे घातलेला जॉनी रस्त्याच्या कडेकडेने हळूहळू चालला होता व त्याच्यामागे दोरीला बांधलेला एक खेळण्यातला झुकझुकगाडीचा डबा. सुंदर लालभडक रंगाचं ते खेळणं म्हणजे नक्कीच त्याला नाताळची मिळालेली भेट असावी ती.

१५४  चिकन सूप फॉर द सोल — भाग ३

त्याच्या गरीब आईवडिलांनी किती कष्टाने ते महागडं खेळणं आपल्या मुलासाठी घेतलं असेल. पैसे साठवण्यासाठी किती त्याग केला असेल या कल्पनेने पाद्रीसाहेबांचं मन द्रवलं. त्यांच्या दु:खी मनावर या मानवी गुणाने बऱ्यापैकी फुंकर घातली. माणसाच्या चांगुलपणावरचा त्यांचा विश्वास परत एकदा दुणावला. त्यांच्या चालण्याला वेग आला व त्या लहानग्याला गाठून नाताळच्या शुभेच्छा द्यायला व त्याच्या गाडीचं कौतुक करायला ते त्याच्याजवळ पोहोचले. पण जवळ जाताच त्यांचा खूप हिरमोड झाला. कारण गाडीचा तो डबा रिकामा नव्हता, तर त्यात तीच चर्चमधल्या नाताळच्या देखाव्यातली गायब झालेली बाळ येशूची मूर्ती ठेवलेली दिसत होती. लपवून छपवून ठेवलेली नसून एका गरम कपड्यांत छानपैकी लपेटून ठेवली होती.

विषादपूर्ण नजरेने त्यांनी जॉनीला थांबवलं. त्याची चांगली कानउघाडणी केली. खरं म्हणजे तो एक लहान मुलगा होता व त्याचा असा गुन्हा माफ करायला हवा होता, पण तरी चोरी म्हणजे पाप एवढं समजण्याएवढा नक्कीच तो मोठा होता. त्यातून ती साधीसुधी चोरी नसून चर्चमधल्या पवित्र गोष्टीची चोरी – म्हणजे महापातकच होतं!

जॉनीला हे सर्व ते स्पष्ट करून सांगत होते व तो अतिशय निष्पाप नजरेने त्यांच्याकडे बघत उभा होता. अपराधीपणाची थोडी देखील जाणीव त्यांच्या कोवळ्या चेहऱ्यावर दिसत नव्हती, पण हळूहळू पश्चातापाचे अश्रू त्याच्या डोळ्यांत जमा होऊ लागले, ''पण, पण पाद्रीसाहेब'' त्यांचं भाष्य संपल्यावर तो बोलू लागला. ''मी... मी येशू बाळाची बाहुली चोरली नाही काही. खरंच, मला चोरी नव्हती हो करायची!'' असं म्हणत त्याने एक आवंढा गिळला व तो पुढे बोलू लागला. ''त्याचं असं होतं की मला लालचुटुक गाडी मिळावी म्हणून मी रोज, अगदी रोज येशूची प्रार्थना करत असे आणि गाडी मिळाल्यास त्यालाच सर्वप्रथम तिच्यात बसवून फिरवून आणायचं मी कबूल केलं होतं त्याला!''

■

लेखक अज्ञात
प्रेषक– कॅरोलिन बॉवर
'Christmas'

## बिस्किट - चोर

एक स्त्री आली विमानतळावर एका रात्री
बसली प्रतीक्षा करत विमान सुटण्याच्या वेळेची
विमानतळावरच्या दुकानात शोधलं तिने एक छानसं पुस्तक
जोडीला घेतला बिस्किटांचा एक पुडा व शोधली छानशी जागा॥
रमून गेली पुस्तक वाचनात, पण लक्ष गेलं तेवढ्यात
शेजारच्या खुर्चीवर बसलेल्याकडे, फारच धीट वागला
दोघांमधे ठेवलेल्या पुड्यातून चक्क एक-दोन बिस्किटं उचलत होता
तिने केलं दुर्लक्ष– निष्कारण शोभा नको म्हणून॥
वाचता, वाचता, बिस्किटं खात होती. तिची नजर घड्याळावर
तो लबाड 'बिस्किट-चोर' मात्र संपवत होता तिची बिस्किटं
खूप वैतागली होती ती त्याच्या निर्लज्ज वागणुकीने
मनात म्हणाली - "असते मी खमकी तर दिला असता एक ठोसा॥
तिने एक बिस्किट उचललं की ह्याने एक उचललं
शेवटी राहिलं एकच 'आता काय करेल तो?' तिने केला विचार,
तोंडावर स्मितहास्य झळकवत हळूच हसत
त्याने उचललं शेवटचं बिस्किट व केले दोन भाग॥
एक धरला तिच्यासमोर व दुसरा टाकला तोंडात
झटक्यात घेतला तिने हिसकावून– "अरे देवा,
थोडी तरी सुबुद्धी झाली म्हणायची– पण किती उद्धट
साधे आभार देखील मानावेसे नाही वाटले ह्याला!"॥
एवढा त्रास नसेल कोणी दिला तिला!
विमानात बसायची वेळ झाली म्हणताच – टाकला नि:श्वास
आपलं सामान उचलून ती चालू लागली
त्या 'बिस्किट चोरा'कडे मागे वळून न बघता॥
ती विमानात चढली व आपल्या जागेवर बसली
वाचून संपत आलेलं पुस्तक बाहेर काढावं म्हणून

हात घातला बॅगेत तर काय आश्चर्य
तिचा न उघडलेला बिस्किटचा पुडा तसाच राहिलेला बॅगेत।।
"माझी बिस्किटं बॅगेतच" ...ती खेदाने पुटपुटली
"तर मग ती त्याची होती जी माझ्याबरोबर त्याने
खाल्ली वाटून?" – आता काय? खूप उशीर झाला
कशी माफी मागू? उलट मीच ठरले की, "बिस्किट चोर!" ।।

व्हॅलेरी कॉक्स
'The Cookie Thief'

# दृष्टिकोन बदलला असता तर?

सौ. विलकॉक्स व माझ्या आजीचं अगदी विळ्याभोपळ्याचं सख्य होतं. त्या छोट्या गावातल्या मुख्य रस्त्यावरच्या दोन घरात आजी व ती लग्नानंतर नववधू म्हणून शेजारी ज्या राहायला आल्या त्या कायमच्याच तिथल्या झाल्या. काय कशावरून दोघींच्यात बिनसलं ह्याची मलाही कल्पना नाही कारण मी तेव्हा जन्मले देखील नव्हते आणि तीस वर्षांपूर्वी माझा जन्म झाल्यावर त्या दोघींना तरी त्यांच्यात कसा बेबनाव झाला होता हेही आठवत असेल की नाही कोण जाणे! पण तरी त्या वितुष्टाची कटुता मात्र तेवढीच तीव्र राहिली होती.

छे, छे, हे काही साधंसुधं भिडस्त स्वभावाने झालेलं भांडण नव्हतं. दोन स्त्रियांमधलं हे खरोखरचं युद्ध होतं. त्या छोट्या गावातल्या प्रत्येक प्रसंगावर या भांडणाचे प्रतिसाद उमटत असत. गावाचं ३०० वर्षांचं जुनं चर्च जे राज्यक्रांती, यादवी युद्ध, अमेरिका-स्पेनची लढाई ह्या सर्वांचं साक्षी होतं, ते चर्चही ह्या दोघींच्या भांडणाच्या तडाख्यातून सुटलं नव्हतं. चर्चच्या स्त्री-मदतकेंद्राच्या निवडणुकीत माझी आजी जिंकली मग लगेच विलकॉक्स बाईंनी आपल्या आधीच्या अध्यक्षपदाचा राजीनामा दिला. कारण आजी जिंकून आल्याने आता विलकॉक्सबाई तिच्यावर वर्चस्व गाजवू शकणार नव्हती.

मग गावातल्या ग्रंथालयाच्या मुख्यपदावर विलकॉक्सबाई जिंकून आली. तिने आपल्या भाचीला ग्रंथपालाची जागा दिली व माझ्या मावशीला डावललं. मग काय आजीने तिथे जाऊन पुस्तकं वाचणंच बंद करून टाकलं व पुस्तकं विकत घेऊनच ती घरात वाचू लागली.

गावातल्या हायस्कूलचे हेडमास्तर नोकरी सोडून दुसरीकडे नव्या नोकरीवर रुजू झाले होते त्यामुळे त्यांना काढून टाकण्याची संधी विलकॉक्सबाईंना मिळाली नाही व त्यांना तिथेच (गावात) टिकवून ठेवण्यात आजीला यश आलं नाही त्यामुळे तो सामना मात्र बरोबरीचा झाला.

ह्या सगळ्याच्या जोडीला एकमेकींना दूषणं देत, बोल लावत युद्धभूमी तप्त ठेवण्यात दोघीही वाक्बगार होत्या. माझ्या लहानपणी जेव्हा आम्ही आजीकडे

जायचो तेव्हा सगळी नातवंड मिळून विलकॉक्स बाईंच्या वात्रट नातवंडांना जिभा दाखवून वेडावत असू. आम्ही पण काही कमी वात्रट नव्हतो हे आता मला कळतंय. दोन्ही घरांच्या मध्यभागी असलेल्या कुंपणावरच्या द्राक्षाच्या वेलीवरची विलकॉक्सच्या बाजूची द्राक्षं आम्ही तोडून खायचो तसंच तिच्या कोंबड्याच्या मागे लागून सतावत असू.

एका पावसाळ्यात आम्ही विलकॉक्सच्या अंगणातल्या पावसाचं पाणी साठवायच्या हौदात एक साप सोडला होता. आजीने आमच्या चावट वागण्यावर नाममात्र नापसंती दाखवली होती, उलट ती आमच्याच बाजूने आहे असंच आम्हाला वाटलं. आई मात्र खूप रागावली. पण आजीच्या नकळत प्रोत्साहनाचा फायदा घेऊन आमच्या खोड्या वाढतच गेल्या. माझ्या मुलांनी आता असं केलं तर... जाऊ दे, ती गोष्टच वेगळी!

पण असं नका वाटून घेऊ की हे सगळं एकतर्फीच चालायचं म्हणून. माझ्या आजीच्या नातवंडापेक्षा विलकॉक्स बाईची नातवंडं फारच दांडगी व खोडसाळ होती बरं का! माझ्या आजीला त्यांनी सोडलं नाही. तिच्या घराच्या तळघरात त्यांनी एकदा अतिशय घाणेरड्या वासाचा स्कंक प्राणी सोडला होता. 'हॅलोविन डे' नंतर इकडे तिकडे पसरलेलं सामान उदा. बागकामाची अवजारं इ.इ. ते आजीच्या अंगणात भिरकावत.

कधीकधी जोरदार वारा असला की आजीच्या अंगणातल्या कपडे वाळत घालायच्या दोऱ्या तुटायच्या व त्यावर वाळत टाकलेले कपडे खाली मातीत पडले की परत धुवावे लागायचे. ही सगळी निसर्गाची किमया असली तरी आजी विलकॉक्सबाईंच्या नातवंडांच्या नावाने खडे फोडायची.

मला कळत नाही की बॉस्टन शहरातला रोजचा पेपर निघत नसता तर आजीने मनातली मळमळ कुठे काढली असती? बॉस्टनच्या पेपरमधे रोज एक गृहिणीसाठी खास पान असे. स्वयंपाकाबद्दल, स्वच्छतेबद्दल अनेक प्रकारची उपयुक्त माहिती असलेलं सदर असे. जोडीला वाचकांनी एकमेकांना लिहिलेली पत्रंही छापली जात. ह्यामागे अशी संकल्पना होती की समजा कोणाला काही समस्या असेल किंवा मनाला काही डाचत असेल तर तसं पेपरमधे पत्रं लिहायचं पण खाली कोणत्याही टोपणनावाने सही करायची. आजीने आपलं टोपणनाव 'आर्बुटस्' असं घेतलं होतं. असं एखादं पत्र वाचून इतर बायकांना कोणाला तशाच प्रकारची समस्या असल्यास किंवा परिस्थिती निर्माण झाली असेल तर त्यांनी त्यातून कसा मार्ग काढला यावर त्याही टोपणनावाने उत्तरं लिहित. तोडगा निघाला तरी मग त्या बायका एकमेकींना आपल्या मुलांबद्दल, घराबद्दल, नवीन खरेदीबद्दल किंवा स्वयंपाकाघरातल्या वर्षांच्या साठवणुकीवर पत्र लिहिणं चालूच ठेवत.

आजीच्या बाबतीत असंच काहीसं घडलं. तब्बल पंचवीस वर्ष तिला 'सी-गल्' या टोपणनावाने एका वाचक स्त्रीची उत्तरं येत असत. आजीपण 'सी-गल्'ला इतरांना सांगणार नाही अशी गुपितं लिहित असे. उदा. दुसरं बाळ होण्याची मनात अपुरी राहिलेली इच्छा किंवा माझ्या स्टीव्ह मामाच्या लहानपणी त्याच्या केसात झालेल्या उवा! मग लोकांना ते कळायच्या आत कसा त्यांचा नायनाट केला. तिला कशी लाज वाटली होती. तेव्हा इ.इ. 'सी-गल्' आजीची अगदी जिवश्चकंठश्च मैत्रीण झाली होती.

मी १६ वर्षांची असताना विलकॉक्स बाई वारली. जरी तुम्ही शेजाऱ्यांचं तोंडही बघत नसाल तरी छोट्या गावात अशा वेळी शिष्टाचाराचे नियम प्रत्येकजण पाळत असतो. दुखवट्याला जाऊन त्या कुटुंबीयाना मदतीचा हात पुढे करतो.

आजी दुखवट्याचे खास कपडे घालून विलकॉक्सच्या घरी गेली. अंत्यविधीच्या

मदतीसाठी ती पुढे झाल्यावर विलकॉक्सबाईंच्या मुलीने तिला तिथल्या आधीच स्वच्छता केलेल्या जागेची स्वच्छता करण्यासाठी विनंती केली. ते करताना तिला तिथे एका टेबलावर एका मोठ्या वहीमधे तिच्यां व 'सी-गल्'च्या झालेल्या पत्रव्यवहाराची सगळी कात्रणे व्यवस्थितपणे चिकटवून ठेवलेली दिसली. म्हणजे कर्मधर्मसंयोगाने नकळतच आजीची नंबर एकची शत्रू तिची सर्वांत जवळची मैत्रीण झालेली होती.

आजीला मी आयुष्यात पहिल्यांदाच अश्रू ढाळताना पाहिलं. त्या वयात मला त्या रडण्यामागचं कारण कळलं नाही पण आता समजतंय. वाया गेलेल्या व परत न मिळणाऱ्या अनेक अमूल्य वर्षांबद्दल (काळाबद्दल) तिला वाईट वाटत होतं. त्या दिवशी मला ते एका स्त्रीचे साधे अश्रू वाटले होते पण आता मनापासून मला त्याचा अर्थ कळतोय. तो असा का– खरंच कित्येकवेळा आपल्याला काही लोक खूप खूप वाईट आहेत असं दिसतं. ते अतिशय कोत्या मनोवृत्तीचे, लबाड, कस्पटासमान वाटतात. पण तुम्ही जरा दुसऱ्या दृष्टिकोनातून (सकारात्मक) परत एकदा त्यांच्याकडे नीट पाहिलंत तर तुम्हाला नक्कीच ते प्रेमळ, उदार, मनमिळाऊ आहेत असं दिसेल. आता तुम्ही कोणत्या दृष्टिकोनातून त्यांच्याकडे बघताय ह्यावरच तर सगळं अवलंबून असतं. हो नं?

■

ल्युझी डिकिन्सन रिक

'The True Story of Arbutus and Sea-Gull'

# बाई, तुम्ही श्रीमंत आहात?

थंडीतल्या जोरदार पावसाळ्याच्या एका दिवशी ती ढगळ कपड्यांमधली दोन लहान मुलं माझ्या घराच्या मागच्या दारी आली.

"बाई, रद्दी आहे का साठलेली?– पेपरची रद्दी?"

मी कामात असल्याने नाही म्हणणार होते, पण जेव्हा त्यांच्या पायाकडे माझी नजर गेली तेव्हा माझा नकार घशातच अडकला, कारण त्यांचे पातळ सँडल्स पार भिजून गेले होते व बाहेर पडलेल्या बर्फाचा चुरा त्यावर चिकटला होता. "या, या, आता या मुलांनो. मी आधी तुम्हाला गरम गरम कोको देते प्यायला. चांगला कपभरून प्या आधी, मग बोलू." नंतर आमच्यात काहीही संभाषण झालं नाही. त्यांच्या ओल्या सँडल्सचे डाग मात्र स्वयंपाकघराच्या फरशीवर पडले होते.

मी त्यांना कोको व जोडीला जॅम लावलेले टोस्ट खायला दिले. थंडीने गारठलेल्या त्या जिवांना थोडीतरी ऊब मिळेल अशी मला आशा वाटली. त्यांना बाहेरच्या खोलीत खायला-प्यायला बसवून मी परत स्वयंपाकघरात माझ्या कामाला लागले.

बाहेरच्या खोलीतून काहीच आवाज येत नसल्याने मी डोकावून पाहिलं.

त्या दोन मुलांमधली मुलगी कोको संपवून रिकामा कप हातात धरून त्याचं निरीक्षण करण्यात गुंगली होती. मुलग्याने मला कोरड्या, रूक्ष स्वरात विचारलं, "बाई, तुम्ही श्रीमंत आहात?"

"मी? आणि श्रीमंत? अरे देवा, अजिबात नाही रे" मी माझ्या घरात घातलेल्या चुरगळलेल्या गाऊनकडे बघत म्हणाले.

मुलीने कप काळजीपूर्वक बशीमधे ठेवून दिला. "तुमचा कप आणि बशी अगदी एकसारखी आहे. म्हणजे दोन्हीवरची नक्षी, त्यांचा रंग अगदी एकसारखा आहे." तिच्या आवाजात भुकेचा भास होत नव्हता. होता तो आवाज एखाद्या गांजलेल्या, पिचलेल्या व्यक्तीचा!

मग मी दिलेली रद्दी घेऊन, पावसापासून बचाव करत ते निघून गेले. त्यांनी माझे आभार देखील मानले नव्हते. पण तशी त्यांना गरजही वाटली नाही. आभार मानण्यापेक्षा त्यांनी त्या पलीकडची कृती केली होती. फार मोठं काम केलं होतं.

माझा निळ्या रंगाचा कप, तशीच निळ्या रंगाची व त्याच नक्षीची बशी, मी शिजवलेली बटाट्याची रस्सेदार भाजी, आमच्या डोक्यावरचं सुरक्षिततेचं घराचं छत्र, माझे पती चांगली भरवशाची नोकरी करणारे सगळं कसं तोलास तोल होतं. जशा माझ्या कप-बशा!

मी शेकोटीभोवतालच्या खुर्च्या सरकवून नीट जागेवर ठेवल्या. बाहेरच्या खोलीतला सगळा पसारा आवरला. छोट्या छोट्या सँडल्सचे ओले, चिखलाचे डाग अजूनही स्वयंपाकघराच्या फरशीवर दिसत होते. मी ते तसेच राहू दिले, न पुसता! त्या डागांच्या अस्तित्वामुळे आम्ही श्रीमंत आहोत या भावनेचा मला कधीच विसर पडू नये म्हणून!

■

मॅरियन डूलॅन
'Lady, Are You Rich?'

### केसात फूल घालणारी

ती नेमाने रोज केसात एखादं तरी फूल घालून यायचीच. अगदी न चुकता! मला नेहमी तिची ही कृती जरा खटकायचीच. दिवसाच्या वेळी, तेही ऑफिसमधे कामाला जाताना? व्यावसायिक मीटिंगला जाताना? मी जिथे नोकरी करत होते त्याच मोठ्या ऑफिसमधे तीही ग्राफिक डिझायनर म्हणून काम करत होती. अत्याधुनिक रचनेच्या, सुंदर सजावटीच्या आमच्या ऑफिसमधे ती रोज तिच्या खांद्यापर्यंत रूळणाऱ्या केसात फूल घालून यायची. एक गोष्ट मात्र कौतुकास्पद होती की तिच्या ड्रेसच्या रंगाला साजेशा रंगाचंच फूल ती कटाक्षाने घालायची. दिवसभरात ते हळूहळू उमलत जायचं व मग तिच्या गडद तपकिरी रंगाच्या केसात खूप उठून दिसत असे. ऑफिसच्या नाताळच्या पार्टीच्या वेळी तिचं फूल घालणं जरा शिष्टाचाराला सोडून वाटायचं. ऑफिसमधल्या पूर्ण व्यावसायिक मनोवृत्तीच्या काही बायकांना तिचं हे वागणं अजिबात आवडायचं नाही. त्यांना असं वाटायचं की कोणीतरी तिची या बाबतीत थोडी कानउघडणी करून ऑफिसच्या नियमांना धरून तिचं वागणं नसतं ह्याची जाणीव करून द्यावी. माझ्यासारख्या इतर काही बायका मनातल्या मनात थोडी नापसंती दाखवायच्या व एकमेकींच्यात तिचा उल्लेख 'फुलवाली' किंवा 'फुलाचं

सामर्थ्य' असा करायच्या.

"काय ग, फुलवालीने वॉलमार्ट प्रोजेक्टचं डिझाईन केलं का तयार?" आमच्यापैकी एखादी कुत्सितपणे हसत दुसरीला विचारायची.

"हो, हो, खूप छान केलंय तिने. खरंच किती हुशार आहे नाही?" असं उत्तर यायचं. एकमेकींकडे हेतुपूर्वक कटाक्ष टाकत हसायचो आम्ही. तेव्हा आम्हाला ही चेष्टा-मस्करी एक साधा खेळ वाटायचा. निष्पाप हेतूने खेळलेला! माझ्या माहितीप्रमाणे तिला एकीने देखील कधी विचारलं नाही की ती रोज कामावर येताना फूल का घालून येते?

हं, एखाद्या दिवशी समजा ती फूल घालून आली नसती, तर मात्र नक्कीच कोणीतरी तिला त्याबद्दल विचारलं असतं.

आणि खरंच, एक दिवस असंच घडलं. माझ्या टेबलाजवळ ती कामाचे कागद घ्यायला आली तेव्हा न राहावून मी तिला सहजपणे विचारलं, "आज तू फूल घातलेलं दिसत नाहीये. रोज तुला तसं बघायची सवयच झालीय, त्यामुळे आज जरा चुकल्याचुकल्यासारखं वाटतंय."

"हो, बरोबर आहे तुझं म्हणणं" ती जरा खिन्न स्वरातच म्हणाली. तिच्या रोजच्या, हसऱ्या, खेळकर, उल्हसित स्वभावाच्या विरुद्ध वाटला तिचा तो स्वर. थोडा वेळ गेल्यावर, शांततेचा भंग करत मी तिला काळजीच्या स्वरात विचारलं. "बरी आहेस नं तू?" मनातून मी "हो, हो, मी ठीक आहे." अशाच उत्तराची तिच्याकडून अपेक्षा करत होते, पण मग पुढच्याच क्षणी माझ्या मनाला खात्री झाली की फूल न घालण्यापलीकडे अजून काहीतरी गंभीर घटना घडलीय.

"हं, आज नं माझ्या आईचं श्राद्ध आहे. मला तिची खूप आठवण येतेय. कदाचित त्यामुळे मी उदास दिसतेय." अतिशय भावपूर्ण आवाजात ती म्हणाली.

"मला समजतंय तुझं दुःखं." तिच्याबद्दल सहानुभूती वाटत मी म्हटलं. पण भावनांवर नियंत्रण ठेवत मी पुढे म्हणाले,"ह्याबद्दल काही बोलायला तुला खूप अवघड वाटेल हे मला पटतंय." मनातून मला वाटलं माझं म्हणणं तिला पटेल पण मग कळून चुकलं की नाही, तिला काहीतरी सांगावंसं वाटतंय.

"नाही, तसं नाही, मी ठीक आहे आता. आज मी जरा जास्तच हळवी झालेय बघ. आजचा दिवस दुखवट्याचा आहे. मी काय म्हणते..." आणि ती तिची कहाणी मला सांगू लागली.

"माझ्या आईला कळून चुकलं होतं की कॅन्सरच्या रोगानी तिचं शरीर पूर्णपणे पोखरून निघालं होतं व मृत्यू अटळ होता. शेवटी एके दिवशी तिचा मृत्यू झाला. मी फक्त १५ वर्षांची होते तेव्हा. आम्ही दोघींमध्ये अतिशय जिव्हाळ्याचे संबंध होते. ती खूपच प्रेमळ होती. भरभरून प्रेम केलं तिने माझ्यावर. जसजसा मृत्यू समीप येण्याची तिला जाणीव झाली तेव्हा तिने माझ्या पुढच्या प्रत्येक वाढदिवसाच्या

दिवशी बघण्यासाठी तिचा संदेश रेकॉर्ड करून त्याच्या कॅसेटस् तयार करून ठेवल्या. १६ व्या वाढदिवसापासून २५ व्या वाढदिवसापर्यंत प्रत्येक वर्षी मी न चुकता त्या त्या वर्षासाठी बनवलेली कॅसेट बघत आलेय. आज माझा २५ वा वाढदिवस आहे आणि आज सकाळी मी आजच्या दिवसाची कॅसेट बघितली. अजूनही त्याबद्दलच्या विचारातच मी गढून गेलेय. असं वाटतंय, तिने जिवंत असायला हवं होतं.''

''मला खरंच खूप वाईट वाटतंय हे सगळं ऐकून.'' तिच्याबद्दल वाटणाऱ्या कळकळीने मी मनापासून बोलले.

''थँक यू. तुझ्या सहानुभूतीबद्दल. मी आभारी आहे तुझी.'' ती म्हणाली. ''आणि हो, थँक यू बरं का, अजून एका गोष्टीबद्दल – आज माझ्या केसात फूल न दिसल्याने तू दाखवलेल्या काळजीबद्दल! मी लहान असताना आई रोज माझ्या केसात फूल माळत असे. ती जेव्हा हॉस्पिटलमध्ये होती तेव्हा एकदा मी आमच्या बागेतलं एक मोठं टपोरं गुलाबाचं फूल नेलं होतं तिच्यासाठी. त्याचा वास घेण्यासाठी मी ते तिच्या नाकाजवळ धरलं तर तिने ते माझ्या हातून काढून घेतलं आणि काही न बोलता मला पटकन जवळ ओढलं. माझ्या केसातून हळूवार हात फिरवला, चेहऱ्यावर पुढे आलेले केस मागे सारत तिने ते फूल माझ्या केसात घातलं. अगदी तस्संच जसं ती मी लहान असताना घालत असे. त्याच दिवशी संध्याकाळी तिला मृत्यू आला.'' तिचे डोळे आसवांनी डबडबून गेले होते. पुढे ती म्हणाली. ''त्या दिवसापासून मी रोज न चुकता एखादं तरी फूल केसात घालतेच घालते. त्यामुळे आई नाही पण तिचा आत्मा तरी माझ्याजवळ आहे असा मला दिलासा मिळतो. पण आजच्या दिवसासाठी बनवलेली खास कॅसेट बघताना त्यात मला ती सांगत होती की माझ्या वाढीच्या वयात ती माझ्याजवळ राहू शकली नाही, याबद्दल तिला खूप वाईट वाटतंय. ती एक चांगली पालक बनली असावी अशी तिला आशा आहे. मी आता मोठी होऊन माझ्या पायावर उभं राहण्याचं सामर्थ्य मिळवलंय. ह्याचा तिला काहीतरी पुरावा हवा आहे. माझी आई असा विचार करत होती बघ.'' आईच्या हळुवार आठवणीत रंगून हसत ती मला म्हणाली. ''बघ नं, किती हुशार, समजदार होती माझी आई.''

संमतीदर्शक मान डोलावत मी म्हणाले, ''खरंच गं, तुझी आई खूपच वेगळी होती.''

''तेव्हा मी विचार केला, आता तिला कोणती कृती करून दाखवावी की जेणेकरून तिची खात्री पटेल की मी आता खऱ्या अर्थाने मोठी झालेय म्हणून. मग मी ठरवलंय की आजपासून केसांत फूल घालायचं सोडून द्यायचं. पण मला खूप चुकल्यासारखं होणार आहे, कारण त्या मागचं कारण मला माहिती आहे. माझ्या आईचा आत्मा माझ्याजवळ आहे ही भावना.''

जुन्या आठवणींनी तिचे तपकिरी डोळे अजूनच गहिरे झाले. ती पुढे सांगू लागली, ''मी तिच्यापोटी जन्म घेऊन धन्य झाले!'' तिची व माझी नजरानजर झाली. तिच्या हास्याला थोडी दु:खाची झालर दिसत होती. ''पण तिच्या सहवासाची आठवण ठेवण्यासाठी म्हणून मला आता फूल घालायच्या कृतीचा आधार नको आहे. तिच्या बद्दलच्या सुखद आठवणींना सतत उजाळा देण्यासाठी माझा तो एक कृत्रिम आधार होता. फूल घालणं सोडलं तरी तिच्या आठवणी तिथेच माझ्या मनात कायम राहणार आहेत. पण तरी फूल न घातल्याने मी बेचैन होईन थोडी...अगं हो, बरी आठवण झाली... हे ते प्रोजेक्टचे सगळे कागद. तुला माझं काम पसंत पडेल अशी आशा वाटतेय.'' तिने व्यवस्थितपणे तयार केलेले प्रोजेक्टचे कागद, खाली तिची सही. सहीजवळ हाताने काढलेलं एक फुलाचं चित्रं. तिची नेहमीची खूणच होती ती. नावाखाली फूल चितारायची!

मी लहानपणी एका म्हणीबद्दल बरंच ऐकत असे. ''एखाद्या व्यक्तीचं परीक्षण करायच्या आधी तिचे बूट घालून एक मैलभर चालून या.'' थोडक्यात स्वत:ला त्या व्यक्तीच्या जागी कल्पून मगच तिचं परीक्षण करा. मी या तरुण फुलवाल्या मुलीबद्दल किती चुकीचा ग्रह करून घेतला होता. तिच्याबद्दल पूर्ण माहिती जाणून न घेताच, तिच्या आयुष्याच्या कटूसत्याबद्दल अनभिज्ञ असतानाच! माझ्या ऑफिसच्या कामाची, प्रोजेक्टची सर्व सविस्तर माहिती मला होती ह्याचा मला किती अभिमान वाटे, पण ही देखील दु:खाचीच बाब न की मला वाटे वैयक्तिक व व्यावसायिक आयुष्य ह्यांचा एकमेकांशी काडीचा संबंध नसतो व वैयक्तिक बाबी ऑफिसच्या दाराबाहेरच ठेवून रोज कामावर यायचं असतं.

त्या दिवशी मला कळलं की तिच्या केसातलं ते फूल आईबद्दलच्या प्रेमाचं प्रतीक होतं. तरुण आईच्या मृत्यूनंतर देखील तिच्याशी नातं जोडायचं ते एक साधन होतं तिचं. ती स्वत: देखील किती कोवळी होती जेव्हा तिची तरुण आई स्वर्गवासी झाली.

तिने बनवलेला तो प्रोजेक्ट बघून मला धन्य वाटलं की हा प्रोजेक्ट बनवणारी व्यक्ती किती थोर आहे, मानवी भावनांना किती जपणारी, त्या अनुभवणारी आहे आणि म्हणूनच जीव ओतून केलेलं तिचं प्रत्येक काम उत्कृष्ट असायचं. ती रोज स्वत:च्या हृदयात डोकावत जगतेय आणि त्या दिवशी तिने मलाही माझ्या स्वत:च्या हृदयात डोकावण्याची शिकवण दिली.

■

बेटी बी. यंग
'गिफ्टस् ऑफ द हार्ट'मधून
'The Flower in Her Hair'

# ॲव्हलॉन्श

*"वाईटातूनही कधीकधी काहीतरी चांगलं निघतं."*

**डब्ल्यू क्लेमेंट स्टोन**

टिम्पॅनेगॉस पर्वतांच्या मागच्या बाजूला, रॉबर्ट रेडफोर्डच्या सुप्रसिद्ध सनडान्स स्की रिसॉर्टच्या (बर्फावरचे खेळ खेळण्यासाठी बनवलेली जागा) जवळ आम्ही आमचं १०,००० स्क्वे. फुटाचं एक भव्य, प्रशस्त, आरामदायक असं लाकडाचं एक सुंदर घर बनवलं होतं. आमच्या स्वप्नातलं घर होतं ते ज्याला आम्ही सत्यरूप दिलं होतं. या केबिनसमोर पर्वतावरून कोसळणारा मनमोहक धबधबा दिसत असे.

हे केबिन बनवताना मी व माझ्या पत्नीने त्याचा आराखडा बनवून डिझाईन तयार करून, अपरंपार कष्टाने स्वहस्ते बांधलं होतं ते! आतमध्ये सर्व फर्निचर बनवून सुखसोयींनी सजवलं होतं. ह्या सर्व कामाला आम्हाला अनेक वर्षांचा काळ लागला होता.

पण तेच संपूर्णपणे उद्ध्वस्त होण्यासाठी फक्त १० सेकंदच पुरी पडली. जणू ती घटना कालच घडली, एवढ्या त्या आठवणी आजही माझ्या मनात ताज्या आहेत. १३ फेब्रुवारी १९८६ चा गुरुवार होता तो. १४ फेब्रुवारीला आमच्या लग्नाला नऊ वर्षं पूर्ण होणार होती. १३ तारखेला प्रचंड बर्फवृष्टी झाली होती. अबब! ४० इंचांचा थर म्हणजे कल्पना करा. तरीही अशा हवेत माझ्या पत्नीने तब्बल ३० मिनिटे पर्वतांच्या वळणावळणाच्या रस्त्यांतून खिंड पार करून उटाह राज्यातल्या प्रोव्हो गावातल्या पर्वतांच्या सान्निध्यात या नव्याने बनवलेल्या घराकडे जाण्याचा धाडसी निर्णय घेतला. आमच्या सहा वर्षांच्या छोट्या ॲरनला घेऊन ती गाडीने दुपारी लवकरच निघाली. लग्नाच्या वाढदिवसासाठी तिथे जाऊन केक बनवण्यासाठी वाटेत थांबून तिने सामान खरेदी केलं. आमच्या नऊ वर्षांच्या ॲमीला व धाकट्या हंटरला घेऊन मी नंतर जाणार होतो.

दुपारी ३.३०ला धोक्याची पहिली सूचना मिळाली ती सनडान्स स्कीच्या पहारेकऱ्यांनी मला केलेल्या फोनमुळे.

"तुमच्या नव्या लाकडी केबिनला काही प्रॉब्लेम झालाय. तरी तुम्ही ताबडतोब इकडे येण्यासाठी निघा." अजून जास्तीची काहीच माहिती त्यांनी दिली नाही. मी खरं म्हणजे घरात एका पुस्तकाचं काम पूर्ण करण्याच्या गडबडीत होतो पण काही सुचेना. मग कॉम्प्युटर बंद करून मी बर्फाने झाकलेल्या रस्त्यावरून खिंडीतून भरधाव गाडी चालवत स्की रिसॉर्टला पोहोचलो. तिथले डायरेक्टर व बाकीची माणसं लांब चेहरे करून बसलेली दिसली. मग मूकपणेच त्यांनी मला अभिवादन केलं.

"तुमचं नवीन लाकडी केबिन आकस्मिक संकटात सापडलंय आणि तुमची पत्नी व मुलगा आतमधे असण्याची भीतिदायक शक्यता आहे. माझ्या या बर्फात भरभर चालणाऱ्या गाडीत बसा आणि आपण लगेच निघू." सनडान्स स्कीच्या उताराच्या जवळच आमचं केबिन होतं, पण तिथे पोहोचण्याचा रस्ता मात्र अत्यंत अरुंद व डोंगरातून वळणावळणाने जाणारा होता. आम्ही भन्नाट वेगाने चढावरून जात होतो. तेव्हा रस्त्याच्या दुतर्फा साठलेलं बर्फ एखाद्या चक्रव्यूहाप्रमाणे भासत होतं. एका अरुंद वळणावरून गाडी पुढे काढत असताना समोरून खाली उतरणारी एक गाडी दिसली. अपघात टाळण्यासाठी दोघांनी करकचून ब्रेक दाबले. तरी दोन्ही गाड्या एकमेकींवर थोड्या आपटल्याच. नशिबाने गाड्यांचं फार नुकसान झालेलं नव्हतं. त्या गाडीतल्या लोकांची विचारपूस करून आम्ही परत चढावर आलो व दुरून आमच्या केबिनचं छप्पर दिसू लागलं.

आम्ही गाडीने जसजसा रस्ता चढत होतो तसं मला दुरूनच सनडान्स स्कीच्या गस्त घालणाऱ्यांच्या घोळक्यात माझी पत्नी व मुलगा दिसले. वेग कमी झालेल्या गाडीतून मी उडी टाकून धावतच त्यांच्याजवळ गेलो. पत्नीने मला आमच्या केबिनवर कोसळलेल्या मोठ्या झाडाकडे बघत अंगुलीनिर्देश केला. मी जे बघितलं ते फार भयानक होतं.

उंच डोंगरावरून झालेला बर्फाचा कडेलोट (अॅव्ह्लॉन्श) इतका प्रचंड होता की त्याच्या वाटेत जे जे आलं ते पार उद्ध्वस्त झालं होतं. मोठाले वृक्ष काडेपेटीतल्या काड्यांप्रमाणे सहजतेने तुटून पडले होते. तो बर्फाचा कडेलोट पार आमच्या केबिनमधे घुसून आरपार बाहेर पडला होता. क्षणभरातच त्या बर्फाने केबिनच्या खिडक्या फोडून आत खोलीत शिरकाव केल्याने अक्षरश: सगळीकडे टनावारी बर्फ पसरून पूर्ण केबिन होत्याचं नव्हतं झालं होतं. लाकडी जमिनीचा तर चक्काचूर झाला होता. आमचं आयुष्यभराचं स्वप्नं उद्ध्वस्त होऊन गेलं. उरलं काय तर सगळा विनाश! दिवाणखान्यातलं सर्व महागडं फर्निचर बाहेर फेकलं जाऊन तुकडे तुकडे होऊन बर्फात विखुरलं गेलं होतं. अशा प्रकारचा सुन्न करणारा विध्वंस मी माझ्या हयातीत कधीच बघितला नव्हता.

परत वरून नव्याने बर्फाचा कडेलोट होण्याची शक्यता असल्याने गस्तवाल्यांनी

आम्हाला तिथून त्वरित बाजूला केलं. आम्ही सुन्न मन:स्थितीत घरी परतलो. झालेल्या नुकसानामुळे आम्ही पूर्णपणे हादरून गेलो होतो. नंतर कितीतरी दिवस मी विचार करत असे की देवाने आमचं ते स्वकष्टनिर्मित केबिन नष्ट का केलं? किती कमनशिबी आहोत आम्ही!

तसं बघितलं तर ही सत्यकथा इथेच संपायला हवी होती. पण त्या दिवशी काय चमत्कार घडला होता हे तुम्हाला मग कसं कळलं असतं? मला स्वत:लाच त्या चमत्काराबद्दल तब्बल आठ महिन्यांनी कळलं.

एकदा माझ्या ऑफिसच्या मिटिंगमधे एका सहकाऱ्याने मला सहज विचारलं, "तुझ्या पत्नीने तुला कधी सांगितलं का की त्या भयानक दिवशी तिच्या व माझ्या पत्नीच्या गाड्यांचा अपघात होता होता टळला होता?"

"नाही बुवा, मला काहीच माहिती नाही. काय झालं होतं?"

"अरे. माझी पत्नी व मुलगे त्या दिवशी सनडान्स स्कीच्या केबिनमधे राहायला गेले होते, पण खूपच जोरदार बर्फवृष्टीमुळे त्यांनी घरी परतायचं ठरवलं. निघायच्या आधी आमचा एक मुलगा म्हणाला की, त्यांचा परतीचा प्रवास सुरक्षित होण्यासाठी प्रार्थना करूयात म्हणून. मग त्यांनी सर्वांनी मिळून प्रार्थना केली. देवाला मनापासून नमस्कार केला व मग ते गाडीने खाली येण्याच्या अरुंद मार्गावरून निघाले. तुझ्या पत्नीने वर येत असताना त्याच वेळी आमची गाडी खाली उतरताना पाहिली. माझ्या पत्नीने ब्रेक लावला पण तरी ब्रेक न लागल्याने गाडी थांबेचना. ती उतारावरून वेगाने खाली येऊ लागली. पत्नीला थांबवता येईना. काही करता येईना. तुझ्या पत्नीची गाडी तोपर्यंत अगदी समोर आली होती व आता दोन्ही गाड्या एकमेकींवर आदळणार तेवढ्यात माझ्या पत्नीने गाडीचं स्टिअरिंग वेगाने फिरवलं. गाडी झटक्यात दुसऱ्या बाजूला वळली व तिचा पुढचा भाग बर्फात घुसला. गाडीची मागची बाजू रस्त्याच्या दुसऱ्या भागाच्या बर्फात फसली. पण त्यामुळे झालं काय की तिच्या गाडीने पूर्ण रस्ता अडवला. दोघींनी गाड्यांतून उतरून तासभर खटपट केली तरी रुतलेली गाडी बर्फातून काही केल्या निघेना. मग त्यांनी फोन करून स्की रिसॉर्टच्या लोकांना मदतीसाठी बोलावलं.

"हे तर फारच अजब वाटतंय. पण माझी पत्नी मला काहीच बोलली नाही. याबाबत" मी म्हणालो. आम्ही त्या 'अपघाता'बद्दल जरा गमतीजमतीचं बोललो, हसलो, खिदळलो व मग एकमेकांचा निरोप घेतला. पण नंतर माझ्या लक्षात आलं की, अरे बापरे, त्याने मला जे काही सांगितलं, त्यात केवढा मोठा चमत्कार दडलाय!

"वाटेत झालेला हा 'अपघात' जर झालाच नसता तर काय झालं असतं? अरे

देवा, माझी पत्नी व मुलगा सहज तोपर्यंत आमच्या केबिनपर्यंत पोहोचले असते व त्या बर्फाच्या कडेलोटाने केलेल्या हाहाकारात काय झालं असतं त्यांचं?

मी अजूनही पुष्कळदा विचार करतो की काय, कसं घडलं असेल, कसा तो दोन गाड्यांचा 'अपघात' झाला असेल. मी कल्पना करतो की, माझी पत्नी वैतागून गाडीत बसली असेल कारण पुढचा रस्ता दुसऱ्या गाडीने अडकवून टाकलेला. माझ्या सहकाऱ्याची पत्नी झालेल्या सर्व प्रकारानी खजील झाली असेल. तिचे मुलगे भांबावून, घाबरून गेले असतील, पण तरी निघायच्या आधी केलेली प्रार्थना देवाने ऐकल्यामुळे आपण वाचलो या आनंदात असतील.

त्या क्षणाला त्या प्रत्येकाच्या मनात अनर्थ ओढवून घेतल्याबद्दलचे विचार आले असणार, पण आता विचार करता करता असं वाटत असेल त्यांना की जो चमत्कार घडला त्यात ते प्रत्येकजण सहभागी होते.

आता मी रोजच्या आयुष्यात काहीही लहानमोठे 'अनर्थ' घडतात त्यांच्याबद्दल प्रतिक्रिया व्यक्त करायच्या आधी खूप विचार करतो. कोणत्याही घडामोडींचा, घटनेचा पूर्ण खुलासा झाला किंवा पूर्ण माहिती मिळाली की घडलेली गोष्ट चमत्कारच वाटू शकते.

जेव्हा असा एखादा अपघात होतो तेव्हा मी मनात म्हणतो की परमेश्वर ह्यामधून काय चमत्कार घडवून आणेल काही सांगता येत नाही. वाईटातून काय चांगलं बाहेर येईल कोण जाणे!

"देवा, मीच का सापडलो रे तुला?" असे खेदपूर्ण उद्गार काढण्याऐवजी मी म्हणतो, "बाबा रे, आभारी आहे मी तुझा." कारण मग घडलेल्या गोष्टींची रीतसर तपासणी करून, पूर्ण खुलासा होण्याची प्रतीक्षा करायची असते नं मला!

∎

रॉबर्ट जी. ॲलन
'Avalanche'

## काय चपळ आहात तुम्ही!

त्यावेळी माझं वास्तव्य आखाती भागात होतं. माझी आई काही दिवसांसाठी माझ्याकडे राहायला म्हणून आली होती. तिचा परत जायचा दिवस उजाडला. मी रोजच्याप्रमाणे सकाळी व्यायाम म्हणून धावायला जायच्या तयारीत होते. कामाच्या ताणामुळे मला ह्या व्यायामानंतर खूप उल्हसित वाटे. मी दारातून बाहेर पडत असताना आई मला म्हणाली, ''मला नाही वाटत अशा धावण्याच्या व्यायामाचे काही फायदे असतील असं. आठवतं न तुला तो सुप्रसिद्ध धावपटू गेला नुकताच?''

जिम फॉक्सबद्दल मी वर्तमानपत्रात काय काय वाचलं होतं ते सगळं आठवू लागले आणि त्याच्या घरातल्या इतरांपेक्षा तो जास्त जगला होता व त्या मागचं कारण त्याच्या धावण्याचा व्यायामच होता हे ही आठवलं. पण आईशी वाद घालण्यात काही अर्थ नव्हता हे कळत होतं.

माझ्या रोजच्या रस्त्यावर मी धावायला सुरुवात केली खरी, पण आईचं बोलणं माझ्या मनातून काही केल्या जात नव्हतं. माझा धावण्याचा उत्साह कमी व्हायला लागला. इतका की मला नीट धावताच येईना. मी तर असाच विचार करू लागले. ''खरंच, कशाला धावायचा खटाटोप करू मी? धावण्याचा सराव करणारे धावपटू कदाचित मला वेड्यातही काढतील पण मला धावता धावता कधीतरी हृदयविकाराचा झटका येऊ शकतो. कारण माझे बाबा तर हृदयविकाराच्या झटक्यानेच वयाच्या अवघ्या ५० व्या वर्षी गेले की- आणि त्यांची तब्येत नक्कीच माझ्यापेक्षा जास्त चांगली होती.

आईने व्यक्त केलेले विचार एखाद्या भुंग्यासारखा माझा पाठलाग करत होते. धावता धावता मी वेग कमी करून नकळतच चक्क चालायला सुरुवात केली. पराभवाची भावना माझ्या मनाला ग्रासू लागली. चाळिशीतली मी, पण अजूनही आईच्या प्रोत्साहनाची गरज भासत होती व ते मिळणार नाही हे देखील कळत होतं.

दोन मैलांचा रस्ता पार करून मी घराकडे परतण्याचा विचार करत होते.

कारण मी अगदी निराश झाले होते. इतकं तीव्र नैराश्य कित्येक वर्षांत मी अनुभवलं नव्हतं. तेवढ्यात समोरून मला एक वयोवृद्ध चिनी गृहस्थ येताना दिसले. मी त्यांना जवळजवळ रोज बघत असे आणि असं समोरासमोर आल्यावर ''गुड-मॉर्निंग'' म्हणून अभिवादन करत असे आणि तेही मान तुकवून माझं अभिवादन हसत हसत स्वीकारत असत. पण त्या दिवशीच्या सकाळच्या वेळी ते माझ्यापर्यंत पोहोचल्यावर चक्क रस्त्याच्या मधे वाट अडवून उभे राहिले. मला काही कळेना. आधीच आईच्या वक्तव्याने माझी दिवसाची सुरुवातच वाईट झाली होती व आता पूर्ण दिवसही वाईटच जाणार होता. नाहीतरी तिचं अशा प्रकारचं बोलणं आयुष्यभर मी ऐकत आलेच होते पण त्यात भरीस भर म्हणून जणू ते गृहस्थ माझ्या वाटेत येऊन उभे राहिले होते.

मी जो टी शर्ट अंगात घातला होता तो माझ्या एका मैत्रिणीने हवाई बेटांवरून चिनी नववर्षाची भेट म्हणून मला पाठवलेला होता. त्या टी शर्टच्या पुढच्या बाजूला चिनी भाषेचे तीन शब्द रेखाटले होते व मागच्या बाजूला होनोलुलू मधल्या चायनाटाऊनचा एक देखावा रंगवलेला होता. बहुतेक दुरून तो टी शर्ट बघून त्यांना मला थांबवावंसं वाटलं असावं, असं दिसत होतं. जुजबी इंग्रजी भाषेचं ज्ञान असल्याने त्यांनी त्या शब्दाकडे बोट करत आनंदाने विचारलं, ''तुला चिनी बोलता येतं?''

मला चिनी भाषेत बोलता येत नसल्याचं मी त्यांना सांगितलं व तो टी शर्ट माझ्या मैत्रिणीने हवाई बेटावरून भेट म्हणून पाठवल्याचं सांगितलं. मी बोललेलं सगळं त्यांना समजलं नव्हतं हे मला कळलं पण मग तेच परत मोठ्या उत्साहाने मला मोडक्या-तोडक्या इंग्रजीत म्हटले, ''मी रोज बघतो तुला, तू ... तू खूप छान आहेस... आणि धावतेस पण खूप वेगात...''

खरं म्हणजे, मी काही बऱ्याच वेगात धावते असं नाही व खूप सुरेखही नाही, पण त्या दिवशी त्या शब्दांनी काय जादू केली की माझ्या चालण्यात एकदम गती आली. दोन मैल पूर्ण करून निराश होऊन घरी परतण्याचा विचार करणारी मी चक्क अजून सहा मैलाचं अंतर पूर्ण करू शकले आणि खरंच त्या सकाळी मी खूप छान धावले. बऱ्यापैकी वेग पकडून अगदी माझा आत्मा व हृदय आनंदाने उसळ्या मारत होतं जणू!

त्या दिवशीच्या त्या उत्साहवर्धक शब्दांनी माझा कायापालट झाला, मी माझं रोजचं धावणं चालूच ठेवलं. खूप छान सराव करून मी नुकत्याच झालेल्या शर्यतीत चौथी आलेय. (होनोलुलू मॅरेथॉनमधे) आता या वर्षीच्या न्यूयॉर्क मॅरेथॉनमधे धावायचं माझं पुढचं लक्ष्य आहे. मी अगदी पहिली येणार नाही हे मला माहिती आहे पण आता मनात जेव्हा निराशेचे विचार येतात किंवा कोणी मला अनुत्साहित

करतं तेव्हा मी त्या गृहस्थांची आठवण काढते आणि मग त्यांचे ते शब्द कानात घुमायला लागतात.
"तू खूप छान आहेस आणि धावतेस देखील किती वेगात!"

कॅथी एम. करी
'You Very Good, You Very Fast'

# वर मागा

आईने जबरदस्ती करून मला त्या वाढदिवसाच्या समारंभाला पाठवलं होतं. ती घटना मी कधीच विसरू शकणार नाही. टेक्सास राज्यातल्या 'विचिता फॉल्स' या गावातल्या शाळेत मी तिसरीच्या वर्गात शिकत होते. सौ. ब्लॅक या आमच्या वर्गशिक्षिका होत्या. एक दिवशी मी शाळेतून घरी त्या मुलीच्या वाढदिवसाच्या पार्टीचं चिकट कागदावर हाताने लिहिलेलं आमत्रंण कार्ड घेऊन आले.

"मी नाही हं जाणार त्या पार्टीला" मी म्हणाले. "आमच्या वर्गात रूथ नावाची ही नवी मुलगी नुकतीच यायला लागलीय. माझ्या मैत्रिणी बर्निस व पॅट पण जाणार नाहीयेत. तिने मारे आमच्या वर्गातल्या सगळ्या ३६ मुलामुलींना बोलावलंय."

हाताने लिहिलेलं ते साधं कार्ड माझ्या आईने नीट निरखून पाहिलं व ती जरा उदास झाली. तिने ठाम आवाजात मला सांगितलं, "मी सांगतेय. तू जायचं म्हणजे जायचंसच. मी उद्याच तिच्यासाठी एक छानशी भेटवस्तू आणते."

माझा विश्वासच बसेना कारण आईने असं जबरदस्तीने मला कधीच पार्टीला पाठवलं नव्हतं. जायचं माझ्या अगदी जिवावर आलं होतं. मी खूप रडून-भेकून, न जाण्याचा हट्ट करून पाहिला. विनवण्या केल्या. पण छे! आईवर मात्र त्याचा काही एक परिणाम झाला नाही.

शनिवारी सकाळी आईने मला लवकर उठवलं आणि तिने तीन डॉलर्सला आणलेला गुलाबी रंगाचा, मण्यांनी सजवलेला एक छोटा आरसा व तसाच कंगवा असा सेट मला छान रंगीत कागदात बांधून तयार करायला सांगितला.

आईने मला गाडीतून रूथच्या घरापर्यंत सोडलं. रूथनेच दार उघडलं व मला एका खूप सरळसोट व भीतीदायक जिन्यावरून तिच्या मागे यायला सांगितलं. शी! असा भयानक जिना मी कधीच पहिला नव्हता.

जिन्यावरून एका खोलीत पोहोचल्यावर माझा जीव भांड्यात पडला. खोलीची लाकडी जमीन पॉलिश केल्यामुळे खूप छान चमकत होती. जुन्या झालेल्या सोफ्याच्या हातावर व पाठीवर पांढरेशुभ्र विणलेले रुमाल टाकलेले होते.

टेबलवरचा एवढा मोठा केक मी पहिल्यांदाच बघत होते. केकवर नऊ गुलाबी रंगाच्या छोट्या-छोट्या मेणबत्या खोचलेल्या होत्या. केकवर वेड्यावाकड्या अक्षरात

"हॅपी बर्थडे रूथी" असं लिहिलेलं होतं व बाजूला गुलाबांच्या कळ्यांची नक्षी काढली होती.

३६ कागदी कप घरी केलेल्या फज्‌ने काठोकाठ भरून केकजवळ ठेवलेले होते व प्रत्येक कपवर प्रत्येक मुलामुलीचं नाव लिहिलेलं होतं.

वातावरण एवढं काही वाईट नाहीये असा माझ्या मनात विचार आला आणि एकदा सगळेजण जमले की मग खूपच मजा येईल असं माझं मलाच मी बजावलं.

"तुझी आई कुठेय?" मी रूथला विचारलं.

खाली जमिनीकडे बघत ती पुटपुटली, "अगं तिला बरं नसतं."

"हो का, पण मग तुझे बाबा कुठे आहेत?" माझा प्रश्न.

"ते तर केव्हाच वरती गेले."

सगळीकडे अचानक शांतता पसरली. फक्त आतल्या खोलीतून खोकण्याचा खूप आवाज येत होता. १५ मिनिटं गेली, मग अजून १० मिनिटं झाली. वेळ असाच चालला होता आणि मग अचानक मला वास्तवाची जाणीव झाली की कोणीच अजून आलेलं नव्हतं व येणारही नाही असं वाटू लागलं. आता मी इथून बाहेर कशी पडू? मला स्वतःचीच कीव यायला लागली. तेवढ्यात एकाएकी हुंदक्याचा आवाज आला. मी मान वर करून पाहिलं तर रूथच्या डोळ्यांतून घळाघळा अश्रू वाहात होते. आठ वर्षांचं माझं बालहृदय रूथविषयी वाटणाऱ्या जिव्हाळ्याने भरून आलं आणि वर्गातल्या बाकीच्या ३५ जणांबद्दल मनात राग उफाळून आला.

मी एकदम ताठ उभी राहिले व मोठ्या आवाजात ओरडून जाहीर केलं. "इथे कोणाला गरज आहे त्यांच्या उपस्थितीची?"

रूथच्या चेहऱ्यावरचे बावरलेले, दुःखी भाव लुप्त होऊन तिचा चेहरा एकदम हसरा, प्रसन्न व उल्हसित दिसू लागला.

आता त्या ठिकाणी होत्या दोन लहानग्या मुली, भलामोठा तिहेरी केक, ३६ कप आईस्क्रीम, थंड सरबत, पार्टीचे खेळ, त्याची बक्षिसे, बस्! अजून काय हवं होतं?

आम्ही दोघींनीच मिळून केक कापायचा ठरवलं. मेणबत्या लावायला आम्हाला काडेपेटीच मिळेना आणि रूथीला (एव्हाना माझ्यासाठी ती रूथची लाडकी रूथी झाली होती) तिच्या आईला उठवून त्रास द्यायचा नव्हता म्हणून मग आम्ही मेणबत्या पेटवायचं नुसतं नाटक-अभिनय केला. मी 'हॅपी बर्थडे' गाणं म्हटलं. रूथीने डोळे बंद करून मनातल्या मनात काहीतरी मागितलं व मग पेटत्या मेणबत्यांना फुंकर मारून विझवायचा अभिनय केला.

बघता बघता पटकन दुपार झाली देखील. खाली आई मला घ्यायला आली होती व गाडीचा हॉर्न वाजवत होती. वाढदिवसाची परतीची भेट घेऊन, रूथीचे परत

परत मनापासून आभार मानून मी गाडीकडे धावले. माझं मन आनंदाने थुईथुई नाचत होतं.

''मीच सगळ्या खेळात पहिली आले बरं का आई. फक्त गाढवाच्या चित्राला शेपटी काढायच्या खेळात रूथी जिंकली पण ती म्हणाली की तिचा वाढदिवस असल्याने तिने बक्षिस घेणं बरं दिसणार नाही म्हणून मग तिचं बक्षिसदेखील मलाच दिलं तिने. परतीच्या भेटवस्तू आम्ही दोघींनी निम्म्या निम्म्या वाटून घेतल्या. खरंच आई, तिला नं माझं प्रेझेंट खूप खूप आवडलं. मी एकटीच होते पार्टीला. आमच्या ३६ जणांच्या वर्गामधून. ते सगळे किती मोठ्या मजेला मुकले पार्टीला न आल्याने हे सगळं केव्हा एकदा त्यांना म्हणतेय असं झालंय बघ मला!''

आईने गाडी रस्त्याच्या कडेला घेऊन थांबवली. मला घट्ट मिठीत घेतलं अश्रूभरल्या नजरेने ती मला म्हणाली, ''आज मला तुझा खूप अभिमान वाटतोय. तू माझी मुलगी आहेस त्याचा गर्व आहे मला.''

एकच व्यक्ती देखील पूर्ण परिस्थिती, वातावरण बदलू शकते हे मला त्या दिवशी समजलं. माझ्या एकटीच्या उपस्थितीने देखील रूथीच्या ९ व्या वाढदिवसाला किती शोभा आली होती. मीच शोभा वाढवली होती असेही म्हणायला हरकत नाही. त्या गंभीर वातावरणात मी जमीन-आसमानाचा फरक आणला. माझ्या आईच्या प्रेमळ शिकवणुकीमुळे त्या दिवसापासून माझ्या आयुष्यातही केवढा मोठा फरक झाला!

■

ली ॲन रीव्हज<br>
'Make a Wish'

# अपघात

*“ईश्वराची खरी कृपा कधीकधी वेदना, हानी, निराशा अशा वेगवेगळ्या रूपात आपल्याला सामोरी येते, पण जरा सहनशील राहिलो तर हीच कृपा तिच्या खऱ्याखुऱ्या रूपात दिसू लागते.”*

**जोसेफ ॲडिसन**

नाताळची रविवारची संध्याकाळ होती ती. दर रविवारी रात्री चर्चमधे भेटणारी तरुण मंडळी त्या वर्षीची नाताळची संध्याकाळ नेमकी रविवारी आल्याने फार मोठ्या प्रमाणावर साजरी करणार होते. दोन तरुण मुलींच्या आईने सकाळच्या प्रार्थनेनंतर मला विचारलं होतं की मी तिच्या दोन मुलींना संध्याकाळी माझ्या गाडीतून घेऊन जाऊ शकते का चर्चच्या प्रांगणात? तिचा नुकताच घटस्फोट झालेला होता व तिचा पूर्वीचा पती आमचं गाव सोडून दुसरीकडे गेला होता. तिला स्वत:ला रात्रीच्या वेळी गाडी चालवायला आवडत नसे आणि त्यातून त्या दिवशी कडाक्याच्या थंडीत जोरदार पावसाचीही शक्यता होती. मी तिच्या मुलींना घेऊन जाण्याचं कबूल केलं.

रात्री चर्चला जाताना त्या दोन्ही मुली गाडीत माझ्या शेजारीच बसल्या होत्या. रस्त्यातला एक चढ चढून आम्ही वर आलो आणि बघतो तर काय समोरच्या रस्त्यावर अनेक गाड्या एकमेकींवर आपटल्याने फार वाईट अवस्था झाली होती. जोरदार बर्फवृष्टी व पाऊस सुरू झाल्याने रस्ता अगदी निसरडा झालेला होता. त्यामुळे गाडीला ब्रेक लावूनही गाडी थांबू शकली नाही व समोरच्या गाडीवर जाऊन आम्ही धडकलो. त्या दोघी ठीक आहेत ना हे मी आधी पाहिलं तर माझ्या शेजारी बसलेली मुलगी जोरजोरात ओरडत होती. “ए, ए डॉना!” खिडकीजवळ बसलेल्या तिच्या बहिणीकडे माझी नजर गेली. त्याकाळी सीट-बेल्ट (सुरक्षा-पट्टा) गाडीत लावलेले नसायचे. त्यामुळे समोरची काच फुटून तिचं डोकं त्यावर जोरात आपटून ती परत सीटवर फेकली गेली होती. तेव्हा त्या प्रचंड आघाताने फुटलेल्या काचेच्या एका तीक्ष्ण तुकड्याने तिच्या डाव्या गालावर दोन खोलवर जखमा झाल्या होत्या. जखमातून भळभळ रक्त वहात होतं फारच भीषण दृश्य होतं ते!

नशिबाने तिथल्या असंख्य गाड्यांमधल्या एका गाडीत त्वरित उपचाराची पेटी होती. एकाने पेटीतल्या वस्तूंमधून दाब देणारी पट्टी काढून ती डॉनाच्या गालावर दाबून धरली. रक्तस्राव हळूहळू बंद झाला. एका पोलिस अधिकाऱ्याने माझ्या गाडीशी येऊन मला समजावलं की झालेला अपघात न टाळण्यासारखा होता. त्यामुळे माझ्यावर फिर्याद केली जाणार नव्हती, पण एका १६ वर्षांच्या तरुण, सुंदर मुलीला गालावरच्या जखमांच्या व्रणासहित आता आयुष्य काढावं लागणार आणि हे सगळं ती माझ्याबरोबर असताना झाल्याने मला खूप अपराधी वाटत होतं.

डॉनाला ताबडतोब जवळच्या हॉस्पिटलमधे नेऊन डॉक्टरांनी आधी तिच्या खोल जखमा शिवून टाकण्यासाठी आत नेलं. बराच वेळ लागला. त्यामुळे मी काळजीत पडले. तिथल्या नर्सला मी विचारल्यावर ती म्हणाली की नशिबाने ड्युटीवरचे डॉक्टर प्लास्टिक सर्जनच होते त्यामुळे त्यांनी अगदी सूक्ष्म टाके घातले. त्यामुळे उशीर होत होता. पण आता ह्या उपचारामुळे तिचे व्रण खूप अस्पष्ट दिसले असते. एवढ्या सगळ्या अरिष्टांनंतर देवच जणू डॉक्टरांच्या रूपाने कार्यरत होता असं मला वाटलं.

नंतर हॉस्पिटलच्या खोलीत डॉनाला भेटणं मला अतिशय कठीण वाटू लागलं. रागाने ती मलाच दूषणं देणार, अशी मला मनातून भीती वाटत होती. नाताळचा सण असल्याने डॉक्टरदेखील जमेल तितक्या पेशंटना घरी पाठवत होते व ज्यांची ठरवून शस्त्रक्रिया करायची होती, त्यांची तारीखही पुढे ढकलत होते. त्यामुळे डॉनाला ज्या मजल्यावर ठेवलं होतं तिथे फारसे रुग्ण नव्हतेच. डॉनाच्या तब्येतीची नर्सकडे चौकशी केल्यावर खूपच सुधारणा होतेय व काळजीचं काही कारण नाही असं तिने सांगितलं. उलट डॉना एखाद्या सूर्यकिरणासारखी उल्हसित दिसत होती आणि डॉक्टरांनी तिच्या चेहऱ्यावर काय काय उपचार केले त्याबद्दल माहिती विचारत होती व स्वतःच्या ज्ञानात भरही घालत होती. फारसे रुग्ण नसल्याने सगळ्या नर्सेस तिच्याशी गप्पा करायला रिकाम्या होत्या व त्यांना ते आवडतही होतं.

झालेल्या घटनेबद्दल मला किती खेद झाला हे मी डॉनाला सांगितलं. तिने माझ्या बोलण्याकडे, माफी मागण्याकडे दुर्लक्ष करून उलट मला सांगितलं की ती आता यापुढे मेक-अपच्या साहाय्याने रोज तिचे व्रण पुसट करत जाईल. नंतर मग नर्सेस काय काय काम करतात ह्याबद्दल ती उत्साहाने बोलू लागली. त्यादेखील तिच्याभोवती गराडा घालून हसत होत्या. खरंच डॉना पूर्ण आनंदात दिसत होती. हॉस्पिटलमधे राहण्याची तिची ती पहिलीच वेळ. प्रत्येक गोष्टीचं तिला खूप कुतूहल वाटत असे.

नंतर काही दिवसांनी परत शाळेत जाऊ लागल्यावर डॉना सर्वांच्या चर्चेचा व कौतुकाचा विषय झाली. ती देखील प्रत्येक मित्र-मैत्रिणीला अपघात कसा झाला,

हॉस्पिटलमधे काय काय उपचार झाले सगळं सविस्तरपणे सांगत असे. तिची आई व बहीण देखील माझ्याशी खूप समजूतदारपणे वागल्या. दोघींनी एका शब्दाने देखील मला दोष दिला नाही. उलट दोन्ही मुलींची त्या दिवशी मी नीट काळजी घेतली म्हणत तिची आई वरचेवर माझे आभार मानत असे, नशीबच बलवत्तर म्हणून डॉनाचा चेहरा खराब झाला नाही. जखमांचे दोन मोठे व्रण मेक-अपच्या साहाय्याने खूपच कमी दिसत. त्यामुळे मला थोडं हलकं वाटलं. पण तरी अजूनही त्या कोवळ्या, गोड मुलीच्या चेहऱ्यावरचे व्रण मला अस्वस्थ करत. नंतर वर्षभराने मी ते शहर सोडून दुसरीकडे गेलो. हळूहळू डॉना व तिच्या आईशी-बहिणीशी माझा संपर्क कमी होत गेला.

पंधरा वर्षांनंतर मला त्याच शहरातल्या त्याच चर्चमधे प्रार्थनासत्रासाठी बोलावणं आलं होतं. शेवटच्या रात्री मी पाहिलं तर डॉनाची आई रांगेत सर्व लोकांबरोबर उभी होती, माझा निरोप घेण्यासाठी. तिला पाहिल्यावर मला पंधरा वर्षांपूर्वीचा तो अपघात, डॉनाच्या गालावरच्या रक्ताच्या चिळकांड्या, तिचे ते व्रण सगळं सगळं आठवून कसंतरी व्हायला लागलं. जेव्हा रांग सरकत सरकत डॉनाची आई माझ्यासमोर आली तेव्हा पाहिलं तर ती माझ्याकडे सुहास्य वदनाने बघत होती. हसत हसत तिनेच मला विचारलं की, ''डॉनाच्या आयुष्यात पुढे काय झालं मला कळलं होतं का?'' मी ''नाही'' म्हटलं पण नर्सेसच्या कामात तिने किती उत्सुकता, कुतूहल व आवड दाखवली होती ते मला चांगलं आठवत होतं. असं म्हटल्यावर डॉनाची आई पुढे बोलू लागली.

''हं, तर काय, डॉनाने शेवटी नर्सचा व्यवसाय करण्याचंच ठरवलं. तिने तो अभ्यासक्रम पूर्ण केला. उत्तम गुण मिळवले आणि एका हॉस्पिटलमधे नोकरीला लागली. तिथल्या एका तरुण डॉक्टरच्या प्रेमात पडली. दोघांनी लग्न करून संसार थाटला. आता त्यांना दोन गोजिरवाणी मुलं आहेत व सगळे खूप सुखात आहेत. तुम्ही कधी भेटलात तर तुम्हाला मी मुद्दाम हे सांगावं की झालेला तो अपघात म्हणजे तिच्या आयुष्यात घडलेली एक छान घटना ठरली असं तिचं मत आहे, नव्हे ठाम विश्वास आहे.''

■

रॉबर्ट जे. मॅकमुलन (ज्युनियर)
'The Accident'

# एका लहानग्याचे बोल

१९९२ मध्ये मी व माझे पती दोघंही 'फ्रेंडशिप फोर्स एक्सचेंज' (मैत्रीची अदलाबदल) या प्रकल्पात जर्मनीला गेलो होतो. तेव्हा तिथे आम्ही तीन वेगवेगळ्या कुटुंबात थोडे थोडे दिवस राहिलो होतो. त्यातल्या एका कुटुंबामधलं एक जोडपं नुकतंच इथे अमेरिकेच्या राज्यातल्या आमच्या गावी आम्हाला भेटायला आलं होतं.

आमचे हे स्नेही रेमंड व टोनी जर्मनीत ज्या गावी राहतात त्या गावावर दुसऱ्या महायुद्धात खूप जोरदार बॉंबहल्ले झालेले होते. एका संध्याकाळी आम्ही चौघं असेच गप्पा मारत बसलेलो असताना माझ्या पतीने (ते इतिहासाचे प्राचार्य आहेत) त्यांना त्यांच्या युद्धकाळातल्या बालपणाबद्दल, तेव्हाच्या आठवणींबद्दल विचारलं. रेमंडने आम्हाला अशी एक घटना सांगितली की ती ऐकल्यावर आम्हाला खूप भरून आलं.

युद्ध संपायला बराच अवधी होता तेव्हा रेमंडने जर्मनीतल्या त्यांच्या गावात शत्रूराष्ट्राच्या विमानातून दोन वायुसैनिकांना छत्रीच्या साहाय्याने खाली उतरताना पाहिलं. विमानाला गोळ्या लागल्या होत्या व ते दुर्घटनाग्रस्त होण्याच्या आधीच त्या दोघांनी उड्या मारल्या होत्या. बाकीच्या नागरिकांनी पण दुरून हे पाहिलं होतं. शहराच्या चौकात त्या सगळ्या बघ्यांची गर्दी जमली. ऐन दुपारी हातात सापडलेल्या शत्रूच्या सैनिकांना बंदीवान करून पोलीस त्यांना चौकात घेऊन येणार होते. ११ वर्षांचा रेमंडही गर्दीत मान उंचावून बघत होता. शेवटी एकदाचे दोन पोलीस त्या दोन ब्रिटिश युद्धकैद्यांना घेऊन तिथे येऊन पोहोचले. तिथे थांबून ते एका गाडीची प्रतीक्षा करत होते. त्या गाडीतून कैद्यांना दुसऱ्या गावात असलेल्या युद्धकैद्यांच्या खास तुरुंगात घेऊन जाणार होते.

युद्धकैद्यांना बघून जमावातून प्रक्षुब्ध आरडाओरडा सुरू झाला. "मारा साल्यांना! मारून टाका!" आपल्या गावावर झालेल्या जीवघेण्या ब्रिटिश बॉंबहल्ल्यांनी हैराण झालेले ते लोक राग व्यक्त करणं साहजिकच होतं म्हणा. त्यांच्या मनाची इच्छा पुरी करायला त्यांच्याजवळ साधनांची काही कमी नव्हती. ते वायुसैनिक हवेतून खाली येत असताना बरेच लोक शेतकाम, बागकाम करत होते. त्यांच्या हातात अजूनही

कुदळी, फावडी, कुऱ्हाडी अशी अनेक आयुधं तयारच होती.

रेमंडचं लक्ष त्या ब्रिटिश युद्धकैद्यांच्या चेहऱ्याकडे गेलं. १९-२० वर्षांची ती कोवळी मुलं होती. दोघंही खूप भेदरून गेल्याचं रेमंडला दिसत होतं. त्यांच्याबरोबर असलेले दोन पोलीस संतापलेल्या एवढ्या मोठ्या जमावासमोर टिकणंच शक्य नव्हतं. त्यांचं कोणी ऐकलंही नसतं. कसे काय ते त्यांना नियंत्रणाखाली ठेवणार होते असा रेमंडच्या मनात विचार आला.

रेमंडला जाणवलं की काहीतरी कृती करणं अतिशय जरुरीचं होतं व तेही अगदी त्वरीत! तो धावतच कैदी व जमावाच्या मधेच जाऊन उभा राहिला. जमावाकडे तोंड करून तो ओरडून त्यांना थांबवायचा प्रयत्न करू लागला. त्या छोट्या मुलाला उगाच इजा होऊ नये म्हणून सगळे क्षणभर थबकले ते साधून रेमंड त्यांना सांगू लागला.

"जरा नीट बघा या कैद्यांकडे. तरुण मुलं आहेत ही! तुमच्या मुलांपेक्षा काही वेगळी दिसत आहेत का ही? तुमची मुलं जशी आपल्या देशासाठी लढत आहेत तसेच हे दोघंही त्यांच्या देशासाठी लढत आहेत. जर तुमची मुलं अशी युद्धकैदी म्हणून शत्रूराष्ट्राने पकडली, तर तिथल्या लोकांनी त्यांना मारू नये असंच वाटेल नं तुम्हाला? तेव्हा तुम्ही पण कृपा करून ह्या दोघांना मारायला धावू नका."

रेमंडच्या गावातले ते लोक अचंब्याने रेमंडचं बोलणं ऐकत होते. हळूहळू ते खजील झाले. जमावातली एक बाई अखेर म्हणाली, "काय बरोबर, काय चूक हे एका छोट्या मुलाने आपल्याला समजावयाची पाळी आली.'' बघता बघता जमाव पांगू लागला.

त्या दोन ब्रिटिश वायुसैनिकांच्या चेहऱ्यावरचा सुटकेचा निःश्वास व रेमंडबद्दलची कृतज्ञतेची भावना रेमंड आयुष्यात कधीच विसरू शकणार नाही. त्याला अजूनही आशा वाटते की तुरुंगातून सुटका झाल्यावर त्यांना चांगलं आनंदी दीर्घायुष्य लाभलं असेल व ज्या लहान मुलाने त्या दिवशी त्यांचे प्राण वाचवले त्याला ते विसरले नसावेत.

■

एलेन मॅकडोनल्ड
'FromThe Mouth of a Small Boy'

# निमुळता सुळका

इस्त्राईलला मी निघायच्या आदल्या रात्री नेहमीप्रमाणे आमच्या घरात संभाषणाचा एकच विषय "पण इस्त्राईललाच का?" माझ्या बाबांनी विचारणा केली. प्रत्येकवेळी ते ज्या तऱ्हेने विचारायचे तसंच. "पण चीन का?" किंवा "रशिया का?" मी ज्या देशात जायचं ठरवायची त्याबद्दल "हाच देश का? तिथे सध्या लढाई चालू आहे माहिती आहे नं तुला?" विषय वाढवत ते म्हणायचे. "हो बाबा, मला माहितीये ते. लढाया काय सगळीकडेच चालू असतात" असं उत्तर मी द्यायचे. मी जाणूनबुजून अशा धोक्याच्या ठिकाणी मुद्दामहून जायचा का अट्टाहास करते असं ते विचारायचे. शेवटी आयुष्यभर जे वक्तव्य ऐकत आले होते, तेच परत एकदा ऐकावं लागलं. "ठीक आहे. नाहीतरी आजपर्यंत तू कधीच ऐकलं नाहीस माझं. तेव्हा आता या वेळी ऐकावंस अशी आशा तरी मी का करावी?" त्यांच्या खास लकबीत ते मग डोळे बंद करून बसत, एक दीर्घ श्वास घेत व डोकं हलवत असत. आमचे असे 'संवाद' झडत असताना मग वातावरण थंड करण्याचा प्रयत्न करे माझी बहीण क्रिस्टी. तिच्या प्रयत्नांना यश येणार नाही, हे तिने जरी फार पूर्वीच ओळखलं होतं तरी ती दरवेळी प्रयत्न करून बघत असे. "कॅथ, तू त्या ऐवजी इंग्लंडला का जात नाहीस उन्हाळ्याच्या सुटीत?" ती सल्ला देई. "तिथे कसल्याही प्रकारचा धोका नाही. सगळं कसं सुरक्षित वातावरण आहे." पण नेहमीप्रमाणे मला तिचं म्हणणं कधीच पटत नसे.

खरं म्हणजे आमच्या घरातलं कोणीच मला समजून घेऊ शकत नव्हतं. मी माझं आयुष्य कसं जगावं ह्याबद्दल त्यांच्या व माझ्या कल्पना फार भिन्न होत्या. इंग्लंडसारखा देश म्हणजे जरा मिळमिळीतच. सगळं कसं सरळसोट! मला अशा ठिकाणी जायचं होतं जिथे काही वेगळा अनुभव मिळेल. ज्या स्थळांबद्दल, देशांबद्दल जास्त ऐकलेलं नाही अशा ठिकाणी जाण्यासाठी माझं मन बंड करून उठायचं. माझी आई नेहमी म्हणायची की माझ्या अंगात नक्कीच जिप्सी (भटक्या) लोकांचं रक्त वहात असावं.

मी व माझ्या बहिणीत तब्बल साडेतीन वर्षांचं अंतर आहे. दोघींची जीवनशैली अगदी दोन टोकांची आहे. ती आपली शांत वृत्तीची, परंपरावादी आहे तर मी नेहमी

जाणूनबुजून स्वत:वर जोखीम ओढवून घेत असते. झोपलेली असताना मात्र शांत असते हं अगदी. मोठी झाल्यापासून माझं सारं आयुष्य बहिणीची व घरातल्या बाकीच्यांची क्षमा मागण्यातच चाललंय. का तर मी सर्वांपेक्षा खूप वेगळी आहे. कधी चित्रविचित्र कपडे घालून, तर कधी वेगळं काही बोलून किंवा वेगळं जगावेगळं वागून त्यांना चारचौघांत लाजवते. कुठे बाहेर जाताना सगळ्यांनी जर साधे काळे कपडे घातले असतील तर मी भडक रंगाचे, फुलाफुलांच्या डिझाईनचे कपडे घालते. डोक्यावरच्या हॅटवर फळ काय अडकवते, जेवायला बसल्यावर सगळ्यांसमोर सांगू नये असा विनोद सांगते. शिष्टाचार पाळत नाही. एखादा जुना फालतू सिनेमा बघताना फक्त मी एकटीच रडत असते. माझ्या अशा वागण्याने मी त्या सगळ्यांना चार माणसांत मान खाली घालायला भाग पाडते. एकदा कोणीतरी मला म्हटलं की, तू, तुझ्या कुटुंबीयांच्या भावना व्यक्त करण्याचा जो ठेका घेतला आहेस त्याचं मला अजिबात कौतुक वाटत नाही की तुझा हेवा वाटत नाही.

मी बहिणीपेक्षा खूप वेगळी आहे किंवा ती माझ्यापेक्षा फारच वेगळी आहे. काहीही म्हणा, पण त्यामुळे आमच्या दोघींच्यात फार प्रेमाची, आपुलकीची भावना नाहीये. जशा आम्ही मोठ्या होऊ लागलो तशा आपापल्या व्यापात मग्न राहायला लागलोय. दोघी एकमेकींपासून फक्त अर्ध्या मैलाच्या अंतरावर राहतो, पण एकमेकींना फार क्वचितच भेटतो. जेव्हा कधी भेटतो तेव्हा ती बेचैन होते आणि मी काहीतरी विचित्र बोलेन किंवा चुकीचं वागेन ह्याची श्वास रोखून वाट बघते, तर तेव्हा मी मात्र जास्तच जागरूक राहायचा प्रयत्न करते व मनात प्रार्थना करते की देवा, माझ्या हातून काही वेडवाकडं करणं, बोलणं किंवा वागणं न घडो, पण छे! शेवटी मी काहीतरी प्रताप करतेच!

माझ्या उन्हाळी सुट्टीतल्या त्या बेतामुळे त्यातल्या त्यात माझी बहीणच जरा कमी प्रमाणात नाखुष होती म्हणून मग मी तिला मला विमानतळावर गाडीने सोडशील का असं विचारलं. "काही हरकत नाही." ती सहज कबूल झाली. "पण बाबांना मात्र नाही सांगायचं हे, बरं का!" मी हसतहसत तिच्याशी सहमत झाले. म्हणजे आमचे बाबा काही एखाद्या जुलमी हुकूमशहासारखे नव्हते. त्यांचं आमच्यावर किती प्रेम आहे ह्याची आम्हाला पूर्ण जाणीव होती व त्यांनी आमच्यासाठी अनेकवेळा जो त्याग केला होता तो केवळ आमच्यावरच्या प्रेमापोटीच. ते माझ्या पाठीशी ठामपणे उभे राहिले नसते तर मी कायद्याचं शिक्षण घेऊ शकले नसते. त्यांचा स्वभावच काळजी करण्याचा आहे आणि मग काळजी व प्रेम विभक्त करणं त्यांना फार कठीण जात असतं.

दुसऱ्या दिवशी विमानतळावर जाताना माझी बहीण नेहमीप्रमाणे गप्पगप्पच होती, पण मग ती मला मी कुठे कुठे जाणार ह्याबद्दल प्रश्न विचारू लागली. मी

कसा प्रवास करणार, कुठे राहणार इ.इ. अशी उत्सुकता ह्यापूर्वी तिने कधीच दाखवली नव्हती.

निरोप घेताना भावनाविवश होणारी मंडळी आम्ही नाही, त्यामुळे निघताना "तुझी ट्रिप छान होवो" व "तू मला आवडतेस" अशा शुभेच्छा देऊन झटक्यात तिने माझा निरोप घेतला व ती गेली देखील. ती मला समजू शकत नाही ह्याचं मला वाईट वाटलं. त्या क्षणी मला वाटलं तिने देखील माझ्याबरोबर यावं, पण ती येणार नाही ह्याची खात्री होती.

मी विमानतळावर आतल्या बाजूला गेले. प्रतीक्षाकक्षात एका जागेवर बसले. सामान बाजूला ठेवलं. मग पर्स उघडून सगळं नीट आहे ह्याची खात्री केली. विमानतळावर येताना सामानाबरोबर माझी पर्सदेखील बहिणीनेच गाडीत ठेवली होती. पर्समधे माझा पासपोर्ट, महत्त्वाचे कागदपत्र, ट्रॅव्हलर्स चेक्स इ. गोष्टी होत्या. त्यांच्या जोडीला एक कागदी छोटंसं पाकीट दिसलं. त्यावर बहिणीच्या हस्ताक्षरात 'कॅथ' असं लिहिलं होतं. पाकीट उघडून मी पाहिलं तर आत 'प्रवास सुखाचा होवो'चं एक विनोदी शुभेच्छाकार्ड होतं. कार्डावर हलकं-फुलकं डिझाईन व कार्टून काढलेलं होतं. आमच्या घरचे सगळेच असं विनोदी कार्डच नेहमी एकमेकांना देतात. मी विचार केला काही विशेष वेगळं नाहीये हिचं असं कार्ड देणं.

कार्ड उघडून आतला मजकूर वाचू लागले आणि माझ्या लक्षात आलं की ती मला समजू शकत नाही असं मला वाटायचं ते चुकीचं होतं. उलट ती मला चांगल्या प्रकारे समजू शकत होती. मला असं वाटतं तिच्या व्यक्तिमत्त्वातला एक छोटा हिस्सा इच्छा करत होता की माझ्यासारखं व्हावं किंवा कदाचित नेहमीच तिची तशीच इच्छा होती. कार्डवर फक्त तिने लिहिलेला मजकूर होता. छापलेलं काहीच नव्हतं. "तू आयुष्य पूर्णत्वाने जगतेस ह्याचं मला मनापासून कौतुक वाटतं. मी खूप प्रेम करते तुझ्यावर."

तुझी बहीण,<br>
क्रिस्टी

कार्डाच्या दुसऱ्या पानावर तिने लिहिलं होतं—<br>
अपोलो उंच सुळक्यावर उभा होता.<br>
"या, या, वरती या" तो म्हणाला.<br>
"नाही येऊ शकत" ते म्हणाले, "खूप उंच आहे सुळका"<br>
"अरे या नं, वरती या" तो म्हणाला.<br>
"नाही येऊ शकत, खूप उंच आहे सुळका."<br>
"या, या वरती या लवकर" तो म्हणाला.<br>
"नाही जमत, आम्ही खाली पडू असं वाटतंय."

"या रे वरती" परत तो म्हणाला.
आणि ते आले वरती, अपोलोने त्यांना ढकललं.
आणि काय आश्चर्य! ते उडायला लागले नभी!

त्या दिवशी थोड्या काळासाठी का होईना, माझ्या बहिणीने तिच्या व्यक्तिमत्त्वाचा दुसरा अनमोल हिस्सा– पैलू माझ्यापुढे उघडून दाखवला, जो तिने त्या क्षणापर्यंत माझ्यापासून लपवून ठेवला होता. किंवा कोणजाणे, मीच कदाचित तिचं नीट निरीक्षण केलं नसावं कधी! माझ्या डोळ्यांतून अश्रू झिरपू लागले. मी मान फिरवून खिडकीतून बाहेर बघू लागले. काचेच्या दारातून मला काय दिसावं. तर दूर पलीकडे माझी बहीण अजूनही उभी होती. माझ्याकडे हसत हसत बघत होती व जोरजोराने हात हलवत होती. माझं विमान तळावर लागलं. मी खुर्चीवरून उठून जायला लागले. परत नजरानजर झाल्यावर मला असा भास झाला की तिच्या तोंडातून "मी खूप प्रेम करते हं तुझ्यावर, कॅथ" असे शब्द निघताहेत. तिच्या ओठांच्या हालचालींवरून मी तसा अंदाज केला. मी तिच्याकडे बघत मनापासून हसू लागले कारण ती आता मला समजू शकत होती ह्याचाच तो पुरावा होता.

■

कॅथलीन ल्युसी स्माईली
'The Edge'

## ६

# दृष्टिकोण

*"कोणत्याही गोष्टीचं तात्पर्य त्यातच लपलेलं नसतं, तर ते लपलेलं असतं तुमच्या मनाच्या आंतरिक आवाजात."*

*ॲन्टनी डी. सेंट एक्झ्युपरी*

## आपल्याला खोलवर वाटणारी भीती

आपण अपुरे पडतोय अशी खोलवर भीती वाटत नाही आपल्याला, उलट अफाट शक्तिशाली तर नाही झालोत ही खरी खोलवर वाटणारी भीती असते. आपल्या अंत:करणातल्या अंधकाराची नव्हे, तर आतल्या प्रकाशाची आपल्याला भीती वाटत असते. स्वत:लाच आपण प्रश्न करतो— मी कोण असा लागून गेलोय.

इतका बुद्धिमान, रूपवान, अद्भुत– सर्वांपेक्षा अनोखा!

खरं म्हणजे– का नाही तुम्ही असे होऊ शकतं?

तुम्ही सगळे देवाची लेकरं आहात. क्षुद्रपणे जगून तुम्ही नाही जगाचं कल्याण करू शकत. कधीतरी स्वत:कडे कमीपणा घ्यायचा प्रयत्न करून, इतरांना तुमच्या सहवासात न्यूनगंड येणार नाही असं वागून सुसंस्कृतपणाचा अवर्णनीय आनंद चाखून तर बघा.

आपल्या अंत:करणात वसणाऱ्या दैवत्वाच्या प्रभेला व्यक्त करण्यासाठीच हा जन्म मिळाला आहे.

आणि हे काही जणांनाच नाही, तर प्रत्येक व्यक्तीला शक्य आहे. हृदयात वसणाऱ्या तेजाचा आपण प्रकाश पाडला तर नकळतच आपण इतरांना देखील अशी कृती करायला प्रोत्साहित करत असतो.

खोलवर रुजलेल्या भीतीपासून आपण मुक्त झालो की आपल्या अस्तित्वाने आपल्या आजूबाजूचेही असेच मुक्त होतील.

■

मॉरिन विल्यमसन
'A Return to Love' मधील उतारा

# नाशाची खरी किंमत

*''घराला जरी आग लागली तरी त्या आगीपासून ऊब मिळवा''*

**स्पॅनिश म्हण**

थॉमस एडिसन या शास्त्रज्ञाची प्रयोगशाळा डिसेंबर १९१४ मधे आगीमधे अक्षरश: पूर्ण नष्ट झाली होती. एवढं प्रचंड नुकसान म्हणजे खरं म्हणजे २० लाख डॉलर्सचा फटका होता आणि प्रयोगशाळेच्या इमारतीचा विमा फक्त २ लाख ३८ हजार डॉलर्सचाच काढलेला होता, कारण ती इमारत काँक्रिटची असल्याकारणाने आग लागण्याची शक्यता धरली गेली नव्हती. एडिसनची आयुष्यभराची मोलाची कामगिरी, संशोधन सगळं काही त्या डिसेंबरच्या भयाण रात्री भीषण ज्वालांमधे राख झालं होतं.

आगीच्या त्या प्रचंड लोळात एडिसनचा २४ वर्षांचा मुलगा चार्लस, जिवाच्या

शर्थीने त्या धुरात, ढिगाऱ्यात आपल्या वडिलांना शोधत होता. अखेर मिळाले त्याला वडील शांतपणे ते दृश्य बघत बसलेले, आगीच्या प्रकाशात त्यांचा चेहरा चमकत होता. पांढरी शुभ्र दाढी वाऱ्याबरोबर हलत होती.

"त्यांना बघून मला दारूण दु:ख झालं." चार्लस म्हणाला. "६७ वर्षांचं वय झालं होतं त्याचं. पूर्वीसारखे ते तरुणही राहिले नव्हते आणि एकीकडे सर्व काही आगीत भस्मसात होत होतं. माझ्याकडे जेव्हा त्यांचं लक्ष गेलं तेव्हा ते जोरात ओरडून म्हणाले, "चार्लस, अरे आई कुठेय तुझी?" मला माहीत नाही असं मी जेव्हा त्यांना सांगितलं तेव्हा ते म्हणाले, "आधी शोध तिला व माझ्याकडे घेऊन ये. कारण असं दृश्य ती तिच्या हयातीत आजच्या दिवसानंतर परत कधी बघू शकणार नाही."

दुसऱ्या दिवशी सकाळी झालेला नाश बघून एडिसन म्हणाले, "नाशसुद्धा कधीकधी किंमतवान ठरतो. आपण केलेल्या चुका नष्ट झाल्या ही देवाची कृपाच म्हणायची, आता परत नव्याने सुरुवात करता येईल."

त्या भयानक आगीनंतर बरोबर तीन आठवड्यांतच एडिसनने स्वत: शोध लावलेला जगातला पहिला ग्रामोफोन जगाला सादर केला.

∎

'The Sower's Seeds' तर्फे

# चांगली बातमी

अर्जेंटिना देशातील प्रथम श्रेणीचा गोल्फपटू रॉबर्ट डी. व्हिन्सेन्झो एकदा सामना जिंकून, बक्षिसाचा चेक घेऊन, फोटोला हसत हसत उभा राहून मग क्लबहाऊसला गेला व घरी परतायची तयारी करू लागला. थोड्या वेळानंतर गाडी जिथे उभी केली होती त्या जागी तो गेला. तेवढ्यात तिथे एक तरुणी त्याला सामोरी आली. त्याच्या यशाबद्दल तिने त्याचं अभिनंदन केलं व मग त्याला म्हणाली की, तिचा मुलगा अतिशय आजारी असून त्याचा मृत्यू अगदी समीप आलाय आणि आता हॉस्पिटलचा खर्च व डॉक्टरांची बिलं ती कशी भरणार हे तिला कळेनासं झालंय.

डी. व्हिन्सेन्झोचं मन तिच्या कहाणीने कळवळलं. नुकत्याच मिळालेल्या चेकवर मागच्या बाजूला सही करून तिच्या हाती देत तो म्हणाला, ''तुझ्या मुलाचे अखेरचे दिवस सुखकारक जातील अशी व्यवस्था कर.''

पुढच्याच आठवड्यात तो एकदा गावातल्या क्लबमधे जेवत असताना व्यावसायिक गोल्फपटूंच्या सभेचा एक अधिकारी त्याच्याजवळ आला व म्हणाला, ''त्या दिवशी तू गोल्फचा सामना जिंकून मिळवलेला चेक घेऊन गाडीपाशी गेलास, तेव्हा तुला तिथे एक तरुणी भेटली असं काही मुलांनी मला सांगितलं. ती मुलं तिथेच जवळ उभी होती.'' डी. व्हिन्सेन्झोने होकारार्थी मान हलवली. ''हं तर ऐक, मला एक खास बातमी सांगायचीय की ती बाई एक नंबरची खोटारडी बाई आहे. तिचं मूल आजारी वगैरे काही नाही कारण तिचं लग्नच झालेलं नाही. सगळं खोटं सांगितलं तिने तुला व चांगलं लुबाडलं बरं का तुला, माझ्या मित्रा!'' तो अधिकारी काळजीच्या सुरात म्हणाला,

''म्हणजे काय? मृत्यूच्या वाटेवर असलेलं मूल नाहीये?''

डी व्हिन्सेन्झोने विचारलं.

''बरोबर आहे तुझा प्रश्न.'' अधिकारी उत्तरला.

''अरे, कोणतं का होईना पण मूल आजारी नाहीये ही माझ्या दृष्टीने या आठवड्यातली सगळ्यात चांगली बातमी आहे. अजून काय पाहिजे?'' डी. व्हिन्सेन्झो म्हणाला.

■

'द बेस्ट ऑफ बिटस् अॅण्ड पिसेस्' मधून

# तुमच्या वाट्याची भूमिका कशी वठवता?

जीवनाच्या मार्गावर मी जेव्हा कधी निराश होतो तेव्हा काही क्षण थबकून मी त्या लहानग्या जिमी स्कॉटचं स्मरण करते.

शाळेच्या नाटकात एखादी भूमिका मिळवण्याचा जिमी एकदा प्रयत्न करत होता. त्याच्या आईने मला सांगितलं होतं की जिमी नाटकात काम करायचंय म्हणून हटून बसला होता. आईला मनातून खात्री वाटत होती की जिमीला नाटकासाठी निवडणार नाहीत म्हणून. ज्या दिवशी शाळेत सगळ्या भूमिकांबद्दल जाहीर घोषणा झाली त्या दिवशी मी देखील तिच्याबरोबर जिमीला घरी आणायला गेले होते. आम्हाला बघून जिमी धावतच येऊन आईला भेटला. त्याच्या डोळ्यांतून आनंद ओसंडून वहात होता. मोठ्या अभिमानाने तो म्हणाला, "ओळख बरं आई." आणि पुढे त्याने जे शब्द उच्चारले ते शब्द माझ्या मनावर कायमचे कोरले गेले आहेत. त्यातून मला फार मोठी शिकवण मिळाली.

"मला नं, माहीत आहे? मला किनई टाळ्या वाजवण्यासाठी निवडलंय!"

■

मेरी कर्लिंग

'Roles– and How We Play Them'

## जॉनी

"आपल्या जीवनातल्या कोणत्याही क्षेत्रात काम करत असताना उत्कर्ष साधण्यासाठी न थकता प्रत्येक आव्हानाला सामोरं जावं लागतं. प्रत्येकजण व्यावसायिकदृष्ट्या कर्तबगार ठरतो असं नाही. कला विज्ञानाच्या क्षेत्रात फारच थोडे उच्च पदापर्यंत पोहोचू शकतात. बरेच लोक कारखान्यात, शेतात, रस्त्यावर कामगार वा मजूर म्हणून काम करतात. परंतु कोणतंही काम कनिष्ठ प्रतीचं नसतं. ज्या कामामुळे मानवजातीला फायदा होतो त्या कामाचा दर्जा उच्चच मानला पाहिजे. त्या कामाचंही महत्त्व जाणलं पाहिजे व कोणतंही काम मेहनतीचं असो की बुद्धीचं असो, जीवापाड श्रम करून त्यात उच्च पदावर पोहोचण्याची महत्त्वाकांक्षा प्रत्येकाने बाळगावी. रस्त्यावर झाडू मारणाऱ्या साध्या कामगाराचं उदाहरण घ्या. त्याने झाडू अशा तन्मयतेने मारून स्वच्छता करावी जसा मायकेल अँजेलो तन्मय होऊन चित्रं काढायचा, त्यात रंग भरायचा किंवा बिथोवेन संगीतरचना रचायचा वा शेक्सपिअर कविता लिहायचा. त्याने रस्ता इतक्या सुंदर रीतीने झाडावा की आकाश व पृथ्वीतलावरचे वास करणारे क्षणभर थांबून म्हणतील, "इथेच तो महान कामगार आपलं स्वच्छता करण्याचं काम किती उत्कृष्टपणे करत असायचा!""

मार्टिन ल्युथर किंग (ज्युनिअर)

मागच्या वर्षीच्या शिशिर ऋतूमधे अनेक दुकानाची साखळी असलेल्या मोठाल्या दुकानात (सुपरमार्केट) काम करणाऱ्या ३,००० कामगारांसमोर भाषण द्यायला मला बोलावलं होतं. भाषणाचा विषय होता– ग्राहकांची निष्ठा प्राप्त करणे आणि आपल्या कामाच्या जागी चैतन्यपूर्ण वातावरण निर्मिती करणे.

एका महत्त्वाच्या कल्पनेवर मी भर दिला व ती म्हणजे व्यक्तिगत लक्ष.

हल्लीच्या धकाधकीच्या आयुष्यात, औद्योगिक क्षेत्रात होणारे आश्चर्यजनक बदल, कामाचा ताण ह्यातून तरून जाण्यासाठी स्वत:बद्दल व स्वत:च्या कामाबद्दल आपुलकी, अभिमान वाटणं प्रत्येकाच्या दृष्टीने फार महत्त्वाचं झालं आहे आणि हे असं वाटण्यासाठी जरुरी आहे. एका गोष्टीची– ती म्हणजे तुमच्या कामाच्या जागी तुम्ही जे काम करता तेच काम इतर लोकही करत असताना, तुम्ही तुमच्या कामात वेगळेपणा आणायचा प्रयत्न करा. आपलं असं स्वतंत्र वैशिष्ट्य निर्माण करा. कामाची शैली बदला.

युनायटेड एअरलाईन्स या विमानवाहतूक कंपनीतल्या एका पायलटचं मी उदाहरण दिलं. एकदा का विमानाने उड्डाण केलं, कॉकपिटमधे सर्व गोष्टी स्थिरस्थावर झाल्या की तो तिथल्या संगणकावरून विमानातल्या लोकांच्या नावाची यादी घेऊन त्यांच्यासाठी हस्तलिखित 'थँक यू' नोटस् पाठवत असतो.

तसंच माझ्या ओळखीचा एक ग्राफिक आर्टिस्ट त्याच्या गिऱ्हाईकांना त्यांच्या सामानाबरोबर बिनसाखरेचं च्युईंगम पाठवत असतो.

नॉर्थवेस्ट एअरलाईन्सच्या एका सामानवाहकानी ठरवलं की आपल्या कामात काहीतरी छान बदल घडवून आणायचा. विमानप्रवास संपल्यावर प्रवाशांच्या बॅगांना लावलेल्या पत्त्याच्या चिठ्ठ्या तुटून खाली पडतात त्या गोळा करायला त्यांनी सुरुवात केली. पूर्वी अशा चिठ्ठ्या झाडताना कचऱ्यात जात. आता तो त्याच्या फावल्या वेळात त्या प्रत्येक चिठ्ठीसोबत नॉर्थवेस्ट एअरलाईन्सने प्रवास केल्याबद्दल आभाराची चिठ्ठीही त्यांच्या पत्त्यावर पाठवून देत असतो.

आपल्या कामात सळसळतं चैतन्य आणणाऱ्या अशा अनेकांची उदाहरणं मी दिली. नंतर मी प्रेक्षकांना आव्हान केलं की त्यांनी स्वत:चं डोकं लढवून, कल्पनाशक्तीला ताण देऊन कामात वैयक्तिक वैशिष्ट्य आणणाऱ्या कल्पना सादर कराव्यात.

माझ्या भाषणानंतर साधारण तीन आठवड्यांनी एका दुपारी माझा फोन खणखणला. सुपरमार्केटमधला एक साधा कामगार जॉनी बोलत होता. गिऱ्हाईकांनी खरेदी केलेलं सामान पिशवीत भरून देणं एवढंच त्याचं काम असे. जॉनीने तो मतिमंद असल्याचं देखील मला मोकळेपणाने सांगितलं. तो म्हणाला, "बार्बरा, तू जे बोललीस ते मला खरंच खूप आवडलं, मनाला पटलं बघ सगळं!" पुढे तो असंही म्हणाला की माझ्या भाषणानंतर रात्री घरी गेल्यावर त्याने वडिलांना संगणकावर काम कसं करायचं हे शिकवायची विनंती केली.

तो म्हणाला की मग त्याने व वडिलांनी मिळून संगणकांत एक तीन स्तंभाचा प्रोग्रॅम तयार केला. आता रोज रात्री घरी गेल्यावर तो त्या प्रोग्रॅममधला 'आजचा सुविचार' वाचतो. कधीकधी सुविचार शोधताना त्याला त्याच्या आवडीचा सुविचार मिळाला नाही तर तो स्वत: विचार करतो व मग त्यालाच एखादा छानसा सुविचार

सुचतो. तो संगणकात टाईप करतो. त्याच्या अनेक प्रती बनवतो. प्रत्येक प्रतीच्या मागे ऐटीत त्याची सही करतो. दुसऱ्या दिवशी दुकानात प्रत्येक गिऱ्हाईकाचं सामान पिशवीत भरताना त्याने आणलेल्या सुविचाराच्या प्रतीमधली एक प्रत त्या पिशवीत टाकतो. आपल्या कामात वैशिष्ट्य आणायचा त्याचा हा मनापासूनचा प्रयत्न किती स्पृहणीय आहे. त्यातून त्याची सृजनशीलताच प्रकट होत असते, नाही?

एक महिन्यानंतर त्या दुकानाच्या मॅनेजरने मला फोन केला. तो म्हणाला, "बार्बरा, आज काय घडलं दुकानात ते मी तुला सांगितल्यावर तुझा खरंच विश्वासच बसणार नाही. अगं आज काऊंटरवर गिऱ्हाईकांची रांग जॉनीच्या जवळ इतर रांगांपेक्षा चक्क तिप्पट लांबीची होती. मी ओरडून म्हटलं, "अरे, इतर कामगारांच्या जवळ रांग बनवा ना. गर्दी कमी करण्यासाठी अजून कामगार लावा ड्युटीवर. पण सगळे एकमुखाने म्हणाले, "नाही, नाही! आम्हाला जॉनीच्याच काऊंटरवर उभं राहायचं आहे. कारण 'आजच्या सुविचाराची प्रत' पाहिजे नं!

मॅनेजर पुढे सांगू लागला की एक बाई पुढे येऊन म्हणाली-

"पूर्वी मी आठवड्यातून फक्त एकदाच इथे खरेदीला यायची. पण आता मात्र मी जेव्हा जेव्हा दुकानाजवळून जाते तेव्हा प्रत्येकवेळी मुद्दाम आत येते. एखादी तरी वस्तू विकत घेते कारण जॉनीचा 'आजचा सुविचार' हवा असतो मला!'' मॅनेजरने फोन बंद करता करता असंही सांगितलं की त्याच्या दुकानातली सर्वात महत्त्वाची व्यक्ती कोण असेल तर तो जॉनी!

तीन महिन्यांनी त्याने परत फोन केला. "जॉनीने व तू आमच्या दुकानाचा कायापालट घडवून आणलाय. आता आमच्या दुकानातल्या फुलांच्या विभागात कामगारांना एखादं दांडी तुटलेलं फूल दिसलं की, एखाद्या वृद्ध स्त्री किंवा लहान मुलीच्या ड्रेसवर ते पटकन अडकवून देतात. गिऱ्हाईक खूष व कामगाराला आनंद – दुहेरी फायदा!

आमच्या मांस-मच्छी विक्री विभागातल्या एका कामगाराला 'स्नूपी' या कार्टूनची फार आवड आहे. त्याने एकदा स्नूपीची ५० हजार स्टिकर्स स्वखर्चाने विकत आणून ठेवली व आता तो गिऱ्हाईकांनी मांस-मच्छी खरेदी केली की प्रत्येकाच्या बॅगेत स्नूपीचं एक स्टिकर टाकतो. एकंदरीत सध्या आम्हालाच काय पण आमच्या गिऱ्हाईकांनाही खूप आनंद मिळतोय अशा छान बदलामुळे!

हीच ती कल्पना तुमच्या कामाच्या जागी नवचैतन्य निर्माण करण्याची! ∎

बार्बरा ए. ग्लान्झ<br>'Johny'

# ७

# अडचणींवर मात

"अडचणी, संकटं मला अजिबात मोडू शकत नाहीत. उलट प्रत्येक संकट मला जास्तच खंबीर, कणखर बनवत असतं."
लिओनार्डो दा विन्ची

## मनस्वी पाठपुरावा शक्यतेचा!

*"तुमच्या स्वप्नांना, कल्पनांना जतन करा. कारण ती तर तुमच्या आत्म्याची अपत्ये आहेत. तुमच्या उत्कट उत्कर्षाच्या निश्चित खुणा आहेत त्या!"*

नेपोलियन हिल

बऱ्याच वर्षांपूर्वी इजिप्तमधल्या एका कबरीचं उत्खनन करताना एका पुराणवस्तुशास्त्रज्ञाला लाकडाच्या एका ठोकळ्यात बिया पुरल्या गेलेल्या आढळल्या. त्यांना रुजवल्यावर तब्बल ३,००० वर्षांनी त्या बियांना त्यांच्यात दडलेल्या संभाव्य शक्तीच्या शक्यतेची प्रचिती आली. माणसाच्या आयुष्याची अवस्था इतकी वाईट, निराशाजनक, पराभूत भावनेने पछाडलेली झाली आहे का की ज्या माणसांत संभाव्य शक्यता असूनही, त्याची कुवत असूनही तो अपयशी व नैराश्यपूर्ण जीवन जगून नाश पावतो? का अजूनही मनुष्य जातीत अशा आशावादी बिया दडलेल्या आहेत जीवनातल्या संकटांवर मात करून समर्थपणे उभं राहण्यासाठी? १९८४ च्या २३ मे च्या 'असोसिएटेड प्रेस' मधल्या ह्या गोष्टीवर विचार करून बघाच तुम्ही.

मेरी ग्रोडा लहानपणी लिहायला-वाचायला शिकली नव्हती. बुद्धिवंतांनी तिला मतिमंद म्हणून ठरवून टाकलं होतं. वयात आलेल्या मेरीला नवीनच विशेषण प्राप्त झालं होतं– 'सुधारातीत'. म्हणजे जिच्यात कणभरही सुधारणा होणं केवळ अशक्य होतं. तिला नंतर दोन वर्षांसाठी सुधारकेंद्रात ठेवण्यात आलं. तिथल्या त्या बंदिस्त जागेत मेरीने दिवसातले १६-१६ तास मेहनत करून शिकण्याचं आव्हान स्वीकारलं. केवढा विरोधाभास हा! तिच्या अथक परिश्रमांना यश मिळालं व तिला माध्यमिक शाळेच्या परीक्षेत चक्क पदवीपत्रक बहाल केलं गेलं.

परंतु मेरी ग्रोडाचं कमनशीब अजूनही तिची साथ सोडत नव्हतं. सुधारकेंद्रातून बाहेर पडल्यावर बिना-विवाहाची ती गरोदर राहिली. दोन वर्षांनंतर दुसऱ्या वेळच्या अशाच गर्भारपणात तिला पक्षघाताचा झटका आला व त्यात तिची स्वकष्टार्जित लिहिण्या-वाचण्याची शक्ती पूर्ण नष्ट झाली. वडिलांचे प्रोत्साहन व मदतीने तिने

गमावलेली शक्ती परत मिळवली.

अतिशय बिकट अशा आर्थिक परिस्थितीमुळे तिला समाजाच्या फंडामधून पैशाची मदत घ्यावी लागली. मिळणाऱ्या मदतीत वाढ करून घेण्यासाठी सात मुलांना मानसपुत्र मानून जवळ केलं व मग त्या काळात जास्तीच्या पैशातून ती कम्युनिटी कॉलेजमधे जाऊन शिकू लागली. तिथला शिक्षणक्रम उत्तम रीतीने उत्तीर्ण होऊन तिने अल्बनी मेडिकल स्कूलमधे दाखल होण्यासाठी दाखला भरला व प्रवेशही मिळवला. तिचं वैद्यकशास्त्रातलं शिक्षण सुरू झालं.

१९८४ च्या वसंतऋतूमधे ओरेगन राज्यात मेरी ग्रोडा लुईस– आता ती विवाहित होती. पदवीदान समारंभाचा पूर्ण पोशाख घालून सर्व विद्यार्थ्यांत सामील झाली. तिच्या मनात त्या क्षणी काय विचार आले असतील ह्याची कोणी कल्पना देखील करू शकत नाही. त्या स्थानापर्यंत पोहोचण्यासाठी आत्मविश्वास, चिकाटीची साथ तिने सोडली नव्हती. आज जगाला ती एक डॉक्टर म्हणून दिसत होती. एक डॉक्टर म्हणून जगाला तिची ओळख पटली होती. या भूतलावर एका छोट्या जागी अशी एक व्यक्ती उभी होती जिने अशक्य स्वप्नांचा पाठपुरावा करून त्यांना शक्य करून दाखवलं होतं. स्वप्नपूर्ती करून तिने मानवांमधल्या दैवीगुणांचा आविष्कार जगाला सादर केला.

हीच ती डॉ. मेरी गोल्डा लुईस. एम. डी.

■

जेम्स इ. कॉनर

'The Passionate Pursuit of Possibility'

# तुला अशक्य काही नाही

*"जमतं त्यांना सगळं, कारण आपल्याला जमेलच असाच सकारात्मक विचार करतात ते."*

**व्हर्जिल**

ज्योई माझा मुलगा. जन्मत:च त्याचे दोन्ही पाय वेडेवाकडे होऊन वरच्या बाजूला वळून पोटावर टेकले गेले होते. मी पहिलटकरीणच असल्याने ते बघून मला कसनुसं झालं पण आपलं मूल असं का जन्माला आलंय हे मात्र मला कळत नव्हतं. थोडक्यात ज्योई जन्मत:च अपंग, खुरट्या पायांचा होता. डॉक्टरांनी मला समजावून सांगितलं की बऱ्याच उपचारानंतर त्याचे पाय थोड्या प्रमाणावर नीट करून त्याला नीटपणे चालता येईल, परंतु धावणं-पळणं मात्र शक्य होणार नाही. ज्योईच्या आयुष्याची पहिली तीन वर्ष अनेक शस्त्रक्रियांत व पाय साच्यात बंद करून ठेवलेल्या अवस्थेत गेली. ६-७ वर्षांचा होईपर्यंत पायांना रोज मॉलिश करून, व्यायाम करवून तो इतका नीट झाला की चालताना त्याच्याकडे बघून कोणाला वाटलं देखील नसतं की जन्मत:च केवढं मोठं व्यंग घेऊन आला होता तो.

खूप लांबवर तो चालला किंवा प्राणीसंग्रहालयात, करमणुकीच्या खेळाच्या पार्कमधे दिवसभर चालून दमणूक झाली की तो पाय दमले व खूप दुखतात अशी तक्रार करत असे. मग आम्ही वाटेत कुठेतरी थांबून शीतपेये, आईस्क्रीम घेऊन जरा विसावा घेत असू. काय काय पाहिलं व अजून काय काय बघायचं राहिलंय ह्यावर गप्पा करत असू, पण त्याचे पाय एवढे का दुखतात किंवा त्यांच्यात कमी शक्ती आहे ह्यावर एक शब्दही उच्चारत नसू. त्याच्या जन्मत:च्या व्यंगामुळे ही अडचण आली आहे असं आम्ही कधीच त्याला म्हटलं नाही त्यामुळे त्याला त्याबद्दल काही कल्पनाच आली नाही.

आमच्या शेजारपाजारची मुलं आजूबाजूला पळापळी करून मस्ती करताना, खेळताना खूप जोरात धावत. ज्योई त्यांना बघत उभा राही. एका जागेवर उभा राहून तो खेळत बसायचा, पण इतर मुलांसारखं तुला धावता-पळता येणार नाही

असं त्याला आम्ही कधी म्हणालोच नाही. इतरांपेक्षा त्याची तब्येत, प्रकृती वेगळी आहे असा भासही होऊ दिला नाही. त्यामुळे त्यालाही काही वेगळं असं वाटायचं नाही.

सातवीत गेल्यावर त्याने कच्च्या रस्त्याने (क्रॉस-कंट्री) धावणाऱ्या संघात सामील व्हायचं ठरवलं. दररोज तो संघाबरोबर सराव करत असे. तो खूप मनापासून सराव करतोय व धावण्याचाही प्रयत्न करतोय असं आम्हाला कळत होतं. इतरांना ज्या सहजतेने धावता येतंय तेच करायला आपल्याला प्रयास पडताहेत हे कदाचित त्याच्या लक्षात आलं असावं. तू धावू शकशील पण सगळ्यांपेक्षा मागे राहशील असं आम्ही काही त्याला म्हणालो नाही. संघात आपला समावेश झालाच पाहिजे अशी आशा तू ठेवू नकोस असंही सांगितलं नाही. त्या संघातले सात धावपटू उत्कृष्ट दर्जाचे होते व त्यांच्या बळावर संघाला सामन्याच्या वेळी बरेच गुण मिळू शकणार होते व त्यांची शाळा सामना जिंकू शकणार होती, परंतु त्याचा समावेश संघात होणं असंभव आहे, नव्हे अशक्य आहे असं आम्ही त्याला बोललोच नाही.

तो रोज ४-५ मैल पळण्याचा अनेक दिवस सराव करत होता. ज्या दिवशी त्याला १०३ डिग्री पर्यंत ताप आला होता, तो दिवस मी कधीच विसरणार नाही. तापामुळे सराव न करता घरात बसणं त्याला कठीण होतं. दिवसभर मी त्याची काळजी करत बसले. येऊन त्याला घरी घेऊन जा असा शाळेतून फोन येईल म्हणून मी वाट बघत होते परंतु फोन आलाच नाही.

शाळा सुटल्यावर ज्या जागी मुलं सराव करत असत, शेवटी मी तिथे गेले. कारण वाटलं की मला बघून ज्योई सराव न करता कदाचित माझ्याबरोबर घरी येईल. पण मी तिथे जाऊन बघते तर हा एकटाच रांगेने झाडं लावलेल्या रस्त्यावर धावत होता. मी त्याच्या बाजूने हळूहळू गाडी चालवत राहिले. अशा बेताने की त्याचा धावण्याचा व गाडीचा वेग बरोबर आला. कसं वाटतंय विचारल्यावर तो उत्तरला. ''छान वाटतंय.'' रोजच्या हिशेबाप्रमाणे त्याचं अजून दोन मैल धावणं शिल्लक होतं. त्याच्या चेहऱ्यावरून घाम निथळत होता व तापाने डोळे लाल लाल झाले होते. तरीदेखील नाकासमोर बघत, एकाग्र चित्ताने तो धावतच राहिला. अंगात १०३ डिग्री ताप असताना चार मैल पळता येणार नाही असं मी न बोलल्याने त्यालाही ते अशक्य वाटलंच नाही.

दोन आठवड्यानंतर दुसऱ्या शर्यतीपासून शेवटच्या शर्यतीपर्यंत संघात असणाऱ्यांची नावे सांगण्यात आली. ज्योईचा नंबर यादीमधे सहावा होता. अखेर त्याचा समावेश झाला होता. तो होता तेव्हा सातवीत, बाकीचे सहाजण होते आठवीमधले. खरंच आम्ही एकदाही त्याला असं बोलून जाणीव करून दिली नाही की संघातला त्याचा

प्रवेश अशक्य आहे किंवा त्याला ते शक्य नाही वा जमणारच नाही. आम्ही काही सांगितलं नाही. त्यामुळे त्याला आपल्यातल्या वेगळेपणाची काहीच जाणीव झाली नाही व अखेर ज्योईने अशक्य गोष्ट शक्य करून दाखवलीच!

■

कॅथी लॅमनकुझा
'We Never Told Him, He Couldn't Do It'

## मनाची शिकवण

माझी दहा वर्षांची चिमुरडी सारा म्हणजे मनाच्या शिकवणुकीचं मूर्तिमंत उदाहरण आहे. साराला जन्मतःच एका पावलामधे एका स्नायूची कमी होती त्यामुळे त्या पावलावर सतत एक पट्टा (ब्रेसेस) बांधावा लागे. वसंतऋतूमधल्या एका छान दिवशी ती शाळेतून आल्यावर मला सांगू लागली की त्या दिवशी शाळेमधे मैदानावरच्या अनेक खेळांच्या स्पर्धांत तिने भाग घेतला होता.

माझ्या मनात तेवढ्यात विचार आला की तिच्या पावलावर बांधलेल्या पट्ट्यामुळे कदाचित तिला एकही स्पर्धा जिंकता आली नसली तरी काही हरकत नाही व तिचा उत्साह वाढवण्यासाठी तिची कशी समजूत घालावी. कितीतरी सुप्रसिद्ध क्रीडाशिक्षकांना मी बघितलं होतं हरलेल्या खेळाडूंची समजूत काढताना. त्याप्रमाणे मी काहीतरी बोलणार तेवढ्यात साराच माझ्याकडे बघत म्हणाली,

"डॅडी, मी नं दोन स्पर्धांत पहिली आले बरं का!"

माझा विश्वासच बसेना. सारा पुढे म्हणाली की, "मला एक फायदा होता डॅडी."

हं, हं! आता मी समजलो. मी विचार केला की तिला सर्वांआधी धावायला सुरुवात कर असं सांगितलं गेलं असणार. म्हणजे तिच्यातल्या शारीरिक कमतरतेचा तिला असा फायदा झाला तर.

पण मी काही बोलणार तेवढ्यात साराच मला सांगू लागली. "डॅडी, मला आधी धावायला सुरुवात करण्याची सवलत नाही मिळाली बरं का– मला फायदा असा झाला की मला पहिलं येण्यासाठी खूप जास्त प्रयत्न करायची संधी मिळाली!"

अशी ही माझी सारा व साराच्या मनाची शिकवण!

■

स्टॅन फ्रॅजर

'A Lesson In Heart'

# चौदा पायऱ्या

*"संकटातच माणसाला स्वत:ची ओळख होते."*

**अज्ञात**

असं म्हणतात की मांजराला एकूण नऊ जन्म लाभतात. माझ्यामते ही शक्यता बरोबर आहे कारण माझा स्वत:चा हा तिसरा जन्म आहे व मी मांजरही नाहीये.

१९०४ च्या नोव्हेंबर महिन्यातल्या एका दिवशी माझा पहिला जन्म झाला. एका शेतकऱ्याच्या कुटुंबातला आठ मुलांमधला सहाव्या क्रमांकाचा मुलगा होतो. मी १५ वर्षांचा असतानाच माझ्या वडिलांचा मृत्यू झाला व त्यानंतर जगण्यासाठी आम्हाला खूप धडपड करावी लागली. आई घरीच राहून बटाटे, शेंगा, मक्याचा पाव, पालेभाज्या असलं काहीतरी शिजवून स्वयंपाक तयार ठेवायची व आम्ही भावंडं बाहेर मिळेल ते काम करून थोडे फार पैसे कमवत असू.

करता करता आम्ही सगळे मोठे झालो. मी व एक बहीण सोडून सगळ्यांची लग्नंही झाली व मग आम्ही दोघं आईचा आधार बनलो. तिची काळजी घेऊ लागलो कारण तेव्हा तिला पक्षाघाताचा झटका आला होता. त्यामुळे ती तिच्या अखेरच्या काही वर्षांत अंथरुणालाच खिळली होती. शेवटी वयाची साठी ओलांडून थोड्या वर्षांतच तिचा मृत्यू झाला. लवकरच माझ्या बहिणीने लग्न केलं व तिच्या पावलावर पाऊल टाकून वर्षभरातच माझंही लग्न झालं.

माझं हे पहिलं आयुष्य खऱ्या अर्थाने मी लग्नानंतर जगू लागलो. मी एक अत्यंत आनंदी व्यक्तिमत्त्वाचा सुदृढ व बळकट शरीरयष्टी लाभलेला खेळाडू होतो. माझी पत्नी व मी दोन गोड मुलींचे पालक झालो. सॅन कार्लोसमधे माझं सुंदरसं घर होतं व जवळच सॅन होजेमधे मला उत्तम नोकरी होती.

जीवन म्हणजे एक सुंदर स्वप्न असं वाटायचा काळ होता तो आणि बघता बघता ते सुंदर स्वप्न उद्ध्वस्त होऊन एका भयानक स्वप्नाला सुरुवात झाली. इतकं भयानक की जे पडल्यावर मध्यरात्री घाम फुटून दचकून जाग येईल. हळूहळू वाढत

जाणाऱ्या एका रोगाने मला पछाडलं. माझ्या मज्जातंतूंमधे बिघाड झाला व त्यामुळे आधी उजवा हात, मग पाय, नंतर डावा हात, डावा पाय निकामी होऊ लागला.

असा सुरू झाला माझा दुसरा जन्म.

इतका विलक्षण रोग होऊनही मी विशिष्ट उपकरणांच्या साहाय्याने गाडी चालवू शकत होतो. गाडी चालवून कामावर रोज जा-ये करत होतो. मनाशी ठाम निश्चय करून मी माझी तब्येत व आशावाद चांगल्यापैकी टिकवून ठेवण्यात यशस्वी झालो होतो. कशामुळे – तर केवळ एकाच गोष्टीमुळे व ती म्हणजे चौदा पायऱ्यांमुळे!

वेडेपणा वाटतोय नं? पण मुळीच नाही. आम्ही घर दोन पातळ्यांमधे बांधलं होतं. म्हणजे गॅरेजपासून चौदा पायऱ्या चढून मग स्वयंपाकघराचं दार होतं. त्या चौदा पायऱ्या म्हणजे माझ्या आयुष्याची कसोटी होती. त्या पायऱ्या माझ्या जगण्याचं परिमाण होतं. आव्हान होतं. मला असं वाटायचं की एखादा दिवस असा उगवेल की त्या दिवशी एक पाऊल कसंबसं उचलून, मागचं पाऊल त्यामागे घासत, खुरडत, रखडत, दुःखाने कण्हत कण्हत मी चौदा वेळा ती भयावह कृती करेन, पण शेवटी पराभव पत्करीन आणि नंतर एकाजागी अंथरुणाला खिळून मला मृत्यू येईल.

त्यामुळे मी रोज त्या चौदा पायऱ्या चढण्या-उतरण्याचा क्रम नेटाने चालूच ठेवला. त्यासाठी खूप कष्ट सोसले, अपरिमित वेदना सहन केल्या. काळ पुढे सरकत होता. आमच्या दोघी मुली कॉलेजचं शिक्षण संपवून लग्न करून आपापल्या घरी सुखाने नांदत होत्या. आमच्या सुंदरशा घरात फक्त मी व पत्नीच त्या चौदा पायऱ्यांच्या सान्निध्यात राहू लागलो होतो.

तुम्हाला वाटेल की अरे वा काय धैर्यवान व शक्तिशाली माणूस होता हा! पण नाही– सत्य वेगळंच होतं. त्या चौदा पायऱ्यांवर चढउतार करणारा तो – एक निराश झालेला, लुळा-लंगडा, मनाचा समतोल, नोकरी, घर व आपली पत्नी कसंबसं संभाळत होता. केवळ त्या चौदा पायऱ्यांच्या जोरावर!

जेव्हा मी एक पाऊल कसंबसं पुढे टाकून नंतर त्यामागे मागचं पाऊल घासत, खुरडत, वेदना सोसत पायऱ्या चढताना मधेच विश्रांतीसाठी जरा थांबत असे तेव्हा माझ्या डोळ्यांसमोर माझं आधीचं आयुष्य येई. कसा मी बॉलगेम्स, गोल्फ खेळायचो, व्यायामशाळेत जाऊन शरीर कमावण्यासाठी व्यायाम करायचो, पोहायचो, डोंगर चढायचो, उंच उड्या मारायचो, धावायचो आणि आता? आता फक्त या इतक्याशा चौदाच पायऱ्या मोठ्या मिनतवारीने चढू शकत होतो.

वय होऊ लागल्यावर तर मी जास्तच चिडखोर, निराशावादी होऊ लागलो. मला खात्री आहे की आयुष्याच्या तत्त्वज्ञानाच्या माझ्या कंटाळवाण्या व्याख्यानबाजीने माझी पत्नी व मित्रमंडळ नक्की वैतागत असणार. मला खात्रीपूर्वक वाटायचं की

इतकी दु:खं, इतक्या यातना सोसण्यासाठी पूर्ण जगातून मी एकटाच तेवढा निवडला गेलोय. हा असा तिरसटपणा गेल्या नऊ वर्षांपासून सुरू झाला होता आणि जोपर्यंत त्या चौदा पायऱ्या मी चढू शकणार होतो तो पर्यंत तो तसाच चालू राहणार होता. थोडक्यात माझ्या मृत्यूपर्यंत!

धार्मिक पुस्तकांतल्या चांगल्या विचारांवर माझा विश्वास बसत नसे. उदा. ''काही क्षणात कधीतरी अचानक असा एखादा अद्‌भुत चमत्कार होऊ शकतो व आपलं आयुष्य पूर्णपणे बदलतं.'' अशा प्रकारे या भूतलावर मी माझा पहिला व दुसरा जन्म जगलो.

१९७१ च्या ऑगस्टमधे एका रात्री माझा तिसरा जन्म सुरू झाला. त्या दिवशी सकाळी मी घरून कामासाठी बाहेर पडलो तेव्हा एखादा अविश्वसनीय वाटणारा बदल घडून येणार आहे अशी मी पुसटशी देखील कल्पना केली नव्हती, परंतु त्या दिवशी सकाळी मला जाणवत होतं की त्या चौदा पायऱ्या उतरताना मला नाकी नऊ येत होते. असह्य वेदना होत होत्या. घरी आल्यावर परत त्या पायऱ्या चढून वर जायचं आहे ह्या विचाराने उतरत असताना माझं धाबं दणाणलं होतं.

रात्री घरी परत येताना जोरात पाऊस पडत होता. खूप वारा सुटला होता आणि मी निमर्नुष्य रस्त्यावर हळूहळू गाडी चालवत असताना समोरच्या काचेवर थाडथाड पावसाचं पाणी उडत होतं. अचानक माझ्या हातातलं गाडीचं चाक गर्रकन फिरलं आणि गाडी झटक्यात रस्त्याच्या उजवीकडे गेली. टायर फुटण्याचा जोरदार आवाज आला. मी बराच प्रयत्न करून गाडी कशीबशी रस्त्याच्या अगदी कडेला थांबवली व आलेल्या संकटाने बधीर होऊन गाडीत बसून राहिलो. फुटलेलं टायर काढून दुसरं बसवणं मला शक्य नव्हतं– केवळ अशक्य!

तेव्हा त्या रस्त्याने दुसरं एखादं वाहन येऊन चालक थांबण्याची सुतराम शक्यता नव्हती. कोण कशाला थांबेल? मी देखील असा वाटेत कोणासाठी थांबलो नसतो! मला थोड्या अंतरावर एका छोट्या रस्त्यावर एक घर दिसलं. मी गाडीचं इंजिन सुरू करून हळूहळू त्या कच्च्या, चिखलाच्या रस्त्यावर गाडी नेली. नशीब बलवत्तर होतं माझं! त्या घरात दिव्याचा प्रकाश दिसत होता. मी गाडी घराच्या आवारात नेऊन उभी केली व जोरजोराने हॉर्न वाजवू लागलो. घराचं दार उघडून एक छोटीशी मुलगी मला निरखून बघू लागली. गाडीच्या खिडकीची काच खाली करून मी जोरात ओरडून सांगितलं की माझी गाडी पंक्चर झाली आहे व मी कुबड्या वापरत असल्याने टायर बदलायला मला कोणाची तरी आवश्यकता आहे.

ती छोटी घरात गेली व लगेच रेनकोट, टोपी घालून एका गृहस्थाबरोबर बाहेर आली. त्याने हसून मला नमस्कार केला. पावसापासून बचाव करत मी आरामात

गाडीत बसलो होतो पण तो गृहस्थ व मुलगी मात्र बाहेरच्या पावसात, वादळी वाऱ्यात माझं काम करत होते ह्याचं मला वाईट वाटत होतं. ठीक आहे. मी मोबदला देईनच म्हणा त्यांना. मी मनाला समजावत होतो. पाऊस थोडा कमी व्हायला लागला होता मग मी काच खाली करून खिडकीतून मान बाहेर काढून त्यांचं काम बघू लागलो. ते फार सावकाश काम करत आहेत असं वाटून माझा धीर सुटत चालला होता. गाडीच्या मागच्या बाजूने येणारा त्या मुलीचा आवाज माझ्या कानावर पडला. "आजोबा, हा घ्या जॅक." तिच्या आजोबांनी धीम्या आवाजात तिला हं म्हटलं व मग जॅक लावून गाडी एका बाजूने वर उचलली गेलीय हे मला कळलं.

गाडीच्या मागच्या बाजूला बराच वेळ वेगवेगळे आवाज येत होते. बोलणं, कुजबुजणं कानावर पडत होतं. शेवटी एकदाचं काम झालं. जॅक काढल्यामुळे गाडी पूर्ववत सरळ झाली व गाडीच्या डिकीमधे जॅक ठेवून दार बंद केल्याचा आवाज आला. ते दोघं नंतर समोरच्या बाजूला येऊन माझ्या खिडकीपाशी उभे राहिले.

तो गृहस्थ बराच वयस्कर दिसत होता. वयोमानाने शरीर वाकलेलं व दुर्बल दिसत होतं. ती मुलगी साधारणपणे ८-१० वर्षांची असावी असा मी तिच्या हसऱ्या चेहऱ्याकडे बघून अंदाज केला. माझ्याकडेच बघत होती ती.

तो गृहस्थ म्हणाला, "अशा पावसाळी रात्री गाडी नादुरुस्त होणं म्हणजे फारच वाईट. पण चला, तुमची गाडी आता एकदम ठीक झालीय."

"थँक यू, मी खूप खूप आभारी आहे तुमचा. किती पैसे द्यायचे तुम्हाला या कामाचे?" मी विचारलं.

त्यांनी नकारार्थी मान हलवली, "नको, नको, पैसे नका देऊ तुम्ही. ह्या सिंथियाने मला सांगितलं की तुम्ही कुबड्यांच्या आधारावर आहात. आम्ही तुमच्या कामी आलो यातच आनंद वाटतोय. मला माहिती आहे की तुम्ही देखील माझ्यासाठी असंच काम केलं असतं वेळ पडली असती तर. मित्रा, मोबदल्याचं नावही काढू नकोस."

तरी मी पाच डॉलर्सची नोट काढून पुढे केली. "नाही, नाही. मला काहीतरी दिल्याखेरीज बरं नाही वाटणार."

त्या गृहस्थाने ती नोट घ्यायचा प्रयत्नही केला नाही. मग ती छोटी खिडकीजवळ येऊन हळूच म्हणाली, "आजोबा दृष्टिहीन आहेत."

त्या थिजक्या क्षणी मी शरमेने काळाठिक्कर पडलो. प्रसंगाचं गांभीर्य कळल्यावर मला गलबलून आलं. असं मला कधीच झालं नव्हतं. अरे देवा, एक दृष्टिहीन माणूस व लहानशी मुलगी. त्या पावसात भिजत, नटबोल्ट, स्क्रू, जॅक व अशी इतर हत्यारं ओल्या हाताने वापरून केवळ माझ्यासाठी ज्या अंधारात काम करत होती आणि त्याच अंधाराची सोबत त्याला मरणापर्यंत मिळणार होती!

त्यांनी माझ्या गाडीचं टायर बदललं– तेही धो धो पावसात, गार वाऱ्यात! आणि मी? मी मात्र पावसाचा एकही थेंब अंगावर न पडता गाडीच्या उबदार हवेत माझ्या कुबड्या कवटाळून आरामात बसलो होतो! माझं विकलांग शरीर कोरडंच राहिलं होतं. ते दोघं "शुभरात्री" म्हणून निघूनही गेले तरी मी गाडीत तसाच विमनस्क अवस्थेत बसून होतो. किती वेळ होऊन गेला होता कोण जाणे पण त्या काळात मी माझ्या मनाचा वेध घेतला आणि माझं वागणं कसं चुकीचं होतं यावर विचार केला.

स्वत:चीच कीव करत स्वार्थीपणा, दुसऱ्यांच्या गरजांबद्दल बेपर्वाई व अविचारीपणा जोपासत मी जगत होतो.

गाडीतच बसून मी त्या जागी प्रार्थना करू लागलो. नतमस्तक होऊन समजूतदारपणा, माझ्या दुर्बलतेची नीट जाणीव होऊन त्यावर विजय मिळवण्यासाठी बळ मिळो असं मी देवाला विनवलं.

त्या दृष्टिहीन गृहस्थाला व त्याच्या नातीला देवाचे आशीर्वाद लाभो अशी प्रार्थना केली. मनात उठलेल्या खळबळीने व आलेल्या अनुभवाने नम्रपणाची भावना मनावर कोरत अखेर मी गाडी सुरू करून घरी जायला निघालो.

मला धर्मग्रंथातल्या ओळी आठवल्या. "लोकांनी तुम्हाला मदत करावी असं वाटत असेल तर आधी तुम्ही स्वत: इतरांना मदतीचा हात द्यायला शिका. जगाचा हाच नियम आहे."

अनेक महिन्यांनतर आजही हे विचार माझ्या मनात कायमचे रुजले आहेत. जगण्याचं रहस्य मला समजलंय व मी तसंच जगायचा प्रयत्न करतोय, नेहमीच असं वागणं सोपं होत नसतं. कधीकधी फार कठीण जातं सगळं. कधी त्यामुळे वेळ व पैसा खूप मोठ्या प्रमाणात खर्च होतात पण जगण्याच्या या रीतीचं मूल्य मात्र तरीही तसंच राहतं. तेवढंच अमूल्य!

आता मी फक्त त्या चौदा पायऱ्या चढण्या-उतरण्याचा प्रयत्न न करता माझ्याकडून जमेल तेवढी दुसऱ्यांना मदत करण्याचा प्रयत्न करत असतो. एखाद्या दिवशी कदाचित मी देखील अशाच कोणा दृष्टिहीन माणसाच्या गाडीचं टायर बदलून देईन.

जसा मी इतके वर्ष 'दृष्टिहीन' होतो.

■

हॅल मॅनवॉरिंग

'Fourteen Steps'

# कला व सौंदर्य अमर – वेदना क्षणिक

हेन्री मटिज हे ऑगस्ट रेनॉयरपेक्षा वयाने तब्बल २८ वर्षांनी लहान होते पण त्या दोन्ही कलाकारांची फार घनिष्ठ मैत्री होती व अधूनमधून ते दोघं एकत्र राहातही असत. रेनॉयरना जेव्हा त्यांच्या आयुष्याच्या अखेरच्या दशकात वय झाल्यामुळे घराच्या चार भिंतीतच राहावं लागलं तेव्हा मटिज रोज त्यांच्या भेटीला जात असत. रेनॉयरना संधीवातामुळे साध्या हालचाली करणंही महाकठीण झालं होतं परंतु तशा अवस्थेतही त्यांनी चित्र काढण्याची कला थांबवली नव्हती. एक दिवशी मटिजने जेव्हा रेनॉयरना प्रचंड वेदना होत असतानाही त्यांच्या स्टुडिओत चित्रं काढताना मग्न झालेलं बघून न राहवून विचारलं, "ऑगस्ट, एवढा त्रास होत असताना का बरं तुम्ही चित्रं काढायचा एवढा अट्टाहास करताय?"

त्यावर रेनॉयरने शांतपणे उत्तर दिलं. "अरे, कलेचं सौंदर्य असंच अमर राहणार आहे, वेदना काय कमी जास्त प्रमाणात होत राहतात. त्या क्षणिक असतात रे!" अशा तऱ्हेने रेनॉयरने त्यांच्या मृत्यूच्या घटकेपर्यंत आपली चित्रकला अशीच अव्याहतपणे चालू ठेवली. त्यांचं जगप्रसिद्ध अजरामर पेंटिंग 'द बेदर्स' त्यांनी मृत्यूच्या आधी दोन वर्ष पूर्ण केलं. त्यांच्या निर्बलतेची, सुरुवात झाल्यावर बरोबर चौदा वर्षांनी!

■

'The Beauty Remains, The Pain Passes'
'द बेस्ट ऑफ बिटस् ॲण्ड पिसेस्' मधून

# अद्‌भुत पूल

मॅनहॅटन व ब्रुकलिन शहरांना जोडणारा ब्रुकलिन पूल म्हणजे स्थापत्यशास्त्रामधला एक चमत्कारच म्हणायचा. १८८३ मधे जॉन रोब्लिंग या एका सर्जनशील इंजिनियरला एक कल्पना सुचली व त्यातून या अद्‌भुत पुलाचा जन्म झाला. पूल बांधकामातले निष्णात तज्ज्ञ मात्र त्याला त्याच्या कल्पनेचा पाठपुरावा सोडून दे, कारण ती अशक्य कोटीतली गोष्ट आहे असं सांगत होते. रोब्लिंगने नुकत्याच इंजिनियर झालेल्या त्याच्या मुलाला, वॉशिंग्टनला ही कल्पना समजावून सांगितली. तो पूल बांधणं कसं साध्य होऊ शकेल हे पटवून दिलं. मग दोघांनी मिळून पुलाच्या बांधकामाचा आराखडा तयार केला. कामात काय काय अडचणी येतील ह्याचाही विचार केला. कर्ज मिळवण्यासाठी बँकेच्या अधिकाऱ्यांना पण नीट समजावून, पटवून दिलं आणि कर्ज देण्यास राजी केलं. सळसळत्या उत्साहात त्यांनी कामगार, अधिकारी वर्ग एकत्र करून आपल्या स्वप्नातला पूल बांधायला सुरुवात केली.

प्रोजेक्ट सुरू होऊन काही महिने झाले नाहीत तोच दुर्दैवाने रोब्लिंगला कामाच्या ठिकाणीच अपघात होऊन मृत्यू आला व वॉशिंग्टन गंभीररित्या जखमी झाला. त्याच्या मेंदूलाच धक्का लागल्याने तो चालू शकत नव्हता व बोलूही शकत नव्हता. रोब्लिंग व वॉशिंग्टनलाच तो पूल बांधण्याचं पूर्ण ज्ञान असल्याने इतरांना वाटलं की तो प्रकल्प अर्धवटस्थितीतच सोडून द्यावा लागणार.

जरी वॉशिंग्टन रोब्लिंग चालू, बोलू शकत नव्हता तरी त्याची विचारशक्ती पूर्णपणे शाबूत होती. हॉस्पिटलमधे पडल्या पडल्या एके दिवशी त्याच्या मनात अचानकच एक कल्पना आली. इतरांशी संवाद साधण्याचं एक तंत्र त्याने शोधून काढलं. शारीरिक हालचालींपैकी त्याला त्याच्या हाताचं फक्त एकच बोट हलवता येत हातं. त्या बोटाने त्याने आपल्या पत्नीच्या हाताला स्पर्श केला. तिच्या हातावर या बोटाने टकटक करत त्याने सांकेतिक भाषेत तिला सूचना द्यायला सुरुवात केली व त्या सूचना शब्दरूपात मांडून ती इंजिनियर लोकांना सांगू लागली. तब्बल तेरा वर्षं वॉशिंग्टन अशा प्रकारे एका बोटाने टकटक

करत सूचना देत राहिला व शेवटी तो अद्भुत ब्रुकलिन पूल तयार झाला. आहे ना अजब सत्यकथा?

■

'The Miracle Bridge'
'A Fresh Packet of Sower's Seeds' मधील गोष्ट

# अस्सल उंची

*"संकटाची तीव्रता जितकी जास्त तितकाच आनंद मिळतो त्या संकटाचा सामना करण्यात."*

**मॉलियर**

*"काळ्याकुट्ट अंधारातच चांदण्या चमचमताना दृष्टीस पडतात."*

**चार्ल्स ए. बिअर्ड**

त्याच्या तळहातांना दरदरून घाम फुटला होता. नीट घट्ट पकड घेण्यासाठी हाताचा घाम पुसायला त्याला टॉवेल हवा होता. थंडगार बर्फाच्या पाण्याने त्याची तहान भागली पण मनातली ईर्ष्या मात्र तशीच पेटती राहिली. ज्या ॲस्ट्रोटर्फवर तो बसला होता ते बरंच गरम झालं होतं. त्याप्रमाणेच आजच्या नॅशनल ज्युनिअर ऑलिम्पिक्समधील स्पर्धेचं वातावरणही गरम झालेलं होतं. पोल व्हॉल्टिंगचा (बांबूच्या आधारे खूप उंच उडी मारणे) बांबू १७ फुटावर होता. त्याने पार केलेल्या पूर्वीच्या अंतरापेक्षा ह्याची उंची ३ इंचांनी जास्त होती. मायकेल स्टोनच्या पोल व्हॉल्टिंगच्या कारकिर्दीचा तो आव्हानात्मक दिवस होता.

तासाभरापूर्वीच एक अंतिम फेरी संपली होती, तरी देखील स्टँडमधे अजूनही २० हजार प्रेक्षक बसलेले होते. पोल व्हॉल्ट हे खेळामधलं एक खास आकर्षण असतं. एक चमकणारं प्रसिद्धीवलय असतं या खेळाभोवती. एखाद्या कसरतपटूचा डौल व शरीरयष्टी कमावणाऱ्याची शक्ती ह्याचा सुंदर मेळ म्हणजे पोल व्हॉल्ट. या खेळामधे आकाशात उडण्याचा अनुभवही साठलेला असतो. खेळ बघणाऱ्यांना दोन मजल्यांच्या इमारतीच्या उंचीची उडी मारणं म्हणजे काल्पनिकच वाटतं. आज मायकेल स्टोनसाठी स्वप्न खरं करून दाखवणं व स्वप्नांचा शोध घेणं हेच एकमेव ध्येय होतं.

फार पूर्वीपासून मायकेल उडण्याची स्वप्नं बघत असे. त्याच्या लहानपणी आई त्याला याबद्दलच्या अनेक गोष्टी वाचून दाखवत असे. तिच्या गोष्टीत आकाशात

उडताना खाली दिसणाऱ्या दृश्यांची वर्णने असायची व ती ज्या उत्साहाने प्रत्येक गोष्ट सविस्तरपणे रंगवून, रंगवून सांगायची त्या त्या प्रमाणात मायकेलची उडण्याची स्वप्नं रंगीबेरंगी होत होती. अनेक स्वप्नांमधून एक स्वप्न मात्र त्याला परत परत पडत असे. ते असं की तो एका छोट्या खेड्यातल्या रस्त्यावरून धावतोय, त्याच्या पायांना खालच्या दगडांचा, चिखलाचा स्पर्श होतोय. गव्हाच्या सोनेरी ओंब्यांच्या शेतातून धावताना तो जवळून जाणाऱ्या आगगाडीला मागे टाकून जोरात पुढे जातोय व त्याच क्षणी त्याने खोलवर दीर्घ श्वास घेताच आपोआप जमिनीपासून तो वर उचलला जातोय व नंतर एखाद्या गरुडासारखी आकाशात झेप घेतोय.

आईने सांगितलेल्या गोष्टींनुसार तो वेगवेगळ्या जागी उडत असे. पण उडत असताना प्रत्येक वेळी त्याची चौकस दृष्टी व आईचं प्रेम त्याला सोबत करत असे. या उलट त्याच्या बाबांना अशी स्वप्नं बघायची सवयही नव्हती किंवा आवडही नव्हती. बर्ट स्टोन हे हाडाचे वास्तववादी विचारांचे होते. निढळाचा घाम गाळून कष्ट करण्याचा स्वभाव होता त्याचा. त्यांचं ब्रीदवाक्य होतं. "काही मिळवायचं असेल तर आधी भरपूर मेहनत करा."

आणि वयाच्या १४ व्या वर्षापासून मायकेलने तसंच केलं. त्याने विचार करून वजनं उचलण्याचा व्यायाम करून शक्तिशाली बनण्यासाठी रीतसर नियोजन केलं. तो दररोज वजन उचलण्याचा व्यायाम अगदी मन लावून करत असे व एक दिवसाआड न चुकता धावायचा सराव करत असे. ह्या सगळ्यावर त्याचे व्यायाम-शिक्षक व वडील देखरेख ठेवत. मायकेलची व्यायामासाठी असलेली समर्पितता, कठोर निश्चय व शिस्तबद्धता ह्यावर त्याच्या व्यायामशिक्षकांचा मुख्य भर असे. एवढा बुद्धिवान व एकुलता एक असलेला मायकेल स्टोन तरीही आपल्या आईवडिलांना शेतकामात मदत करत असे. कोणत्याही कामात परिपूर्ण निर्दोषता आणण्याचं मायकेलचं वेड व दुर्दम्य इच्छा होती.

मायकेलची आई, मिल्ड्रेडला मात्र वाटायचं की मायकेलने योग्य विश्रांती घेणंही आवश्यक आहे. जोडीला 'स्वप्नांत रंगणाऱ्या' लहान मुलाप्रमाणे देखील त्याने वागलं पाहिजे अशी तिची इच्छा असे. एकदा तिने मायकेल व त्याच्या वडिलांना ह्याबद्दल सांगण्याचा जरा प्रयत्न केला पण मायकेलच्या वडिलांनी तिचं बोलणं मधेच तोडून हसत हसत त्यांच्या तत्त्वाची आठवण करून दिली. "काही साध्य करायचं असेल तर आधी भरपूर मेहनत करा."

आजमितीपर्यंत मायकेलला पोल व्हॉल्टिंगमधे जे यश मिळालं होतं त्यात त्याचा दुर्दम्य कष्टांचा फार मोठा वाटा आहे. मायकेल बांबूच्या आधारे १७ फुटांवर उडी मारून गादीवर पडला तेव्हा प्रेक्षकांनी उभं राहून टाळ्यांचा गजर केला. मायकेलने उठून परत दुसऱ्यांदा यश मिळवण्याची तयारी केली. त्याला कल्पनाही

आली नव्हती की आत्तापर्यंतचा त्याचा विक्रम त्याने ३ इंचांनी आज मोडला होता व अंतिम फेरीसाठी (नॅशनल ज्युनिअर ऑलिम्पिक्स) निवडल्या गेलेल्या दोन खेळाडूंपैकी तो एक होता.

पुढच्या उडीच्या वेळी त्याने १७ फूट २ इंच तर तिसऱ्यावेळी १८ फूट ४ इंचाची लांब उडी मारली. एवढं करून त्याचा चेहरा निर्विकार दिसत होता. जेव्हा तो गादीवर पडला आणि प्रेक्षकांनी टाळ्यांचा कडकडाट केला तेव्हा त्याच्या लक्षात आलं की त्याच्या बरोबरच्या दुसऱ्या खेळाडूंची उडी त्याच्या उडीपेक्षा कमी पडली होती. आता मात्र वेळ होती अंतिम उडीची. ह्यात जर त्याने यश मिळवलं तर तो ऑलिम्पिक्समधे सहभागी होणार होता. नाहीतर त्याला दुसरं स्थान मिळून त्यावरच समाधान मानावं लागणार होतं. दुसरं स्थान पटकवण्यात काहीच कमीपणा नव्हता, पण मायकेलची जिद्द त्याला पहिलं स्थान मिळवून देण्याखेरीज गप्प बसली नसती.

गादीवरून अंग झटकत तो उभा राहिला. थोड्या उठाबशा काढल्या. आपला बांबू परत शोधून तो धावपट्टीवर येऊन उभा राहिला. जिथून तो आता १७ वर्षांच्या त्याच्या आयुष्यातला आव्हानाचा क्षण पकडून विजयश्री प्राप्त करणार होता.

या वेळेला त्याला ती धावपट्टी नेहमीपेक्षा थोडी वेगळी भासली. क्षणभर तो जरा चक्रावला. मग त्याच्या एकदम लक्षात आलं की यावेळी समोरचा बार नऊ इंचानी उंच जागी ठेवला होता. त्याच्या पूर्वीच्या विक्रमापेक्षा नऊ इंच जास्त! म्हणजे राष्ट्रीय उच्चांकापेक्षा हा फक्त एक इंचाने कमी होता. त्या क्षणाची तीव्रता त्याच्या मनाच्या उत्कंठतेला जाऊन भिडली. त्याच्या तनामनावरचं दडपण तो झटकू लागला पण काही फायदा होईना. तो जास्तच दडपणाखाली येऊ लागला. हे असं का होतंय आपल्याला ह्याचा तो विचार करू लागला. हळूहळू त्याचा धीरही सुटू लागला. खरं म्हणायचं तर तो पूर्ण भयभीत झाला होता. काय करणार होता तो आता? अशा प्रकारचा अनुभव त्याला पूर्वी कधीच आला नव्हता. मग कुठून काय माहीत, पण त्याच्या आत्मिक सामर्थ्याने त्याच्या कल्पनेत आईची मूर्ती आली. आत्ता कशी दिसली ही? आणि त्याच्या विचारचक्रात तिचा समावेश कसा काय झाला? अगदी सोपं उत्तर होतं त्याचं, त्याची आई नेहमी सांगत असे की जेव्हा कधी तुझ्यावर खूप दडपण येईल किंवा तू भयभीत होशील, तुझी उत्कंठा अतीच वाढेल तेव्हा फक्त दीर्घ श्वास घेत जा. आणि त्याने तसंच केलं. भीतीने पायात आलेले गोळे त्याने झटकून टाकले व हातातला बांबू शांतपणे खाली जमिनीवर ठेवला. नंतर शरीराचा वरचा भाग व हात ताणून तो उभा राहिला. हळूहळू भीतीने थंड पडलेले हात-पाय पूर्ववत झाले. पाठीवरून घामाचे ओघळ वहात आहेत ह्याची त्याला जाणीव झाली. आता काळजीपूर्वक पायाजवळचा बांबू त्याने उचलून हातात घेतला. हृदयाची धडधड वाढल्याचं त्याला कळत होतं. तिकडे प्रेक्षकांची देखील तशीच अवस्था

असणार ह्याची त्याला खात्री वाटत होती. ती शांतता असह्य होत होती. दूरवर आकाशात उडत असलेल्या रॉबिन पक्ष्याची शीळ ऐकू आल्यावर तो समजून चुकला की आता त्याचा उडायचा क्षण आलाय.

तो धावपट्टीवरून जेव्हा भरवेगाने धावू लागला तेव्हा त्याला काहीतरी वेगळाच पण ओळखीच्या भावनेचा साक्षात्कार झाला. त्याच्या स्वप्नात त्या छोट्या गावातला जो रस्ता यायचा तशीच त्याला धावपट्टी वाटू लागली. रस्त्यातले दगड, चिखल, पिवळ्याशार गव्हाची शेतं सगळं त्याच्या डोळ्यांपुढे नाचू लागलं. जेव्हा त्याने खोलवर श्वास घेतला त्याच क्षणी ते आश्चर्य घडलं. तो उडू लागला. जमिनीपासून उंचावर येणं त्याला फारच सोपं वाटलं. मायकेल स्टोन त्याच्या बालपणातल्या स्वप्नाप्रमाणे चक्क उडू लागला, पण आता ते स्वप्न नसून पूर्ण सत्यस्थिती होती. खरंखुरं होतं ते. आजूबाजूच्या सर्व गोष्टी संथ गतीत सरकत असल्याचा भास होत होता. त्याच्या भोवतालची स्वच्छ, सुंदर, ताजी हवा तो प्रथमच अनुभवत होता. गरुडाच्या ऐटीत त्याने उंच भरारी मारली होती.

स्टँडमधे उभे राहिलेले प्रेक्षक बघून मायकेल वास्तवात आला. खालच्या गादीवर उताण्या पडलेल्या मायकेलच्या चेहऱ्यावर सूर्यकिरणं पडली होती व तो

फक्त आईचा हसरा चेहरा कल्पनेत डोळ्यांसमोर आणत होता. त्याचे बाबाही आनंदाने स्मितहास्य – छे, छे मोठ्याने मनापासून नक्कीच हसत असणार असं त्याला वाटलं. कारण त्याचे बाबा नेहमी हळूहळू हसायला सुरुवात करून मग गडगडाटी हसत असत. पण बाबा मात्र त्या क्षणी आईला जवळ घेऊन आनंदाने हमसाहमशी रडत होते हे त्याला माहिती नव्हतं. ''काही साध्य करायचं असेल तर आधी भरपूर मेहनत करा.'' असं म्हणत त्याचे बाबा एखाद्या लहान मुलासारखे आईच्या कुशीत शिरून आनंदाने रडत होते. मिल्ड्रेडने त्यांना अशा प्रकारे रडताना कधी बघितलं नव्हतं. तिला कळत होतं की ते आनंदाचे, अभिमानाचे अश्रू होते. मायकेलच्या भोवती अनेक चाहत्यांचा गराडा पडला होता. अनेकजण त्याला मिठीत घेऊन त्याच्यावर अभिनंदनाचा वर्षाव करत होते. त्याचं ते आयुष्यातलं अत्त्युत्तम यश होतं. त्याच दिवशी नंतर मायकेलने १७ फूट ६$^{१}/_{२}$ इंचाचा नॅशनल व इंटरनॅशनल ऑलिम्पिक्सचा विक्रम केला.

प्रसारमाध्यमांचं आकर्षण ठरलेला, असंख्य मोबदले, बक्षिसे मिळायची शक्यता असलेला, चारी बाजूने हार्दिक अभिनंदनाचा वर्षाव होणाऱ्या मायकेलचं आयुष्य आता पार बदलून जाणार होतं. ह्याला कारण म्हणजे केवळ त्याने नॅशनल ज्युनिअर ऑलिम्पिक्समधे विजय मिळवला किंवा त्याने त्याचाच पूर्व विक्रम तब्बल ९$^{१}/_{२}$ इंचाने मोडला एवढंच नव्हतं. तर सगळ्यात महत्त्वाचं म्हणजे मायकेल स्टोन हा दृष्टिहीन आहे.

■

डेव्हिड नॅस्टर

'True height'

# ह्यावर विचार करा

*"मानवी मनाच्या उत्कट अनुभवाच्या अलौकिकतेचा आनंद मिळवण्यात जर काही मर्यादा नसत्या तर तो आनंद इतका उत्कट वाटला नसता. जर चढताना वाटेत अंधाऱ्या दऱ्या लागल्या नाहीत तर डोंगरमाथा चढून जाण्यातलं सुख, आनंद निम्म्याने कमी होऊन जाईल."*

**हेलन केलर**

ह्यावर विचार करा–

१. स्की (बर्फावरून घसरायचा खेळ) प्रशिक्षक पेट सेबर्टने स्की रिसॉर्ट सुरू करण्याची आपली मनीषा उघडपणे सांगितल्यावर इतरांनी त्याला वेड्यात काढलं होतं. कोलोराडो राज्यातल्या गोऊरच्या पर्वतांच्या रांगातलं एक शिखर चढल्यावर, माथ्यावर पोहोचल्यावर वयाच्या १२ व्या वर्षापासून त्याने बघितलेलं स्वप्न सर्वांना सांगितलं व हे स्वप्न खरं करून दाखवणं शक्य आहे हे इतरांना पटवण्याचं आव्हान त्यांनी स्वीकारलं. आजमितीला सेबर्टचं स्वप्न वेल रिसॉर्टच्या नावाने मूर्तिमंत खरं उतरलंय.

२. वेदनाशमनाचं शास्त्रोक्त ज्ञान मिळवून नुकत्याच उत्तीर्ण झालेल्या एका तरुण डॉक्टरला इग्नॅशियस पियाझ्झाला कॅलिफोर्नियाच्या सौंदर्यपूर्ण मॉंटेरी आखाती प्रदेशात आपला व्यवसाय सुरू करायचा होता. त्या भागात याच शास्त्राची प्रॅक्टिस करणाऱ्या इतर अनेकांनी त्याला सांगितलं की आधीच तिथे खूप प्रॅक्टिस करणारे आहेत व आता इतरांसाठी रुग्ण उरलेलेच नाहीत. पुढील चार महिने रोज १० तास घरोघरी हिंडून त्याने लोकांना स्वत:ची ओळख करून दिली. एकूण १२ हजार पाचशे दरवाजे ठोठावले होते त्याने. ६ हजार पाचशे लोकांशी बोलला व आपल्या नवीन घरी यायचं निमंत्रण दिलं. त्याच्या चिकाटीमुळे व

व्यवसायाच्या निष्ठेमुळे परिणामत: त्याने २३३ रुग्णांची तपासणी केली व एका महिन्यात ७२ हजार डॉलर्सची कमाई केली.

३. कोकाकोला कंपनीच्या व्यवसायाच्या पहिल्या वर्षी त्यांनी फक्त ४०० कोकच्या बाटल्या विकल्या होत्या.

४. बास्केटबॉलच्या खेळातला जगप्रसिद्ध खेळाडू मायकेल जॉर्डनला शाळेच्या बास्केटबॉल संघातून वगळलं गेलं होतं.

५. वेन ग्रेटझ्की या १७ वर्षांच्या उत्कृष्ट खेळाडूला सॉकर किंवा हॉकीतच कारकीर्द करायची तीव्र इच्छा होती. हॉकी हा जास्त आवडीचा खेळ असल्याने तो त्याला प्राधान्य देई. परंतु त्याचं १७२ पौंड हे वजन सामान्य हॉकीपटूच्या वजनापेक्षा ५० पौंडानी कमी असल्याने त्याला सांगण्यात आलं होतं की हॉकीसाठी त्याची शारीरिक क्षमता कमी पडेल.

६. शीला होल्झवर्थ ह्या मुलीची दृष्टी अवघ्या १० व्या वर्षीच गेली होती. तिच्या वेड्यावाकड्या दातांना सरळ करण्यासाठी त्यांच्यावर तारा (ब्रेसेस) लावल्या होत्या. अचानक एकदा त्या निसटून तिच्या डोळ्यांत आरपार घुसून अक्षरश: तिचे डोळे बाहेर निघाले. दृष्टिहीन असूनही त्या मुलीने क्रीडाक्षेत्रात भरीव कामगिरी केली. जागतिक कीर्तिची खेळाडू झाली ती. खेळातल्या अनेक क्षेत्रांतल्या विजयांपैकी माऊंट रेनर या बर्फाच्छादित डोंगरावर १९८१ मधे चढून तिने केलेला विक्रम.

७. रेफर जॉनसन हा १० प्रतीच्या शर्यतीतला श्रेष्ठ विजेता पावलांमधे विकृती घेऊनच जन्माला आला होता.

८. डॉ. स्यूझ यांचं मुलांसाठी लिहिलेलं पहिलंच पुस्तक 'अँड टू थिंक दॅट आय सॉ इट ऑन मलबेरी स्ट्रीट' २७ प्रकाशकांकडून नाकारलं गेलं होतं. २८ व्या प्रकाशकांनी मात्र ह्या पुस्तकाच्या ६० लाख प्रती विकल्या.

९. रिचर्ड बाखने कॉलेजचं एकच वर्ष करून मग वायुदलात भरती होऊन जेट-फायटरचा पायलट बनण्याचं शिक्षण घेतलं. अधिकाऱ्याचा हुद्दा मिळाल्यावर वीस महिन्यातच त्याने राजीनामा दिला. मग त्याने वैमानिक कलेवरचं एक मासिक छापायला सुरुवात केली. पण त्यात त्याचं दिवाळं निघालं. एकापाठोपाठ एक अपयश पदरी पडत होतं. त्याने 'जोनाथन लिव्हिंगस्टन सीगल' हे पुस्तक लिहिलं, पण शेवट कसा करावा हे त्याला काही केल्या सुचेना. आठ वर्षं त्याचं लिखाण तसंच धूळ खात पडून राहिलं. नंतर मात्र शेवट लिहून पुस्तक पूर्ण करायचंच

असं त्याने ठरवलं. दुर्दैवाने १८ प्रकाशकांकडून नकार मिळाला. पण अखेर जेव्हा ते प्रकाशित झालं तेव्हा मात्र त्याच्या ७० लाख प्रती खपल्या. वेगवेगळ्या भाषांत त्याचं भाषांतरही झालं. अशा प्रकारे रिचर्ड बाख हा मान्यवर लेखक गणला जाऊन जगप्रसिद्ध झाला.

१०. विल्यम केनेडी या लेखकाने अनेक लेख लिहिले होते परंतु एकाही प्रकाशकांनी त्यांचा स्वीकार केला नाही. परंतु नंतर त्याची 'आयर्नवीड' ही कादंबरी १३ प्रकाशकांकडून अव्हेरली जाऊन जेव्हा एका प्रकाशकांनी ती छापली आणि मग विल्यम केनेडीला भरपूर प्रसिद्धी मिळाली.

११. आम्ही दोघांनी जेव्हा 'चिकन सूप फॉर द सोल' लिहिलं तेव्हा ३३ प्रकाशकांनी ते छापण्यास नकार दिला. अखेर हेल्थ कम्युनिकेशन्सने ते छापायचं कबूल केलं. न्यूयॉर्कमधील मोठमोठ्या प्रकाशकांनी आम्हाला सांगितलं होतं की, "हे पुस्तक म्हणजे फक्त छान-छान गोष्टींनी भरलेलं आहे व हल्ली असं पुस्तक वाचकांना फारसं आवडत नाही." परंतु प्रकाशित झाल्यावर मात्र त्याच्या ७० लाख प्रती खपल्या. नंतर भाग २ च्या व पुढच्या पुस्तकांच्याही जगभर असंख्य अनुवादित प्रती खपल्या.

१२. १९३५ मधे जॉर्ज गर्श्विनच्या 'पॉर्जी अँड बेस' या पुस्तकाचं न्यूयॉर्क हेरॉल्ड ट्रिब्यूनने एक 'टाकाऊ' पुस्तक असं परीक्षण केलं होतं, पण नंतर मात्र ते उत्कृष्ट ग्रंथाच्या नामावलीत गणलं जाऊ लागलं.

१३. १९०२ मधे 'अटलांटिक मंथली' या मासिकाच्या काव्यसमीक्षकांनी एका २८ वर्षांच्या तरुण कवीच्या कवितांबद्दल असा शेरा दिला होता. "आमच्या मासिकामधे तुमच्या अशा दमदार काव्याला जागा नाहीये." हा कोण कवी होता? नंतर जगप्रसिद्ध झालेला रॉबर्ट फ्रॉस्ट.

१४. १८८९ मधे सॅनफ्रान्सिस्को एक्झॅमिनर वर्तमानपत्रातर्फे रूडियार्ड किपलिंगना नकाराचं पत्र आलं. "श्री. किपलिंग साहेब, कळवण्यास खेद वाटतोय परंतु तुम्हाला इंग्रजी भाषेचा कसा वापर करावा हेही कळत नाही बहुतेक."

१५. ॲलेक्स हॅली या होतकरू लेखकाला सतत चार वर्ष प्रत्येक आठवड्यात त्याचं साहित्य नाकारल्याचं पत्र येत असे. पुढे त्याच्या कारकिर्दीमधे ॲलेक्स त्याच्या 'रूटस्' या पुस्तकाचा व इतर लिखाणाचा नाद सोडून देण्याच्या मार्गावर होता. नऊ वर्ष एका पुस्तकावर कष्ट घेऊनही त्याला मनासारखं लिखाण हातून होत नसल्याची हीनभावना निर्माण झाली होती व पॅसिफिक महासागरात बोटीवरून उडी मारून जीव देण्याचे

विचार त्याला ग्रासून टाकत होते. बोटीच्या मागच्या बाजूला उभं राहून उडी मारायच्या तयारीत तो असताना चहूबाजूंनी त्याच्या कानावर त्याच्या पूर्वजांचे आवाज पडू लागले. ''तू जे काही करत आहेस ते अगदी चिकाटीने करत रहा. आम्ही वरून तुला बघत आहोत. असं अर्धवट सोडून देऊ नकोस. कार्य तडीस नेण्याची क्षमता आहे तुझ्यात. आमचा तुझ्यावर भरवसा आहे.'' पुढच्या काही आठवड्यातच 'रूटस्' पुस्तकाचा अखेरचा भाग त्याच्या हातून पूर्ण झाला. हेच ते जगप्रसिद्ध पुस्तक 'रूटस्'.

१६. जॉन बुनियानने धर्माबद्दल कडवे विचार बोलून दाखवल्यामुळे त्याला बेडफोर्डच्या तुरुंगात डांबलेलं असताना त्याने 'पिलग्रिम्स प्रोग्रेस' हे पुस्तक लिहून काढलं. त्याच्याप्रमाणेच सर वॉल्टर रॅले ह्याने 'हिस्टरी ऑफ द वर्ल्ड' हे पुस्तक तुरुंगवासातच लिहिलं. मार्टिन ल्युथरने बायबलचं भाषांतर केलं तेव्हा ते कॅसल ऑफ वॉर्टबर्गमधे तुरुंगवासातच होते.

*''यशामागचं एक रहस्य म्हणजे मार्गात आलेल्या तात्पुरत्या अडीअडचणींनी, संकटांनी हार मानायला तयार नसणे हे होय.''*

**मेरी के.**

१७. थॉमस कार्लिलने त्याचं 'द फ्रेंच रेव्होल्युशन' हे हस्तलिखित आपल्या मित्राला वाचायला दिलं परंतु मित्राच्या नोकराने निष्काळजीपणाने ते शेकोटी पेटवायला वापरून टाकलं. न डगमगता, शांतपणे थॉमसने काम सुरू करून परत सगळं लिहून काढलं होतं.

१८. १९६२ मधे चार तरुणींना संगीतक्षेत्रात व्यावसायिकरित्या काम करायचं होतं. सुरुवातीला चर्चमधे व छोट्या समारंभामधे त्या गाऊ लागल्या. काही दिवसांतच त्यांच्या गाण्याची रेकॉर्ड निघाली, पण तिचा अजिबात खप झाला नाही. काही काळाने दुसरी रेकॉर्ड काढली. परत इतिहासाची पुनरावृत्ती झाली. तिसरी, चवथी, पाचवी असं करत ९ व्या रेकॉर्डपर्यंत त्यांच्या वाट्याला पूर्ण अपयशच आलं होतं. १९६४ च्या सुरुवातीला दूरदर्शनवर 'द डिक क्लर्क शो'मधे त्या सहभागी झाल्या. डिकने त्यांना इतके कमी पैसे दिले की त्यांचा खर्चही भरून निघाला नाही आणि राष्ट्रीय वाहिनीवर एवढा वाव मिळूनही पुढे कोणीही त्यांना करारबद्ध करेनात. त्या वर्षीच्या उन्हाळ्यात त्यांनी 'व्हेअर डिड अवर लव्ह गो' ह्या गाण्याची रेकॉर्ड काढली व तिचा खप आकाशाला जाऊन भिडला.

अशा प्रकारे अखेर डायना रॉस अँड द सुप्रिम्स ना देशभर प्रसिद्धी मिळाली व संगीतक्षेत्रातल्या त्या अग्रणी म्हणून ओळखल्या जाऊ लागल्या.

१९. ऑक्सफर्ड, केंब्रिजसारख्या जगन्मान्य विद्यापीठात विन्स्टन चर्चिलना प्रवेश नाकारला होता कारण म्हणे त्यांचं "जुन्या महान ग्रंथाचं ज्ञान अगदीच बेताचं होतं."

२०. जेम्स व्हिसलर ह्या अमेरिकेतल्या पहिल्या दर्जाच्या चित्रकाराला वेस्ट पॉईंट विद्यापीठातून रसायनशास्त्रात अनुत्तीर्ण झाल्याने चक्क काढून टाकलं होतं.

२१. १९०५ मधे बर्न विद्यापीठाने पी.एच.डी.साठी केलेल्या एका संशोधन कार्याला नावं ठेवून, हलक्या दर्जाचं मानून नाकारलं होतं. हे संशोधनकार्य करणारा भौतिक शास्त्राचा तरुण विद्यार्थी होता अल्बर्ट आइनस्टाईन! पण तो निराश झाला असला तरी नाउमेद झाला नाही हे विचार करण्यासारखं!

■

जॅक कॅनफिल्ड व मार्क व्हिक्टर हॅन्सन
'Consider This'

## सुसंधी

*"एखाद्या सुसंधीने दार ठोठावलेलं तुम्हाला जर ऐकू आलं नसेल तर दुसऱ्या दाराचा शोध घ्या."*

— अज्ञात

केवळ सात वर्षांचं माझं कोवळं शरीर भीतीने थरथर कापत होतं, जेव्हा आम्ही विमानतळावर सुरक्षाविभाग व कस्टमच्या अधिकाऱ्यांच्या नजरेतून पुढे सरकत होतो. ते आम्हाला आमच्या प्रवास करण्याबद्दल स्पष्टीकरण मागत होते. "आम्ही मयामीमधे सुटीचा आनंद लुटायला चाललो आहोत." माझी गरोदर आई त्यांना सांगताना मी ऐकलं. मी आपला तिच्या ड्रेसचा एक कोपरा हाताने घट्ट धरून उभा होतो. आईचं उत्तर ऐकलं तरी मला उगाचच वाटलं की इथून आपण आपल्या घरी परत कधी जाऊ शकणार नाही.

क्युबामधे तेव्हा साम्यवादाने (कम्युनिझम) यशस्वी उद्योजकांच्या गळ्याभोवती नाड्या आवळल्या होत्या आणि माझ्या यशस्वी उद्योजक बाबांनी तेव्हाच निर्णय घेऊन टाकला होता की आपल्या कुटुंबीयांसह तिथून निघून अशा ठिकाणी जायचं तिथे स्वातंत्र्य, संधी, मोकळेपणा लाभू शकेल. आता मागे वळून बघताना मला कळतंय की तेव्हा त्यांनी घेतलेला निर्णय किती धाडसी होता.

क्युबाच्या प्रेसिडेंट कॅस्ट्रोच्या राजवटीचं माझ्या वडिलांच्या हालचालींवर बारीक लक्ष होतं. त्यांनी फक्त आई, मी व माझ्या भावाला विमान प्रवासाची परवानगी दिली. त्यानंतर काही आठवड्याने बाबा आले क्युबामधून. मयामीचा भव्य आंतरराष्ट्रीय विमानतळ बघून मी बावरूनच गेलो होतो. प्रत्येकजण वेगळ्याच भाषेत बोलत होता व मला त्यातला एकही शब्द समजत नव्हता. आमच्याजवळ फारसे पैसे नव्हते, घर नव्हतं, होते फक्त अंगावरचे कपडे. बस्!

काही महिन्यानंतर चर्चनिधीच्या साहाय्याने आम्हाला इलिनॉय राज्यातल्या ज्योलियट शहरी जायला शिकागो शहराच्या ओहारे विमानतळापर्यंतच्या विमान-प्रवासाला बसवून दिलं. तिथे उतरल्यावर विमानतळावरून बाहेर येताच थंडगार, बोचऱ्या वाऱ्याने आमचं स्वागत केलं. १९६१च्या कडक हिवाळ्याची अजूनही

लोक आठवण काढत असतात. चार फूट उंचीचं बर्फ पडलेलं होतं. त्या भन्नाट वाऱ्यात बाहेर एक तरुण धर्मगुरू आम्हाला घरी नेण्यासाठी वाट बघत उभा होता. क्युबात जन्मलेल्या माझ्यासारख्याला असा बर्फ बघणं म्हणजे खूपच नाविन्यपूर्ण, अद्‌भुत अनुभव होता.

माझे वडील उच्चशिक्षित असून क्युबामधे असताना त्यांच्या मालकीचे अनेक पेट्रोलपंप व गाड्यांची डीलरशिपही होती. इंग्रजी भाषेचं अजिबात ज्ञान नसल्याने त्यांनी आहे ती परिस्थती स्वीकारून सुरुवातीला गाड्या दुरुस्त करणाऱ्या मेकॅनिकची साधी नोकरी पत्करली. सेंट पॅट्रिक चर्चच्या मदतीने आम्हाला मध्यमवर्गीयांच्या वस्तीत छोटंसंच पण आरामदायी घर मिळू शकलं. आमच्या जवळ खूप पैसा, खूप कपडे, खूप वस्तू नव्हत्या पण एकमेकांची अनमोल साथ होती. आमच्या पाठीशी उभं होतं एकमेकांबद्दल वाटणारं प्रेम व वडिलांची यशस्वी होण्याची दुर्दम्य इच्छाशक्ती!

त्या खडतर काळात माझ्या वडिलांनी त्यांच्याजवळ असलेल्या डेल कार्नेजीच्या जीर्ण झालेल्या 'हाऊ टू विन फ्रेंडस अँड इन्फ्ल्यूअन्स पीपल' (मित्र कसे जोडावेत व लोकांवर कशी आपली छाप टाकावी) या स्पॅनिश पुस्तकातल्या काही गोष्टी सांगून माझ्या आयुष्यातले अनेक धडे दिले. मला ते वारंवार सांगत असत की, "तुम्ही कोण आहात, कुठून आलात किंवा तुमचा रंग गोरा की काळा ह्या गोष्टी अतिशय नगण्य ठरतात. एखाद्या क्षेत्रात मन लावून काम केलं की तुम्ही यश मिळवू शकता." ह्या शब्दांनी मला खूप स्फूर्ती व दिलासा मिळत असे आणि मग मी व माझा भाऊ बघताबघता शिकागोच्या भिन्न संस्कृतीत पूर्णपणे सामावून जाऊ लागलो.

मला व माझ्या भावाला शाळेत अतिशय कष्ट घ्यावे लागत कारण इंग्रजी भाषेत बोलता येत नसे. आम्हाला सगळेजण 'स्पिक' म्हणून चिडवत असत. शाळेच्या टीममधे आम्हाला सहभागी होता येत नसे. लोकांनी वापरून जुन्या झालेल्या आमच्या सायकली चोरीला जात असत, पण माझ्या वडिलांचे ते बोल मनाची उभारी कमी होऊ देत नसत. अर्थात मदत करणारे देखील काहीजण भेटले आम्हाला. नव्या वातावरणात रुळण्यासाठी त्यांनी बरीच मदत केली. आजतागायत ते माझे जवळचे मित्र आहेत.

माझ्या १४ व्या वर्षीच वडील मला स्वउद्योगाची (धंदा) मूलतत्त्वे शिकवू लागले होते. एका सेटमधल्या इंजिनाचा वरचा भाग व व्हॉल्व साफ करण्याचे, धार लावण्याचे ते मला १८ डॉलर्स देत. नंतर मग हेच काम करण्यासाठी कामगार कसे शोधावेत हे त्यांनी मला शिकवलं. मी बाहेर जाऊन नवी गिऱ्हाईके शोधून आणणे, पैशाची वसुली करणे अशी कामं करून एका दृष्टीने धंदा करू लागलो. एक यशस्वी उद्योजक कसं बनावं हे वडील मला शिकवत होते अशी तेव्हा मला कल्पना येत नसे.

अमेरिका म्हणजे प्रत्येकाला यशाची दारे उघडण्यास मदत करणाराच देश होता.

संगीताची चांगली जाण असलेल्या कुटुंबात मी जन्म घेतला होता हे माझ्या दृष्टीने फार मोठं भाग्य होतं. माझ्या लहानपणी आई गोड आवाजात माझ्यासाठी स्पॅनिश गाणी गात असे. त्या गाण्यांनी नंतर चर्चच्या धार्मिक गाण्यात समूहगायनात भाग घेण्यासाठी मला स्फूर्ती दिली. माझ्या भावावरही तिच्या संगीताचा चांगला परिणाम होऊन तोही समकालीन रॉकबँडमधे सामील झाला. त्याच्या बँडच्या सरावाला मी रोज त्याच्याबरोबर जात असे व मग घरी येऊन त्याच्या व आईच्या सुरात सूर मिसळत असे. नंतर दगडांच्या खाणीत कामगार म्हणून काम करून मी दक्षिण इलिनॉय विद्यापीठातून शिष्यवृत्तीवर ऑपेरा व संगीताचे शिक्षण घेतले. दोन वर्षांनी शिक्षण संपवून परत मी खाणीवर कामगार म्हणून रुजू झालो. मेहनत करून पैसे साठवून मग मी कॅलिफोर्निया राज्यात स्थलांतर केलं.

कॅलिफोर्नियात स्थायिक होण्यामागचं मुख्य कारण म्हणजे संगीत क्षेत्रातच कारकीर्द करणे व स्वत:ची रेकॉर्ड बाजारात आणणे. थोड्याच दिवसात मी ते खरंही करून दाखवलं. जास्तीचे पैसे कमावण्यासाठी जोडीला मी हेल्थ क्लबची मेंबरशिप लोकांना मिळवून देण्याचंही काम केलं. पैसा कमी पडत होता. त्यामुळे नकळतच नैराश्य मला घेरू लागलं. मी पूर्णपणे कफल्लक झालो. काय करावं, काही कळेना. नशिबाने टॉम मर्फी हेल्थक्लबच्या मालकांपैकी एकाची भेट झाली.

माझे वडील नेहमी माझ्या मनावर बिंबवत असत की जर तुला श्रीमंत होण्याची इच्छा असेल तर श्रीमंत यशस्वी लोक काय करतात, कसं काम करतात तसंच तुला करावं लागेल. म्हणून मी मर्फींना एकदा विनंती केली की दोघं कुठेतरी शांतपणे बसून, कॉफी पीत त्यांच्या यशाच्या रहस्याबद्दल चर्चा करूयात. श्री. मर्फी हे देशातले नामवंत विक्रीज्ञानाचे प्रशिक्षक टॉम हॉपकिन्सचे भागीदार होते. तेव्हा साहजिकच त्यांनी मला सुचवलं की मी टॉम हॉपकिन्सच्या विक्रीज्ञानाच्या शिक्षणक्रमात नाव नोंदवावं, अधिवेशनांना जावं. स्वत:मधे कसा सकारात्मक बदल घडवून आणता येईल या विषयावरची पुस्तकं वाचावीत आणि विक्रीसंदर्भातल्या ध्वनीफिती (टेपस्) ऐकाव्यात.

त्यांनी अनेक यशस्वी स्त्री-पुरुष उद्योजकांशी माझी भेट घालून दिली. त्यांच्याबद्दल प्रसिद्ध झालेले लेख वाचायला दिले. मी यशस्वी होण्यासाठी इतका झपाटलो होतो की स्वकष्टाने मी थोड्याच अवधीत कंपनीचा सर्वात वरच्या श्रेणीचा विक्रेता बनलो. पण माझ्यासाठी तेवढंच पुरेसं नव्हतं. कमाईमधली पै अन् पै वाचवून मी तो पैसा माझ्या स्वत:च्या हेल्थ-क्लबमधे गुंतवला. अशा नामवंत नऊ हेल्थ-क्लब्जचा मी मालक बनलो. माझ्या हेल्थ-क्लबमधे अमेरिकेतली उत्कृष्ट प्रतीची औषधं खेळाडूंना मिळण्याची व्यवस्था असायची. परंतु तरीही माझं ध्येय अजूनही साध्य झालं नव्हतं. माझ्या आवाजातली रेकॉर्ड काढण्याचं ध्येय!

गाण्याचं रेकॉर्डिंग करणं हा एक फार छान अनुभव होता, पण तसा थोडी निराशा आणणाराही होता म्हटलं पाहिजे. कारण माझी रेकॉर्ड मी अनेक कंपन्यांना नेऊन दाखवूनही मला प्रत्येक कंपनीकडून नकारच मिळत गेला. तरीही धीर न सोडता नेटाने प्रयत्न करून मी मग स्पॅनिश भाषेत गाणं गाऊन, त्याचं ध्वनिमुद्रण करून ती रेकॉर्ड त्याच कंपन्यांकडे परत एकदा घेऊन गेलो. पण मागील वेळेप्रमाणे परत नकारच पदरी पडला. मी माझ्या ध्येयाचा नाद सोडून द्यायच्या मार्गावर असताना एक दिवशी वडिलांना फोन करून काय काय घडलं हे सगळं सविस्तरपणे सांगून त्यांच्याशी चर्चा केली. ते म्हणाले "ओमर. तुझी आर्थिक परिस्थिती तर आता खूपच चांगली आहे, हो नं?" मी "हो" म्हटलं. "मग तू असं का नाही करत– एखादी रेकॉर्ड कंपनीच विकत घेऊन टाक आणि मग स्वत:च तुझी रेकॉर्ड आण बाजारात!"

मी एक रेकॉर्ड कंपनी विकत घ्यायच्या तयारीनेच गेलो तिथे. पण मग माझा स्वाभिमान आडवा आला. मी कंपनीच्या चालकांना माझी रेकॉर्ड बाजारात आणायची परत एकदा विनंती करून पाहिली. ते म्हणाले, "ओमर, आम्ही या बाबतीत तुला काहीच मदत करू शकत नाही. तू असं कर, ब्रॉडवे कंपनीकडे जाऊन बघ. तुला नक्की यश मिळेल." मी जेव्हा त्यांना सांगितलं की, इथून पुढे मीच तुमचा नवा मालक होणार आहे कारण मी तुमची कंपनी विकत घेतोय, तेव्हा त्यांचे चेहरे बघण्यासारखे झाले.

त्यानंतर मी स्पॅनिश भाषेतला माझा पहिला-वहिला अल्बम काढण्यासाठी आर्थिक साहाय्य, ध्वनिमुद्रण व निर्मिती ह्या सर्व गोष्टींची जबाबदारी स्वत:वर घेतली. त्यापुढे मी 'सर्वोत्तम लॅटिन गायक' व '१९८६, १८८७, १९८८च्या वर्षातला सर्वोत्तम कलाकार' म्हणून ठरवला गेलो. तसेच 'चिन दी प्लॅटा' व 'ऑटो' अशीही भूषणे मिळवून माझा गौरव झाला. मला अमाप प्रसिद्धी मिळाली.

आज मी जाहीर सभेत बोलणारा एक यशस्वी वक्ता बनलो आहे व प्रशिक्षक म्हणून टॉम हॉपकिन्स इंटरनॅशनलमधे कामही करतोय. योग्य संधीचा फायदा घेऊन आपल्या आयुष्यातील ध्येये कशी पुरी करावीत ह्याबद्दल दुसऱ्यांना शिकवताना, मार्गदर्शन करताना मला अपार आनंद मिळतो व समाधानाने मी तृप्त होतो. माझ्या अनुभवाकडे नजर टाका म्हणजे समजेल की माझ्या वडिलांचं म्हणणं किती खरं होतं की, तुम्ही मन लावून, जीव ओतून काम केलंत की आयुष्यातली ध्येयं सहज गाठू शकता.

■

ओमर पेरिऊ

'Opportunity'

# ती दुर्लक्ष करू शकली नाही

*"जो स्वत:ची मदत करतो त्याची देव मदत करतो."*

**बेंजामिन फ्रँकलिन**

एका सामान्य स्त्रीने नगरपालिकेला केलेल्या असाधारण पण साध्या-सोप्या विनंतीमुळे अनिष्ट वातावरण असलेली ती गल्ली तर सुधारलीच पण हळूहळू व्हर्जिनिया राज्यातल्या त्या रॉनोक गावाचाच कायापालट झाला. एका छोट्याशा घटनेमुळे अमेरिकन सरकारची नागरिकांशी जणू काही नव्याने ओळख झाली.

७३ वर्षांच्या फ्लॉरिन्स थॉर्नहिल या वृद्धेचा मुद्दाम जाणूनबुजून अशा प्रकारची खळबळ माजवण्याचा अजिबात हेतू नव्हता. तिने फक्त आपल्या गल्लीतली परिस्थिती जरा बदलायची असं ठरवलं एवढंच!

नगरपालिकेच्या ऑफिसमधे निर्धास्तपणे जाऊन जिथल्या एका अधिकाऱ्याला बागेतलं, रस्त्याकडेचं गवत कापायचं मशीन तिने उधारीवर मागितलं. तिच्या गल्लीतल्या मोकळ्या प्लॉटवर वाढलेलं गवत कापायचं होतं.

गेली कित्येक वर्षं ती रोज त्या प्लॉटवरून, पडझड झालेल्या ओसाड घरांवरून जणू डोळे बंद करून ये-जा करत होती. तिथे चालत असलेले अनिष्ट, बेकायदेशीर उद्योग, अमली पदार्थांची विक्री या सगळ्या गैरकारभाराकडे ती दुर्लक्ष करत असे. १९७९ च्या वर्षातल्या एका रविवारी ती अशीच त्या भागावरून चर्चकडे चालली असताना तिला तिथे एक बेशुद्ध पडलेली बाई दिसली. त्या वाढलेल्या गवतात ती निपचित पडलेली होती. थॉर्नहिलने मनाशी कयास बांधला की अमली पदार्थांचं व्यसन असणारीच असणार ती बाई.

येशूच्या शिकवणुकीच्या अनुसार त्या परिस्थितीत तिने काय केलं पाहिजे ह्याचा ती विचार करू लागली. आपल्या मनाला प्रश्न विचारू लागली, शेवटी परत घराकडे वळून तिने आपल्या मुलाला बरोबर आणून त्याच्या मदतीने त्या बाईला सुरक्षित ठिकाणी हलवलं. थॉर्नहिलला कधीच त्या बाईचं नावही समजलं नाही ना ती का बेशुद्ध झाली होती ह्याचं कारण कळलं. पण त्या घटनेमुळे तिचे डोळे मात्र उघडले.

त्या वस्तीची वेदना, तिथल्या गरिबीकडे तिने आत्तापर्यंत कधीच लक्ष दिलेलं नव्हतं.

नऊ मुलांच्या त्या आईने (त्यातून एक मूल मतिमंद होतं) म्हणजे थॉर्नहिलने त्या बाबतीत आपल्याकडून होईल तेवढं काहीतरी करायचंच असा ठाम निश्चय केला. गवत कापायच्या मशीनने तिने आधी ती जागा स्वच्छ केली.

तिच्या कामाचं शेजारपाजाऱ्यांना आधी कुतूहल वाटलं, पण मग तेही तिला मदत करायला पुढे सरसावले. शनिवार-रविवारच्या सुटीच्या दिवशी पंधरा मध्यमवयीन व वयस्कर स्त्री-पुरुष मिळून त्या गल्लीच्या रिकाम्या जागेवरचं गवत कापून, कचरा उचलून स्वच्छता करू लागले.

एके काळचा तो दुर्लक्षित भाग एकाएकी स्वच्छ होऊन चमकायला लागल्यावर नगरपालिकेच्या अधिकाऱ्यांना आश्चर्य वाटलं. १९८० मधे रॉनोक शहराच्या कॉर्पोरेशनने थॉर्नहिल व इतरांना त्यांच्या एका प्रकल्पात सहभागी होण्यास सांगितलं. जोडीला आणखी तीन छोट्या विभागातल्या लोकांनाही घेतलं. त्या प्रकल्पामुळे इतरांना कळावं की आपल्या आजूबाजूला गरीब वस्तीत कशी स्वच्छता करावी.

त्या प्रयोगाला भरघोस यश मिळालं, थॉर्नहिल व तिच्यासारख्या सर्वसाधारण, सामान्य नागरिकांच्या सहभागानेच ते साध्य झालं होतं. आज एकूण २५ विभाग रॉनोक शहर सुधारण्याच्या मार्गावर आहेत. व्हर्जिनिया राज्यातील इतर अनेक शहरांनी रॉनोक शहराचं उदाहरण डोळ्यांसमोर ठेवून, त्यांची योजना अमलात आणली. आज तर पूर्ण अमेरिकेत सरकारी अधिकाऱ्यांनी रॉनोक शहराच्या सुधारणेच्या प्रकल्पाचा अभ्यास करून, सामान्य जनांना हाताशी घेऊन प्रत्येक शहरात तसा प्रकल्प राबवण्याचं ठरवलं आहे. थॉर्नहिल व तिच्या ग्रुपने (नॉर्थवेस्ट नेबरहुड एनव्हायरनमेंटल ऑर्गनायझेशन) ने १९९४ चं प्रेसिडेंटचं व्हॉलिंटियर ॲक्शन ॲवॉर्ड राष्ट्राध्यक्ष क्लिंटन ह्यांच्या हस्ते जिंकून सामान्यजनांना आपला समाज कसा सुधारावा ह्याचं उदाहरण घालून दिलंय.

परंतु थॉर्नहिल म्हणते, "हे बक्षिस मिळवणं, मानमरातब प्राप्त होणं, गवगवा होणं हे माझ्या यशाचं परिमाण आहे असं मी अजिबात समजत नाही, तर आता मुलांना खेळायला स्वच्छ, सुरक्षित जागा मिळालीय, जी एकेकाळी मादक पदार्थांचा व्यापार करणाऱ्यांनी व्यापून टाकली होती. तिच्या ग्रुपने पडकी-झडकी घरं विकत घेऊन परत बांधून काढण्यासाठी घरकर्ज मिळवलं, ह्या सगळ्यात माझं यश सामावलं आहे. कमी व्याजावर कर्ज मिळवण्यासाठी त्यांना ज्यांनी मदत केली, तसंच आपली नोकरी सांभाळून ज्यांनी त्यांच्या संस्थेच्या कार्यात भाग घेतला, देणग्या मिळवल्या हेच आमचं खरं यश म्हणायचं. आजची पिढी ह्या सामाजिक बदलांची फळं चाखताना बघून मन कसं भरून येतं. हीच मुलं मोठी होऊन हे कार्य

असंच चालू ठेवतील अशी मला खात्री आहे. त्यांना सामाजिक कर्तव्याची जाणीव आहे व माझ्या मृत्यूनंतरदेखील ती तशीच राहील.'' थॉर्नहिल म्हणाली.

■

टोनी व्हिट्ट

'Crusader Could Close Her Eyes to Trouble No More'

# विचारा, ठामपणे विचारा, त्या दिशेने कृती करा

*"विचारणाच केली नाही तर अपरिमित नुकसान होऊ शकते."*

**इंग्रजी म्हण**

परदेशी विद्यार्थ्यांच्या अदलाबदलीच्या प्रकल्पात जर्मनीला जाण्यासाठी शाळेतर्फे माझी मुलगी – जॅनाची निवड झाली होती. तिला आता वेगळाच नवीन अनुभव मिळणार म्हणून आम्हीही खूप खूष झालो. त्या संस्थेकडून आम्हाला कळवण्यात आलं होतं की आम्ही ४,००० डॉलर्सचा खर्च पेलायचा होता व ५ जूनपर्यंत ते पैसे भरायचे होते. फक्त दोन महिन्यांचा अवधी होता.

वाढत्या वयाच्या तीन मुला-मुलींची मी आई होते व त्यातून त्या वेळी घटस्फोटितही होते. ४,००० डॉलर्सची रक्कम उभी करणं माझ्यासारखीच्या आवाक्याबाहेरची गोष्ट होती. आर्थिकदृष्ट्या मी फारच दुबळी होते व कशीबशी खर्चाची तोंडमिळवणी करत होते. बँकेच्या खात्यातही काही शिल्लक उरलेली नव्हती. कर्ज मिळवण्याएवढी नाव-प्रतिष्ठा नव्हती की पैशाची मदत करू शकणारे असे जवळचे नातेवाईकही नव्हते. जणू ४० लाख डॉलर्स उभे करायचे होते अशी माझी परिस्थिती होती.

जॅक कॅनफिल्ड ह्यांच्या लॉस एंजेलिस शहरात होणाऱ्या स्वाभिमान या विषयावरच्या एका चर्चासत्राला मी नुकतीच जाऊन आले होते हे एका दृष्टीने फार बरं झालं होतं. कारण तिथे मी महत्त्वाच्या तीन गोष्टी शिकले होते व त्या म्हणजे, स्वत:ला काय हवं आहे त्याबद्दल मोकळेपणाने दुसऱ्याजवळ विचारणा करणे, अगदी ठामपणे परत विचारणे व मग हवी ती गोष्ट साध्य होण्यासाठी प्रत्यक्ष कृती करणे.

नव्यानेच शिकलेली ही तत्त्वं व्यवहारात वापरून बघण्याचं मी ठरवलं. सर्वप्रथम मी माझं दृढ वचन लिहून काढलं. "जॅनाच्या जर्मनीच्या प्रवासासाठी एक जूनपर्यंत ४,००० डॉलर्स जमा करण्यात मला नक्कीच यश मिळणार आहे." हे वाक्य लिहिलेला कागद मी घरात आरशावर चिकटवला. एक प्रत माझ्या पर्समधे

ठेवली, जेणेकरून माझ्या नजरेस वारंवार पडेल. नंतर मी ४,००० डॉलर्सचा खराखुरा चेक (धनादेश) लिहून तो गाडीच्या समोरच्या सीटसमोरच्या जागेवर (डॅशबोर्ड) ठेवला. गाडी चालवताना मला तो सतत स्मरण देत राहील अशी व्यवस्था केली. १०० डॉलर्सच्या एका नोटेचा फोटो काढून त्याची भलीमोठी प्रत मी जॅनाच्या कॉटच्या वरच्या छताला चिकटवली. त्यामुळे सकाळी उठल्या उठल्या व रात्री झोपायच्या आधी दिवस संपता संपता त्या फोटोकडे ती अनायसे बघेलच.

दक्षिण कॅलिफोर्नियात वाढणारी पंधरा वर्षांची जॅना माझ्या अशा विक्षिप्त वागण्यावर अजिबात खूष नव्हती. मी माझी कल्पना स्पष्ट करून तिला सांगितली व तिने देखील तिचा दृढ निश्चय लिहून काढावा असं सांगितलं.

एव्हाना मी मला काय पाहिजे होतं त्याबद्दलचा दृढनिश्चय करून तयार होते. आता त्या दृष्टीने काहीतरी कृती करणं आवश्यक होतं व काय प्राप्त करायचं होतं त्याबद्दल इतरांकडे विचारणा करणंही गरजेचं होतं. मी स्वत: एक अतिशय स्वावलंबी व्यक्ती होते. त्यामुळे मदतीसाठी मला कधी इतरांची गरज पडत नसे. म्हणून मग माहितीतल्या लोकांना, मित्र-मैत्रिणींना व विशेषत: अनोळखी लोकांना पैशाची विचारणा करणं मला फार अवघड वाटत होतं. पण शेवटी कसंही करून विचारायचंच असा ठाम निश्चय केला. विचारून माझं काही नुकसान तर होणार नव्हतंच!

जॅनाला जर्मनीला कशासाठी जायचं आहे, त्याबद्दल मजकूर लिहून व तिचा एक फोटो चिकटवून मी अशी अनेक पत्रकं तयार केली. प्रत्येक पत्रकाच्या खाली वाचणाऱ्यांसाठी एक कूपन होतं. ते काढून त्यांना पाहिजे त्या रकमेच्या चेकबरोबर त्यांनी ते एक जूनच्या आत मला मिळेल अशा बेताने पोस्टाने पाठवायचं होतं. मी ५, २०, ५०, १०० डॉलर्स अशा रकमांसाठी पत्रकावर चौकोन आखले होते व एक चौकोन रिकामा ठेवला होता, अशासाठी की त्या रकमांव्यतिरिक्त कोणाला जर दुसरा आकडा लिहायचा असेल तर तेवढ्यासाठी. मग मी ती पत्रकं माझ्या नातेवाइकांना, मित्रमैत्रिणींना, थोडीफार तोंडओळख असलेल्यांना देखील पोस्टाने पाठवून दिली. मी ज्या ऑफिसमधे काम करायची तिथेही पत्रकं वाटली. स्थानीय वर्तमानपत्राच्या ऑफिसमधे तसंच रेडिओ स्टेशनवरही देऊन आले. आमच्या भागातील तीस निरनिराळ्या सेवाभावी संस्थांचे पत्ते शोधून त्यांच्याकडे देखील पत्रकं पाठवली. अगदी विमानवाहतूक केंद्रालाही जॅनाच्या जर्मनीच्या प्रवासासाठी विनामूल्य तिकिटाची मागणी करण्याबद्दल पत्र लिहून टाकलं.

वर्तमानपत्राने त्याबद्दल एकही बातमी छापली नाही. रेडिओवरूनही काहीच घोषणा केली गेली नाही. विमानवाहतूक केंद्राने उघडउघड नकार कळवला, पण तरीही पैशाच्या मदतीबद्दल सगळीकडे विचारणा करण्याचा माझा उद्योग चालूच

होता. बिचाऱ्या जॅनाला तर अनोळखी लोक तिला रस्त्यात पैसे देताहेत अशी विचित्र स्वप्नं पडू लागली होती. अखेर काही दिवसांनी पैसे येऊ लागले. पहिला चेक होता पाच डॉलर्सचा. नातेवाईक व मित्रमंडळींकडून भरभक्कम ८०० डॉलर्सची भेट मिळाली. बहुतेक चेक्स २० किंवा ५० डॉलर्सचेच होते. काही ओळखीच्यांकडून तर काही पूर्ण अनोळखी लोकांतर्फे आलेले!

आता जॅनाचा उत्साह वाढू लागला व माझी वेडगळ कल्पना खरंच कामी आलीय ह्याची तिला खात्री पटली होती. एक दिवशी तिने मला विचारलं, "तुझ्या अशा भन्नाट कल्पनेच्या मदतीने मला गाडी चालवायचा परवानाही मिळू शकेल?" मी तिला सांगितलं की तिचा निश्चय किती दृढ आहे त्यावर अवलंबून आहे. तिने त्याप्रमाणे प्रयत्न केले व तिला यशही मिळालं. परवाना हाती आला. एक जूनपर्यंत आमच्याकडे एकूण ३,७५० डॉलर्स जमले होते. आमचा आनंद गगनात मावेना. पण तरीही कमी पडत असलेले २५० डॉलर्स कुठून आणायचे कळत नव्हतं. तसा पाच जूनपर्यंत अवधी होता. तीन जूनला घरचा फोन वाजला. गावातल्या एका सेवाभावी संस्थेतून एक स्त्री बोलत होती. "माझ्यामते तुमची तारीख उलटून गेलीय, मला उशीर झालाय नं आता?"

"नाही, नाही!" मी पटकन म्हणाले.

"हे बघा, आम्हाला जॅनासाठी खरंच खूप मदत करायची इच्छा आहे परंतु आमची संस्था फक्त २५० डॉलर्सच देऊ शकतेय."

सगळे मिळून एकूण २३ लोक व २ सेवाभावी संस्था जॅनाच्या मदतीला धावून आल्या होत्या व तिचं स्वप्न खरं करण्यासाठी त्यांनी हातभार लावला. मग वर्षभर जॅनाने त्या २३ जणांना व संस्थांना अनेक पत्रं लिहिली. तिचे अनुभव कळवले. जर्मनीवरून परत आल्यावर त्या दोन्ही संस्थांना भेट देऊन तिने तिथे भाषणं दिली. जर्मनीमधल्या व्हिअरसेन गावी ती सप्टेंबर ते मे या काळात विद्यार्थी म्हणून राहिली होती व तिच्याकडे असंख्य सुखद अनुभव जमले. त्यामुळे तिचा पूर्ण दृष्टिकोनच विस्तारीत झाला. देशाबाहेरील लोकांबद्दल तिच्या मनात कौतुकाची व आपलेपणाची भावना रुजली. बाहेरच्या जगाशी तिची ओळख झाली. कारण इतकी वर्षं फक्त दक्षिण कॅलिफोर्निया राज्याच्या मर्यादित वातावरणातच ती लहानाची मोठी झाली होती. आता ती युरोपला जाऊन आलीय. उन्हाळ्याच्या सुटीत स्पेनमधे जाऊन छोट्याशा नोकरीचा अनुभव घेऊन आलीय. तर परत एकदा जर्मनीत जाऊन थोडे दिवस दुसरी नोकरी केलीय. कॉलेजमधून पदवी मिळवून बाहेर पडल्यावर तिने काम केलं व आता ती पदव्युत्तर परीक्षेसाठी तयारी करत आहे. तिचा विषय आहे सामाजिक स्वास्थ्य योजना.

जॅनाच्या जर्मनीमधल्या वास्तव्यानंतर वर्षभराने मला परत एकदा आयुष्याचा

सूर गवसला. केवळ दृढनिश्चयाच्या जोरावरच! मी परत लग्न केलंय. हा जीवनसाथी मला स्वाभिमानावरच्या चर्चासत्राला भेटला. नंतर आम्ही फक्त जोडप्यांसाठी असलेल्या चर्चासत्रातही भाग घेतला आणि तेव्हा दोघांनी मिळून अनेक दृढनिश्चय केले. त्यापैकी एक म्हणजे, खूप प्रवास करणे, गेल्या सात वर्षांत आम्ही अमेरिकेच्या अनेक राज्यात वास्तव्य केलंय अगदी अलास्का राज्यात देखील! नंतर सौदी अरेबियात तीन वर्ष राहिलो आणि सध्या आम्ही अशिया खंडात राहत आहोत.

जॅनाप्रमाणेच माझाही दृष्टिकोन खूप विस्तारीत झालाय. विचारांच्या कक्षा रुंदावल्या आहेत आणि माझं आयुष्य पूर्णपणे बदलून गेलंय. खूप सुखी आहोत आम्ही आता. कारण "स्वत:ला काय पाहिजे त्याबद्दल दृढनिश्चय करा. दुसऱ्याकडे त्यासाठी विचारणा करा व त्यानुसार प्रत्यक्ष कृती करा. हा मूलमंत्र पाळायला व आचरणात आणायला शिकलो.

■

क्लॉडेट हंटर
'Ask, Affirm, Take Action'

# आयुष्य बदलून टाकणारी घटना

*"अशक्य ह्या शब्दाचा वापर मी फार काळजीपूर्वक करायला शिकलोय."*

**व्हर्नर व्हॉन ब्रॉन**

काही वर्षांपूर्वी मला असा एक अनुभव आला की त्यामुळे माझ्या विश्वासावर इतका मोठा परिणाम झाला की तेव्हापासून जगाकडे बघायची माझी दृष्टीच बदलून गेलीय. त्यावेळी मी मानवीय सामर्थ्याविषयक लाईफस्प्रिंग नामक एका संस्थेच्या कार्यक्रमात रस घेत असे. मी व अजून ५० जणं मिळून तीन महिन्यांचा नेतृत्वकलेचा अभ्यासक्रम करत होतो. दर आठवड्याच्या एका मीटिंगला आमच्या प्रशिक्षकांनी आमच्यासमोर एक आव्हान ठेवलं. ते असं की, आम्ही लॉस एंजेलिस शहराच्या खालच्या भागात राहणाऱ्या १,००० गरीब, बेघर लोकांना नाश्तापाणी पुरवायचं. जोडीला कपडे गोळा करून ते त्या लोकांत वाटायचे आणि सर्वात महत्त्वाचा मुद्दा म्हणजे हे करताना आम्ही पदरचा एक पैसादेखील खर्च करायचा नव्हता.आता खरं म्हणजे आमच्यापैकी कोणीही अन्नपुरवठा करणाऱ्या व्यवसायातले नव्हते किंवा अशा प्रकारचं काम करण्याचा कोणाला देखील पूर्वानुभव नव्हता. माझी तर पहिली प्रतिक्रिया झाली, "देवा, आता ह्यातून माघार घेणं कठीणच दिसतंय." आमच्या प्रशिक्षकांनी असंही सांगितलं. "शनिवारी सकाळी तुम्ही हे काम करून दाखवावं असं आम्ही ठरवलं आहे." हे सगळं सांगितलं तेव्हा होती गुरुवारची रात्र. मी माझ्या मनातली या बाबतची शक्यता ताडून पाहिली. "अशक्य. केवळ असंभव" असंच वाटलं मला आणि असं वाटणारी मी एकटीच नक्की नव्हते.

आमच्या वर्गातल्या ५० जणांचे चेहरे निर्विकार दिसत होते. आता ह्यातून कसा काय मार्ग काढायचा कोणाला काही सुचत नव्हतं आणि एका क्षणाला काहीतरी अद्भुत घडलं. प्रशिक्षकांनी केलेलं आव्हान आपल्याला झेपणार नाही असं कोणी उघडपणे म्हणत नव्हतं पण अचानक सगळे एकसुरात मोठ्या आवाजात म्हणाले, "ठीक आहे, ठीक आहे. चला तर! आपण करू या हे. काही त्रास होणार

नाही की अवघड वाटणार नाही.''

मग एकजण म्हणाला, ''बरं. आपण आता दोन टीम्स करूयात. एक टीम अन्नपदार्थ जमवायचा प्रयत्न करेल व दुसरी टीम ते शिजवण्यासाठी लागणाऱ्या भांड्यांचा, शेगड्यांचा बंदोबस्त करेल.''

''माझा स्वत:चा ट्रक आहे, तो आपल्याला भांडी आणायला वापरता येईल.'' दुसरा उत्साहाने म्हणाला.

''अरे व्वा, मस्तच की!'' आम्ही म्हणालो.

तेवढ्यात एकाला आठवलं की, ''अरे, आपल्याला आणखी एक टीम लागेल नं. लोकांकडून जुने कपडे गोळा करायला व करमणुकीच्या कार्यक्रमाचं आयोजन करायला.'' आणि काही कळायच्या आतच मला तिन्ही टीमचं नेतृत्व करण्यासाठी नेमण्यात आलं.

गुरुवारी रात्री दोन वाजेपर्यंत काय काय कामं करावी लागतील ह्याची यादी तयार झाली. मग सगळेजण थोडीफार झोप काढण्यासाठी आपापल्या घरी गेले. गादीवर डोकं टेकताच परत माझं विचारचक्र सुरू झालं. ''अरे देवा, कसं काय हे सगळं आम्ही निभावून नेणार आहोत मला तर प्रश्नच पडलाय... पण चला, आम्ही शर्थीचे प्रयत्न करून उत्तम कामगिरी करणारच आहोत म्हणा!''

सकाळी सहा वाजता घड्याळाचा गजर झाला व दोन मिनिटांतच माझ्या टीममधले दोघं आमच्या घरी हजरही झाले. आमच्याजवळ फक्त चोवीस तासांचा वेळ होता. १,००० बेघर लोकांना खाऊ घालण्यासाठी!

फोननंबरच्या पुस्तकांतून (डिरेक्टरी) जे लोक मदत करू शकतील अशांचे नंबर शोधून आम्ही फोन करायला सुरुवात केली. मी पहिला फोन केला व्हॉन कॉर्पोरेटच्या मुख्य ऑफिसात. आम्हाला काय करायचं आहे व काय हवं आहे ह्याचं पूर्ण स्पष्टीकरण मी दिल्यावर मला सांगण्यात आलं की अन्नपदार्थ मिळवण्यासाठी आधी अर्ज करावा लागेल व तो मंजूर होण्यास दोन आठवडे लागतील. ''आमच्याकडे दोन आठवडे थांबण्यासाठी वेळ नाहीये व त्याच दिवशी रात्रीपर्यंत अन्नपदार्थ मिळालेच पाहिजेत.'' असं मी सांगितल्यावर तिथल्या मॅनेजर बाईंनी मला आश्वासन दिलं की त्या एका तासात काय ते कळवतील.

नंतर मी फोन केला वेस्टर्न बॅगेल या कंपनीला व त्यांना कळकळीची विनंती केली आणि काय आश्चर्य! कंपनीचे मालक म्हणाले, ''बरं ठीक आहे.'' अचानक १,२०० बॅगेल्स (ब्रेड-रोल्स) मिळायची व्यवस्था झाली. त्यानंतर मी झॅकी फार्म्सला फोन लावला. कोंबडीचं मटण व अंडी मिळवण्यासाठी.

तेवढ्यात आमच्या टीममधल्या एकाचा फोन आला की हॅनसेन ज्युसेस या कंपनीने एक ट्रक भरून गाजरं, कलिंगड व इतर फळं व भाज्यांच्या ज्यूसचे डबे

देण्याचं कबूल केलंय.

व्हॉन कंपनीच्या मॅनेजर बाईंचा फोन आला व त्या म्हणाल्या की त्यांनी तऱ्हेतऱ्हेचे अन्नपदार्थ पाठवायची व्यवस्था केलीय. त्यात ६०० मोठाले ब्रेड देखील होते. दहा मिनिटांत कोणाचा तरी मला फोन आला की त्यांनी ५०० बरीटोज (पोळीत भाज्या, मटण भरून केलेले रोल्स) द्यायचं ठरवलंय. म्हणजे अक्षरश: दर दहा मिनिटाला टीमपैकी कोणीतरी मला फोन करून कोणाकडून काय मिळणार आहे हे कळवत होते. 'वा, वा! आम्हाला जमतंय की सगळं. उगाचच अवघड वाटलं होतं आधी.' मी मनात विचार केला.

मध्यरात्रीपर्यंत, म्हणजे सलग अठरा तासांच्या मेहनतीनंतर मी पोहोचले होते, विंचेल्स डोनटस् या कंपनीतून ८०० डोनटस् घ्यायला. व्यवस्थितपणे बांधलेलं ते पुडकं मी गाडीच्या डिकीत मागे ठेवलं. पहाटे पाच वाजता १,२०० बॅगेल्स घेऊन ते ठेवण्यासाठी समोर जागा रिकामी ठेवली.

थोडीशी झोप काढून मी परत गाडीने जाऊन वेस्टर्न बॅगेल कंपनीतून ८०० बॅगेल्स घेतले. गाडीच्या डिकीत ठेवले. (एव्हाना माझी गाडी बेकरीच्या गोड वासाने भरून गेली होती) तिथून निघालो थेट शहराच्या खालच्या भागात. शनिवारची सकाळ उजाडली होती. बरोबर ५.४५ला गाडी जागी लावून मी खाली उतरले तर बाकीचे आधीच तिथे जमून कंपन्यांकडून उधारीवर आणलेले मोठाले बार्बेक्यूज (कोळशाच्या शेगड्या) पेटवत होते. हेलियमचे मोठाले फुगे लावून सजावट करत होते. मी गाडीच्या डिकीतून बॅगेल्सच्या पिशव्या व डोनटस्चे डबे खाली उतरवले. सकाळी सात वाजल्यापासून त्या जागी लोकांच्या रांगा लागायला सुरुवात झाली. आम्ही गरमागरम नाश्ता पुरवण्यासाठी आलो आहोत असं कर्णोपकर्णी कळल्यावर आजूबाजूच्या गरीब वस्तीतले अनेक लोक तिथे जमले.

७.४५ला पुरुष, बाया, मुलं सर्वांच्या हातात खाद्यपदार्थांनी भरलेल्या प्लेटस् होत्या. कोंबडीच्या मांसाचे गरमागरम भाजलेले तुकडे, अंड्याची भुर्जी, बरिटो, बेगल्स, डोनट आणि इतर अनेक गोष्टी होत्या तिथे. बाजूला एका कोपऱ्यात नीट घडी करून ठेवलेले कपड्यांचे अनेक ढीग होते. संध्याकाळपर्यंत तिथे एकही कपडा शिल्लक राहणार नव्हता. गाणाऱ्यांच्या एका ग्रुपने तिथे "वुई आर द वर्ल्ड" हे गाणं म्हटलं. तिथे जमलेल्या मानवी समुद्राकडे मी अनिमिष नेत्रांनी बघत उभी होते. तृप्त झालेली, वेगवेगळ्या वयाची, रंगाची माणसं मन लावून खाद्यपदार्थाचा स्वाद घेत होती. खरं तर फडशाच पाडत होती. ११ वाजेपर्यंत सर्व पदार्थ संपले आणि आम्ही एकूण १,१४० बेघर लोकांना खाऊ-पिऊ घातलं होतं.

नंतर आम्ही सगळे व ती गरीब लोकं गाण्याच्या तालावर नाचायला लागलो. तो आनंद सोहळा साजरा करण्यासाठी कसे सगळे सहजरीत्या एकमेकांत मिसळून

गेले होते! नाच करता करता दोन गरीब माणसं माझ्याजवळ येऊन म्हणाली की आजपर्यंत कोणीच त्यांच्यासाठी खायची प्यायची एवढी चंगळ केली नव्हती. ती पहिलीच वेळ होती की खाद्यपदार्थांच्या वाटपाच्या वेळी त्यांच्या आसपास मारामाऱ्या झाल्या नाहीत. एकाने माझा हात प्रेमाने हातात घेऊन दाबल्यावर मला भरून आलं. शेवटी आम्ही स्वीकारलेलं आव्हान पूर्ण करून दाखवलं होतं. ४८ तासांच्या मुदतीच्या आत आम्ही १,००० पेक्षा जास्त गरीब लोकांना पोटभर खाऊ-पिऊ घातलं होतं. ह्या प्रसंगाचा वैयक्तिक रूपाने माझ्या मनावर खूप खोलवर परिणाम झाला. आता जेव्हा लोक म्हणतात की त्यांना खूप काही करायची मनात इच्छा असते पण वाटतं की ते करणं अशक्य आहे, तेव्हा मी मनात विचार करते की, "हो, मला कळतंय तुम्हाला काय म्हणायचंय कारण मी स्वत: देखील एकेकाळी असाच विचार करत असे, नकारात्मक सुरात!"

■

मिशेल जेफरीज
'A Life Changing Experience'

# अशक्यतेच्या शक्यतेत रूपांतराला विलंब लागणारच

*"मला नाही वाटत कोणालाही एवढं ज्ञान असतं की, नक्की काय शक्य व काय अशक्य असतं हे समजण्याएवढं!"*

**हेन्री फोर्ड**

वयाच्या २० व्या वर्षी मी एक अत्यंत आनंदी व सुखी तरुण होतो. मला नाही वाटत की आत्तापर्यंतच्या आयुष्यात मी कधी इतका सुखी होतो. शारीरिकदृष्ट्या मी अतिशय सबल होतो. त्यामुळे पाण्यावर, बर्फावर घसरणे अशा स्पर्धात मी नेहमी सहभागी होत असे तसेच गोल्फ, टेनिस, रॅकेटबॉल, बास्केटबॉल, व्हॉलीबॉल अशा खेळातही मी निपुण होतो. रोज मी धावायला जात असे. नुकतीच मी टेनिस कोर्ट तयार करणारी कंपनी सुरू केली होती. त्यामुळे सुस्थिर आर्थिक भविष्याची मी स्वप्न बघत होतो. एका सुंदर तरुणीबरोबर माझा साखरपुडा झालेला होता... आणि मग आकाश कोसळलं... काहींच्या मते सर्व सुखांचा शोकांत झाला.

काचा फुटण्याच्या, पत्रे कडाकड वेडेवाकडे होतानाच्या आवाजाने मी धसकन शुद्धीवर आलो. जितक्या जोरात मला तुटाफुटीचे आवाज आले होते तितक्याच गतीने एकाएकी नि:स्तब्ध शांतता पसरली. मी डोळे उघडले परंतु अंधाराखेरीज काही दिसेना. माझ्या शरीराची थोडी हालचाल झाल्यावर मग लक्षात आलं की गरम रक्ताने माझा चेहरा माखला गेला होता आणि मग त्या जीवघेण्या वेदना सुरू झाल्या. कोणीतरी मला हाका मारताना ऐकू येत होतं, पण तेवढ्यात परत माझी शुद्ध हरपली.

कॅलिफोर्निया राज्यात राहणारा मी घरच्यांचा निरोप घेऊन नाताळच्या संध्याकाळीच एका मित्राबरोबर गाडीने युटाह राज्यात जायला निघालो होतो. माझी उरलेली सुटी माझ्या होणाऱ्या पत्नीबरोबर मी घालवणार होतो. आम्ही दोघं मिळून पाच आठवड्यावर आलेल्या आमच्या लग्नाची तयारी करणार होतो. सुरुवातीला सलगपणे आठ तास मी गाडी चालवली व तेव्हा मित्राने झोप काढली होती. मी दमल्यावर त्याने गाडी

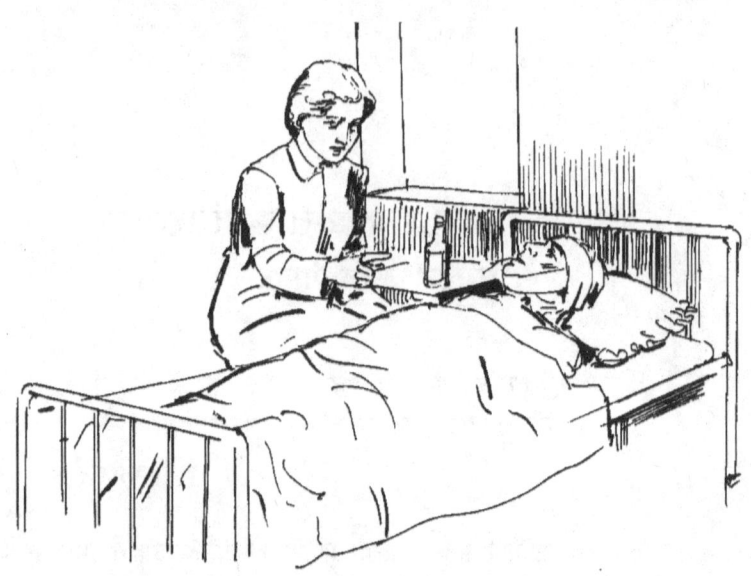

चालवायला घेतली व मी त्याच्या जागी बसलो. सीटबेल्ट लावून बसलो. बाहेर पूर्ण काळोख झाला होता. तास दीड तास गाडी चालवल्यावर माझ्या मित्राला अचानक झोप लागली. गाडी रस्त्याच्या कडेच्या सिमेंटच्या भिंतीला जाऊन धडकली व वर उडली. परत जमिनीवर आली. तीन चार वेळा उलटून सरळ झाली आणि मग रस्त्याच्या कडेच्या उतारावर घसरत उलटी-सुलटी होत गेली.

एका जागी गाडी स्थिर झाल्यावर माझी शुद्ध हरपली. मी गाडीतून फेकला जाऊन त्या वाळवंटात मान मोडलेल्या अवस्थेत पडलो होतो. गळ्यापासून शरीराचा खालचा भाग चेतनाहीन झाला होता. ॲम्ब्युलन्समधून मला नेवाडा राज्यातल्या लास वेगास गावातल्या हॉस्पिटलमधे नेण्यात आलं. तिथल्या डॉक्टरांनी मला दु:खद बातमी दिली की यापुढे मी एक विकलांग आयुष्य जगणार. माझे दोन्ही पाय व पावलं निर्जिव झाली होती. पोटाचे स्नायू व छातीतले महत्त्वाचे तीन स्नायू पूर्ण निकामी झाले होते. त्याचप्रमाणे उजव्या दंडाचा स्नायू निर्बल झाला होता. खांदा व हातातली शक्ती नाहीशी झाली होती. दोन्ही पंजे कामातून गेले होते.

इथून पुढे माझ्या नव्या आयुष्याची सुरुवात झाली.

डॉक्टरांनी नवीन स्वप्न बघण्याचा, नवीन मनसुबे रचण्याचा, वेगवेगळ्याप्रकारे विचार करण्याचा सल्ला दिला. माझ्या तशा शारीरिक अवस्थेमुळे मी यापुढे कधीच कोणाचंही काम करू शकणार नाही असंही ते म्हणाले, एकूण बघता माझं शरीर ९३ टक्के कमजोर झालं होतं. गाडी चालवणं अशक्य, खाण्या-पिण्यासाठी, कपडे

घालण्यासाठी, एका जागेवरून दुसऱ्या जागी हलवण्यासाठी मला सतत दुसऱ्यांवर अवलंबून राहावं लागणार, लग्न न करण्याचा सल्ला, कोणताही खेळ खेळणं अशक्य असा डॉक्टरांनी नन्नाचा पाढाच माझ्यासमोर वाचला. इतका तरुण असूनही मी पहिल्यांदाच एवढा घाबरून गेलो होतो. डॉक्टरांचं सगळंच म्हणणं खरं असलं तर या विचारांनी मी हबकून गेलो.

लास-वेगासच्या हॉस्पिटलमधे अंथरुणावर पडल्यापडल्या मी विचार करू लागलो. कुठे गेल्या माझ्या आशा-आकांक्षा, माझी सोनेरी स्वप्नं? माझी मलाच खात्री वाटेनाशी झाली की मी पूर्णपणे बरा होईन. काम करायला लागेन, लग्न करेन, मुलाबाळात रमून जाईन म्हणून. ज्या कामाने मला आनंद मिळे त्यातलं एकही काम मी खरंच करू शकणार नाही का?

जेव्हा त्या काळात माझ्या डोळ्यांपुढे अंधकार पसरला होता. शंका-कुशंका मला खाऊन टाकत होत्या, मी निराशेच्या गर्तेत सापडलो होतो आणि तेव्हाच माझी आई मला भेटायला आली. पलंगाजवळ माझ्या कानात कुजबुजली. "आर्ट, अरे अवघड गोष्ट जमायला (ठीक होण्यास) जरा वेळ लागतो आणि अशक्य गोष्टींचं शक्यतेत रूपांतर व्हायला त्याहीपेक्षा जरा जास्तच वेळ लागतो." आणि मग अचानक मला ती खोली देदीप्यमान प्रकाशाने व्यापून गेल्यासारखी भासू लागली. निराशेचे ढग जाऊन आशेचे किरण चमकायला लागले. श्रद्धा मूळ धरू लागली व येणाऱ्या उज्ज्वल भविष्याकडे माझे डोळे लागायला लागले.

अकरा वर्षांपूर्वी आईचे ते अमृतबोल ऐकल्यानंतर मिळालेल्या शक्तीने आज मी केवढी मजल मारली आहे. माझ्या स्वत:च्या कंपनीचा मी प्रेसिडेंट आहे. तसेच एक व्यावसायिक वक्ताही आहे. "सम मिरॅकल्स टेक टाईम" (अद्‌भुत घडायला जास्त वेळ लागतोच) हे माझं पुस्तक प्रकाशित झालंय. वर्षभरात एकूण २ लाख मैलाचा प्रवास होतो माझा. कारण ठिकठिकाणी "अशक्यतेचं शक्यतेत रूपांतर होण्यास थोडा जास्तच वेळ लागतो." या विधानाच्या सत्यतेवर, स्वानुभवावर मी भाषणं देत असतो. आत्तापर्यंत ५०० कंपन्या, राष्ट्रीय संस्था, विक्री संस्था, तरुणवर्गासाठी, कधी कधी १० हजार श्रोत्यांपुढे मी भाषणे केली आहेत. सहा राज्यांमधून १९९२ चा 'सर्वात तरुण उद्योजक' म्हणून स्मॉल बिझिनेस ॲडमिनिस्ट्रेशन तर्फे गौरव झालाय. 'सक्सेस' या मासिकातर्फे '१९९४ चा नव्याने पुढे आलेला उच्चप्रतीचा उद्योजक' म्हणून माझा सत्कार झाला. माझ्या आयुष्यातली मी पाहिलेली स्वप्नं अशा तऱ्हेने पुरी झाली. माझ्या अशा शारीरिक परिस्थितीमुळे म्हणण्यापेक्षा मी ती स्वप्नं बघण्याचं धाडस केलं म्हणूनच ती खरी झाली.

त्यानंतर मी परत गाडी चालवायला शिकलो त्यामुळे आता मनात येतं तिथे मी जाऊ शकतो व स्वत:च्या मनासारखं जगू शकतो. मी आता पूर्णपणे स्वावलंबी

झालोय व स्वत:ची काळजीही घेऊ शकतो. त्या दिवशीपासून माझ्या शरीरात परत चेतना येऊ लागली व उजव्या दंडाच्या स्नायूंचा मी परत वापरही करू लागलोय.

त्या भयानक रात्रीनंतर बरोबर दीड वर्षांनी माझं त्याच सुंदर व समजूतदार तरुण मुलीशी लग्न झालं. १९९२ मधे डॅलस (माझी पत्नी) सौ. उटाह म्हणून सौंदर्यस्पर्धेत जिंकली व नंतर सौ. अमेरिका स्पर्धेत तिसरी आली. आम्हाला दोन गोजिरवाणी मुलं आहेत. तीन वर्षांची मुलगी व एक महिन्याचा तान्हुला आमच्या आयुष्याचा अनमोल ठेवा!

मी परत एकदा क्रीडाक्षेत्राकडे वळलोय. पोहायला, स्कूबा-डायव्हिंग, पॅरासेलिंग करायला शिकलोय. पॅरासेलिंग करणारा मी पहिलाच बहुविकलांग आहे. बर्फावरून घसरायचा खेळ, तसंच रग्बी खेळही मी खेळू लागलोय. चाकाच्या खुर्चीत बसून मॅराथॉनमधे भाग घेण्याचं स्वप्नंही पूर्ण केलंय. १९९३ च्या १० जुलैला मी जगातला पहिला विकलांग ठरलोय ज्याने ३२ मैलांची शर्यत सात दिवसांत पूर्ण केलीय. सॉल्ट लेक सिटी ते सेंट जॉर्ज (उटाह राज्यातलं शहर) ह्या दोन शहरातलं अंतर कापणं जरी कष्टदायक अनुभव होता तरी ते करू शकण्याचा आनंद अवर्णनीय होता.

का बरं मी या सर्व गोष्टी केल्या? कारण खूप पूर्वी मी एकदा माझ्या आईचं म्हणणं ऐकलं, माझ्या मनाचा कौल घेतला व आजूबाजूच्या लोकांच्या निराशेच्या सुरांकडे दुर्लक्ष केलं. अगदी निष्णात डॉक्टरांचं म्हणणंही खोटं करून दाखवलं. मी मनात ठामपणे एकच निश्चय केला होता की काही झालं तरी माझी विकलांगता माझ्या स्वप्नपूर्तीच्या आड मी येऊ देणार नाही. मला नव्याने जगायची आशा गवसली. मी एक धडा शिकलो की परिस्थितीमुळे स्वप्नांचा चुराडा होत नसतो. स्वप्न तर तुमच्या मनात, हृदयात जन्म घेतात. तेव्हा स्वप्नांचा मृत्यू झाला तर मनात, हृदयातच होतो व तो देखील तुमच्या निराशावादामुळे कारण सत्य हेच आहे की, ‘‘एखादी अवघड गोष्ट जमायला जरा वेळ लागतो आणि अशक्य गोष्टींचं शक्यतेत रुपांतर होण्यास त्यापेक्षा जरा जास्तच वेळ लागतो.’’

■

आर्ट इ. बर्ग

'The Impossible Just Takes a Little Longer'

## ज्या दिवशी मी डॅनियलना भेटलो

*"ध्येयासाठी वाहून घेतलेलं जीवन म्हणजे उच्चप्रतीचं जगणं होय."*

ॲनी डिलार्ड

*"प्रत्येकाचं आपलं असं वेगळं नशीब असतं. त्याचा स्वीकार करणं, त्याच्या मार्गावर चालत राहणं, मग ते कुठे का नेईना, हेच महत्त्वाचं असतं."*

हेन्री मिलर

*"मनापासून देवावर विश्वास ठेवा. त्याच्यावर जशी निष्ठा ठेवाल, तसा तो तुम्हाला आयुष्याच्या मार्गात योग्य दिशा दाखवेल."*

बायबल ग्रंथ

मे महिना असूनही त्या दिवशी फारच थंडी होती. खरं तर वसंतऋतूचं आगमन होऊन सृष्टी कशी विविध रंगांनी नटली होती पण उत्तर दिशेकडून जोरात वाहणाऱ्या बोचऱ्या वाऱ्याने इंडियाना राज्यात परत थंडी आली होती.

मी माझ्या दोन मित्रांबरोबर शहरातल्या मुख्य चौकातल्या एका कोपऱ्यात एका शांत हॉटेलमधे खिडकीतून दिसणारं सुंदर दृश्य बघत बसलो होतो. उत्तम जेवणाचा स्वाद व मित्रांचा सहवास, यामुळे वेळ मजेत चालला होता. आम्ही बोलत असताना खिडकीबाहेर रस्त्याच्या पलीकडे माझं लक्ष गेलं. एक माणूस तिथून शहरात चालला होता व त्याच्या पाठीवर एक बॅग होती तिच्यात तो जणू त्याचा पूर्ण संसार लादून चाललाय असं वाटत होतं. हातात एक फलक घेऊन तो चालत होता. त्यावर लिहिलं होतं. "मी पैसे कमावून जेवतो."

ते वाचून मला वाईट वाटलं. मी माझ्या मित्रांचंही त्याच्याकडे लक्ष वेधलं.

हॉटेलमधले इतर लोकही जेवायचं थांबवून एकटक त्याच्याकडे बघत होते. अविश्वास व दु:खमिश्रित भावनेने डोकं हलवून परत माना आत वळवून प्रत्येकाने जेवायला सुरुवात केली. मी जेवत होतो पण त्याची छबी माझ्या मनातून जाईचना.

जेवण संपवून आम्ही आपापल्या मार्गी लागलो. माझी काही कामं होती ती संपवून मग मला परत ऑफिसमधे जायचं होतं. मी निघताना परत एकदा चौकाकडे वळून पाहिलं. ती अनोळखी व्यक्ती अजून तिथे आहे का म्हणून. एकीकडे मनात धाकधूक वाटत होती, की जर कदाचित मला तो परत भेटला तर माझी काय प्रतिक्रिया होईल.

मी शहरात ठिकठिकाणी थांबून माझी कामं संपवली, पण तो कुठेच मला दिसला नाही. एका दुकानातून थोडी खरेदी करून मी गाडीजवळ आलो. आतून कुठेतरी माझं मन, मनातली चांगली भावना मला टोचत होती. ''चौकाकडे गाडी फिरवून, तिथून एखादी चक्कर टाकल्याखेरीज ऑफिसला परतू नकोस.''

आणि मग जरा बळजबरीनेच मी परत चौकाच्या दिशेने निघालो. चौकाचे तीन कोपरे बघून खात्री करून घेतली व मग चौथ्या कोपऱ्याकडे पाहिलं तर तिथे तो होता. तिथल्या दगडी चर्चच्या पायऱ्यांवर उभं राहून त्याच्या बॅगेत काहीतरी शोधत होता. मी गाडी थांबवली व त्याच्याकडे पाहिलं. त्याच्याशी दोन शब्द बोलायची इच्छाही होत होती व काही न बोलता गाडी चालू करून पुढे निघून जावंसंही वाटत होतं. मी चक्रावून गेलो. त्या कोपऱ्यात गाडी लावण्यासाठी थोडी मोकळी जागा होती. जणू देवानेच मला गाडी उभी करण्याचं आमंत्रण दिलं होतं. अखेर मी तिथे गाडी लावली व खाली उतरून आमच्या शहरात आलेल्या त्या नव्या पाहुण्याजवळ जाऊन पोहोचलो.

''पाद्रीसाहेबांना भेटायचंय का?'' मी विचारलं.

''नाही. तसं नाही, जरा विश्रांती घेतोय.'' तो म्हणाला.

''आज काही खाल्लंय का तुम्ही?''

''अं? हो, हो, पहाटे थोडंफार खाल्लं होतं.''

''मग आता दुपारचं जेवण करता का माझ्याबरोबर?''

''आधी मी तुमच्यासाठी काही काम करू शकतो का?''

''नाही, काही काम नाहीये.'' मी म्हटलं. ''मी रोज कामासाठी इथे शहरातल्या ऑफिसमधे येत असतो, पण आत्ता मला तुम्हाला जेवायला न्यावंसं वाटतंय.''

''हो, मलाही आवडेल यायला.'' ते हसत म्हणाले. आपलं सामान आवरायला त्यांनी सुरुवात केली तेव्हा मी त्यांना सहज विचारलं.

''कुठे निघालात तुम्ही?''

''सेंट लुईस शहराकडे.''

"म्हणजे, मूळचे कुठचे तुम्ही?"

"मी नं. तसा सगळीकडचाच. पण तरी जास्त काळ फ्लॉरिडा राज्यातच राहिलोय मी."

"असं किती वर्ष तुम्ही पायी चालता आहात?"

"चौदा वर्षं." मला उत्तर मिळालं.

आपल्याला कोणीतरी खास, विशेष व्यक्ती भेटलीय ह्याची मला खात्री पटली.

ज्या हॉटेलमधून मी नुकताच बाहेर पडलो होतो तिथेच आम्ही दोघं टेबलावर एकमेकांच्या समोर बसलो. त्यांचे लांब सरळ केस व व्यवस्थित कापलेली दाढी फारच छान दिसत होती. उन्हाने त्यांची त्वचा खूपच तांबूस काळसर पडली होती. ३८ वर्षांच्या वयापेक्षा त्यांचा चेहरा उन्हापावसामुळे बराच निब्बर वाटत होता. डोळे मात्र छान काळेभोर होते. त्यांचे स्पष्ट उच्चार व वक्तृत्वशैली फारच वाखाणण्यासारखी होती. त्यांनी आपलं जॅकेट काढून आत घातलेल्या लालभडक रंगाच्या टी शर्टवर लिहिलेली ओळ दाखवली.

"येशूच्या कहाणीला अंत नाही."

आताशी कुठे डॅनियलची कहाणी हळूहळू उलगडायला सुरुवात झाली होती. बालपणाच्या खडतर काळानंतर मोठं झाल्यावर त्यांनी आयुष्यात काही चुकीचे, अयोग्य निर्णय घेतले होते व त्याची फळंही भोगली होती. चौदा वर्षांपूर्वी म्हणजे पाठीवर फक्त एक बॅग लटकवून पूर्ण अमेरिका पायी पालथी घालायला निघण्यापूर्वी फ्लॉरिडा राज्यातल्या डेटोना नावाच्या समुद्र किनारी (सी-बीच) एकदा ते थांबले होते. तिथे काही माणसं एक भव्य मंडप उभारत होते व एका मोठ्या कार्यक्रमासाठी वाद्यांना नीट जागी लावण्याच्या उद्योगात होते. डॅनियलना वाटलं की गाण्याबजावण्याचा एखादा मोठा कार्यक्रम असावा. त्यांनी त्या कामात हातभार लावून थोडे पैसे कमावण्याचं मनात आणलं. त्याप्रमाणे त्यांना कामावर घेतलं. नंतर त्यांना कळलं की त्या मंडपात गाण्याचा कार्यक्रम होणार नसून पुनरुज्जीवनावर एका धार्मिक सेवासंस्थेचा कार्यक्रम होता. तो कार्यक्रम बघितल्यावर डॅनियल यांची जीवनाकडे बघायची दृष्टी बदलली. नव्या दृष्टिकोनातून ते जगाकडे बघू लागले व पुढचं आयुष्य परमेश्वराच्या चरणी अर्पण करण्याचं त्यांनी ठरवलं. "त्यानंतर मी पूर्वी जसा होतो तसा राहिलो नाही." ते म्हणाले, "प्रत्यक्ष देवच मला सतत पुढे चालत राहण्यासाठी प्रेरित करीत आहे असं मला वाटू लागलं व त्याच्या इच्छेनुसार मी गेली चौदा वर्ष अखंड चालत आहे."

"कधी थांबायचा– म्हणजे हे सोडून देण्याचा विचार आला मनात?" मी विचारलं. "हो, कधी कधी आलाही. परंतु देवानेच मला हे करण्याचं आमंत्रण दिलंय.

त्यामुळे मी आता बायबलच्या ग्रंथाच्या प्रती वाटेत भेटणाऱ्यांना वाटत असतो. माझ्या बॅगमधे बायबलच्याच प्रती आहेत. मी काम करून उदरनिर्वाहासाठी व बायबलची पुस्तके खरेदी करण्यासाठीच पैसे मिळवतो. जेव्हा मला देव प्रेरित करतो तेव्हा मी बायबल कोणाला तरी भेट म्हणून देत असतो.''

मी नि:शब्द झालो, म्हणजे माझा मित्र बेघर नव्हता, त्यांनी स्वेच्छेनेच एका कार्याला वाहून घेतलं होतं. त्या क्षणी माझ्या मनात एक ज्वलंत प्रश्न उभा राहिला. मी त्यांना विचारलं, ''हे सगळं कसं काय वाटतं तुम्हाला?''

''काय कसं वाटतं?''

''म्हणजे, आपलं हे असं पाठीवर बॅग बांधून शहराशहरांत असं हातात फलक घेऊन हिंडणं?''

''हं, हं, म्हणजे त्याचं काय आहे की सुरुवातीला जरा अपमानित झाल्यासारखं वाटायचं कारण काही लोक विचित्र नजरेने माझ्याकडे एकटक बघून काहीही शेरे मारायचे. एकदा तर एकाने ब्रेडचा उष्टा तुकडा माझ्या दिशेने फेकला व तुच्छतेने काहीबाही हावभाव केले. तेव्हा मी फारच शरमिंदा झालो होतो व आपल्या कामाचं लोकांना काहीच वाटत नाही असा मी विचार करायचो. पण मग नंतर मलाच दृढतेनं असं वाटायला लागलं की देवच मला असं काम करायला लावून लोकांना माझ्याबद्दलचे विचार बदलवायला प्रेरित करतोय. त्यांचच आयुष्य बदलायला बघतोय.''

खरंच माझी स्वत:चीही विचारसरणी बदलू लागलीच होती की, जेवण संपूवन, थोडंफार गोडधोड खाऊन आम्ही उठलो. त्यांनी आपली बॅग उचलली. हॉटेलच्या दाराबाहेर पडल्यावर ते क्षणभर थांबले. माझ्याकडे वळून बघत म्हणाले, ''देव तुमचं भलं करो. मला भूक लागली होती तेव्हा तुम्ही मला जेवायला घातलंत. मी तहानलेला होतो तर तुम्ही थंड पेयाने माझी तहान भागवलीत. मी संपूर्ण अनोळखी असूनही तुम्ही माझ्यासाठी एवढं केलंत. परमेश्वर तुमच्या सत्कृत्याने प्रसन्न होईल.'' आम्ही दोघं एखाद्या पवित्र भूमीवर उभे असल्याचा मला भास झाला.

''तुमच्या हातातलं जीर्ण झालेलं बायबलचं पुस्तक बदलून नवं का नाही घेत?'' मी त्यांना विचारलं.

ते म्हणाले, ''त्या बायबलच्या पुस्तकात सोप्या भाषेत स्पष्टीकरण दिलंय आणि ते फार जाड नसल्याने प्रवासात सोयीचं पडतं.'' ती त्यांची अतिशय आवडीची प्रत होती.

''मी हे चौदा वेळा वाचलंय आत्तापर्यंत'' त्यांनी सांगितलं.

''आमच्या गावातल्या चर्चमधे हे बायबल नसावं बहुतेक. चला, आपण चर्चमधे जाऊन बघू या.''

पण चर्चमधे तसंच एक बायबलचं पुस्तक मिळालं जे माझ्या त्या नव्या मित्रासाठी अगदी योग्य होतं व त्यांनीही त्याचा आनंदाने स्वीकार केला.

"आता इथून कुठे जाणार आहात तुम्ही? मी विचारलं.

"अहो, इथे पडलेल्या करमणुकीच्या खेळांच्या पार्कच्या तिकिटावर मला एक नकाशा छापलेला मिळालाय."

"आता एखादं वाहन थांबवून त्यातून जाणार का तुम्ही?"

"नाही, नाही. मला वाटतं या नकाशावर ही जी खूण दिसतेय ना, तिथे कोणाला तरी बायबलच्या प्रतीची गरज आहे. तेव्हा आता मी तिथे जाणार."

त्यांनी स्मितहास्य केलं आणि त्या हास्यातला मायेच्या उबेत मला त्यांच्या कार्याची उच्चता जाणवत होती. मी जिथे त्यांना भेटलो होतो त्या चौकात परत गाडीने घेऊन आलो. पाऊस पडायला लागला होता. गाडी थांबवून त्यांची बॅग मी खाली उतरवली.

"माझ्याजवळ अनेकांच्या सह्या जमवलेली एक वही आहे. तुम्ही कराल का तुमची सही? वाटेत भेटणाऱ्या लोकांनी लिहिलेले संदेश गोळा करण्याचा माझा आवडीचा छंद आहे."

मी त्यांच्या त्या छोट्याशा वहीत लिहिलं की त्यांची कामावरची निष्ठा माझ्या मनाला जाऊन भिडली. त्यांना त्यांच्या कार्यासाठी असंच बळ मिळत राहो. जोडीला मी एका धार्मिक उताऱ्यामधील दोन ओळीही लिहिल्या-

'तुझ्यासाठी मनात असा एक बेत आखलाय' देवाने जाहीर केलं. 'की ज्यामुळे तुला सुखच मिळेल व दुःख वाट्याला येणार नाही. एक उत्कृष्ट भविष्य व आशावाद तुला प्राप्त होवो.'

"थँक यू मित्रा, खरं म्हणजे आपण आता थोड्या वेळापूर्वीच भेटलोत. तसे आपण एकमेकांना अनोळखी आहोत पण तरी तू मला आवडलास." ते म्हणाले, "हो, मलाही अगदी तसंच वाटतंय. तुम्हीही मला मनापासून भावलात."

"खरंच, परमेश्वर किती चांगला आहे, नाही?"

"हो, आहेच मुळी. मला एक सांगा, तुम्हाला किती दिवसांपूर्वी कोणी जवळ घेतलं होतं?"

"खूप काळ उलटून गेलाय त्याला." ते उत्तरले.

आणि काय आश्चर्य त्या भर गर्दीत रस्त्याच्या कोपऱ्यावर भर पावसात मी व माझ्या नव्या मित्राने अत्यानंदाने एकमेकांना मिठी मारली. त्या क्षणी माझ्यात खूप बदल होतोय अशी मला जाणीव झाली. त्यांनी बॅग परत पाठुंगळी घेतली. सुहास्य वदनाने ते म्हणाले,

"आता भेटूया न्यू-जेरुसलेममधे" (ख्रिश्चनांच्या भाषेत स्वर्ग)

"हो, नक्कीच येईन मी तिकडे." माझं उत्तर.

त्यांचा परत प्रवास सुरू झाला. बॅगला अडकवलेला फलक मला दिसत होता. बरंच पुढे गेल्यावर जरा थांबून मागे वळून बघत ते म्हणाले, "यापुढे काही कारणाने तुम्हाला माझी आठवण आली तर माझ्यासाठी देवाची प्रार्थना कराल?"

"अगदी निर्धास्त रहा तुम्ही." मी उंच आवाजात सांगितलं.

"देवाची कृपा असो तुमच्यावर."

"तुमच्यावरही अशीच परमेश्वराची कृपा सतत राहो."

ह्या नंतर परत कधीच मी त्या भल्या माणसाला भेटलो नाही. तीच आमची पहिली व अखेरची भेट.

नंतर त्या संध्याकाळी मी ऑफिसमधून निघालो तेव्हा बरंच गार वारं सुटलं होतं. शहरावर थंडीचं आवरणच तयार झालं होतं. मी पळतपळत गाडीपाशी गेलो. गाडीत बसल्यावर गाडीच्या ब्रेकजवळ माझी नजर गेली. तिथे जीर्ण झालेल्या हातमोज्यांची जोडी ठेवलेली दिसली. मी प्रेमाने ते हातमोजे हातात घेतले व विचार केला की त्या थंडीत हातमोज्यांशिवाय माझ्या त्या मित्राचे हात कसे काय उबदार राहणार? मला त्यांचे बोल आठवले. "यापुढे काही कारणांनी तुम्हाला माझी आठवण आली तर माझ्यासाठी देवाची प्रार्थन कराल?"

आजही ती हातमोज्यांची जोडी ऑफिसमधे माझ्या टेबलवर ठेवलेली आहे. जगाकडे व जगातल्या लोकांकडे बघायचा माझा दृष्टिकोन सुधारण्यात ते हातमोजे मला मार्गदर्शन करत असतात. त्यांच्याकडे बघून माझ्या त्या अनोख्या मित्राची आठवण येते व मग त्यांच्यासाठी त्यांच्या कार्यासाठी देवाची प्रार्थना करण्याची ते हातमोजे मला आठवण करून देतात.

"भेटू या आता न्यू-जेरुसलेममधे" ते म्हणाले होते.

"हो, डॅनियल, मला खात्री आहे. एक ना एक दिवस मी येईनच तिथे."

■

रिचर्ड रॅन

'The Day I Met Daniel'

# ८

# वाईटातून चांगलं शोधण्याची कला

*"शिक्षणाने शहाणपण मिळत नसतं. ते खरं मिळतं जीवन जगण्यातून."*

*अनामिक*

# देवाची कामं

वर्गशिक्षिकेने विद्यार्थ्यांना लिहायला सांगितलेला निबंध 'देवाची कामं'

तिसरीत शिकणाऱ्या आठ वर्षांच्या डॅनी सटनचा निबंध खालील प्रमाणे.

'देवाचं सर्वात महत्त्वाचं काम म्हणजे माणसं तयार करणे. काही लोकं मरण पावली की त्यांची जागा भरून काढण्यासाठी व इथे पृथ्वीवर सगळ्या गोष्टींची काळजी घेण्यासाठी देव नवी माणसं तयार करतो, पण तो काही मोठ्या वयाची माणसं बनवत नाही. फक्त छोटी छोटी बाळंच बनवतो. मला वाटतं कारण सगळी लहान बाळं एकतर एकसारखीच दिसतात आणि ती बनवणं सोपं असतं. त्यांना बोलायला-चालायला शिकवण्यात त्याचा अमूल्य वेळही वाया जात नाही. ते काम तो बाळाच्या आईवडिलांवर सोपवतो. माझ्यामते ही व्यवस्था फारच छान आहे.

देवाचं दुसरं महत्त्वाचं काम म्हणजे माणसाने केलेली प्रार्थना शांतपणे ऐकणं. कारण असंख्य माणसं सारखी प्रार्थना करत असतात. चर्चमधले पाद्री, धर्मोपदेशक दिवसभर प्रार्थनाच करत असतात. आजोबा-आजी जेवायच्या आधी न चुकता प्रार्थना करतात. फक्त काही सटरफटर खायच्या आधी मात्र प्रार्थना करत नाहीत. त्यामुळे काय होतं की देवाला रेडिओ ऐकायला किंवा टीव्ही बघायला वेळच मिळत नाही. इतक्या सगळ्या लोकांच्या प्रार्थना ऐकत बसायच्या म्हणजे देवाच्या कानात किती आवाज येत असतील! रेडिओसारखं बटन फिरवून ते आवाज त्याला कमी करता येत असले तर मग ठीक आहे.

देवाला सगळं काही दिसतं आणि ऐकू येतं. तो सगळीकडे असतो. म्हणजे तो सतत किती व्यस्त असणार, ह्या सगळ्या कामात! तेव्हा आपण उगाचच काहीतरी बिनमहत्त्वाच्या गोष्टींची त्याच्याकडे मागणी करून त्याचा वेळ घेणं बरोबर नाही आणि अशा छोट्या गोष्टींसाठी आईवडिलांचं डोकं खाऊनही काही उपयोग नसतो कारण त्या मिळणार नाहीत असंच तेही तुम्हाला सांगणार. म्हणजे थोडक्यात काय तर दोन्हीकडून काहीच फायदा नाही.'

■

डॅन सटन ख्राईस्ट चर्च / सेंट् मिशेल्स मेरीलँड
प्रेषक वनेसा ह्युको / 'God's Jobs'

## एका शब्दाचं चातुर्य

*"एखाद्या विद्वान व्यक्तीशी समोरासमोर बसून एकदाच केलेलं संभाषण एक महिन्यात मिळवलेल्या पुस्तकी ज्ञानाच्या तोलाचं असतं."*

**चिनी म्हण**

माणसाला योग्य वेळेला, योग्य जागी सुचलेली कल्पना त्याचं पूर्ण विश्वच बदलून टाकते, हे किती आश्चर्यजनक आहे नाही? अगदी असंच माझ्या आयुष्यातही घडलंय. मी चौदा वर्षांचा असताना एकदा टेक्सास राज्यातल्या ह्युस्टन शहरातून अल्-पासोवरून पार पश्चिम किनारी कॅलिफोर्निया राज्यात एकटाच जायला निघालो होतो. रस्त्यातून जाणाऱ्या गाड्यांना थांबवून त्यांच्याबरोबर टप्प्या-टप्प्याने फुकट प्रवास करण्याचा बेत मी आखला होता. सूर्याबरोबर प्रवास करण्याचं माझं स्वप्न मी पूर्ण करू इच्छित होतो. ज्ञानार्जन करण्याच्या माझ्या मानसिक कमतरतेमुळे आठवीनंतर मला शाळेतून काढून टाकण्यात आलं होतं आणि आता मला कॅलिफोर्निया जवळच्या महासागरात फेसाळत्या लाटांवर आरूढ होऊन खेळ करायचा होता व नंतर हवाईच्या बेटांवर जाऊन स्थायिक व्हायचं होतं.

अल्-पासो शहराच्या खालच्या भागात पोहोचल्यावर तिथे रस्त्याच्या कोपऱ्यावर बसलेल्या एका निरुद्योगी म्हाताऱ्याला मी भेटलो. मला चालत येताना त्याने पाहिलं व थांबवलं. नंतर मला विचारलं की मी घरून पळून आलो होतो का? कदाचित माझं कोवळं वय बघून त्याला तसं वाटलं असावं. मी म्हटलं. "नाही, अजिबात नाही." आणि खरंच माझ्या वडिलांनी स्वत:हून त्यांच्या गाडीतून मला ह्युस्टनच्या महामार्गापर्यंत सोडलं होतं व मला आशीर्वाद देत म्हणाले होते. "हे बघ बाळा, तुझ्या स्वप्नांचा व हृदयाच्या कौलाचा पाठपुरावा करणं महत्त्वाचं आहे हे कायम लक्षात ठेव."

तो म्हातारा म्हणाला की त्याने कपभर कॉफी मला पाजली तर आवडेल का?

"नाही बाबा, त्यापेक्षा काहीतरी शीतपेय आवडेल मला." मग आम्ही दोघं कोपऱ्यावरच्या छोट्याशा दुकानाबाहेरच्या फिरत्या स्टुलांवर बसून शीतपेयाचा आस्वाद घेतला.

थोडा वेळ गप्पा करून उठताना त्याने मला त्याच्यामागे येण्यास सांगितलं. तो म्हणाला की त्याला मला काहीतरी छान दाखवायचं होतं. बरीच घरं ओलांडून आम्ही शहरातल्या वाचनालयापाशी येऊन पोहोचलो. प्रवेशद्वाराजवळच्या पायऱ्या चढून आम्ही तिथल्या माहितीकेंद्रापाशी थांबलो. तिथल्या वयस्कर बाईकडे हसून तो तिला म्हणाला की माझ्या सामानाकडे जर ती थोडा वेळ लक्ष ठेवू शकली, तर ते तिच्यापाशी ठेवून आम्ही वाचनालयात जाऊन येतो. माझं सामान मी त्या आजीबाईंजवळ ठेवलं व त्या भव्य वाचनालयात प्रवेश केला.

मला एका टेबलापाशी खुर्चीवर बसायला सांगून तो म्हातारा तिथल्या शेल्फवर काहीतरी खास गोष्टीचा शोध घेऊ लागला. थोड्याच वेळात तो काही जुनीपानी, जीर्ण झालेली पुस्तकं काखोटीला मारून घेऊन आला व ती माझ्याजवळच्या टेबलावर ठेवली. मग माझ्या शेजारच्या खुर्चीवर बसून तो बोलू लागला. त्याने मला काही खास, विशेष विधानं ऐकवली आणि त्यामुळे माझं आयुष्य पूर्णपणे बदलून गेलं. तो म्हणाला, "हे बघ तरुण मुला, मला तुला दोन शहाणपणाच्या, मोलाच्या गोष्टी शिकवायच्या आहेत व त्या म्हणजे—

पहिली गोष्ट म्हणजे पुस्तकाची पारख नुसत्या त्याच्या वेष्टनावरून करू नये कारण वेष्टनामुळे तुमची दिशाभूल होऊ शकते. त्याने पुढे असंही सांगितलं की, "मला खात्री आहे की मी म्हणजे एक निरुपयोगी, वेडपट माणूस आहे असं तुला वाटतंय हो नं?"

मी म्हणालो, "अंऽऽऽ हं, म्हणजे हो बाबा, तसंच काहीतरी वाटतंय खरं."
"ठीक आहे तसं वाटलं तरी, पण आता मी एक गौप्यस्फोट करणार आहे. अरे, मी जगातला सर्वात श्रीमंत माणूस आहे. माझ्याजवळ काय नाही? सर्व काही आहे. मी मूळचा पूर्वोत्तर भागातला आणि पैसे टाकून खरेदी करता येण्यासारख्या सर्व वस्तू माझ्याकडे आहेत, पण एक वर्षापूर्वी माझ्या पत्नीचा मृत्यू झाला आणि त्यानंतर मी आयुष्याबद्दल खोलवर विचार करू लागलो. एक गोष्ट माझ्या लक्षात आली की काही गोष्टींचा, मी आजवरच्या माझ्या आयुष्यात, अनुभव घेतलेला नव्हता. त्यातली एक म्हणजे एखाद्या निरुद्योगी माणसाप्रमाणे रस्त्यावर राहणं. कसं असेल ते असा विचार करून मग एक वर्ष तो अनुभव घ्यायचाच असा मी ठाम निर्णय घेतला. गेल्या वर्षभर मी ह्या अशाच अवस्थेत एका शहरातून दुसऱ्या शहरात प्रवास करतोय. तर मग कळलं आता तुला की नुसत्या वेष्टनावरून पुस्तकाची पारख करू नये कारण

वेष्टनावरून तुमची दिशाभूल होऊ शकते.''

''दुसरी महत्त्वाची गोष्ट म्हणजे वाचायला शीक रे मुला. खूप खूप वाचन कर. कारण वाचन करून मिळवलेलं ज्ञान तुमच्यापासून कोणीच हिरावून घेऊ शकत नाही.'' असं म्हणून त्याने पुढे वाकून माझा हात हातात घेतला व टेबलावरच्या त्या पुस्तकावर ठेवला. ती पुस्तकं प्लॅटो, ॲरिस्टॉटल अशा महान तत्त्ववेत्त्यांची होती. प्राचीन काळातले अमूल्य, अमर ग्रंथ!

त्याने मला हात धरून बाहेर आणलं. त्या आजीबाईंजवळ जाऊन माझं सामान घेतलं. पायऱ्या उतरून खाली आणून ज्या जागी आम्ही भेटलो होतो तिथे आणलं. माझा निरोप घेताना त्याने मला एकच विनंती केली की त्याने जे काही शिकवलं ते मी कधीही विसरू नये.

आणि मी ते कधीही विसरलो नाहीये.

■

डॉ. जॉन एफ. डीमार्टिनी
'The Wisdom of One Word'

## जीवनाचे रहस्य

परमेश्वर जेव्हा सृष्टी निर्माण करत होता,
तेव्हा त्यानं बोलावलं आपल्या श्रेष्ठ देवदूतांना.
देवाने त्यांच्याकडे मागितली मदत,
जीवनाचे रहस्य योग्य जागी ठेवण्यासाठी।।
"जमिनीत पुरून ठेवा." एकाने सांगितलं.
"समुद्राच्या तळाशी दडवून ठेवा." दुसरा म्हणाला.
"पर्वतांमधे लपवून ठेवा." तिसऱ्याची सूचना।।
परमेश्वर उत्तरला, "मी जर असं काही केलं तर जीवनाचं
रहस्य फार कमी लोकांना सापडेल.
ते प्रत्येक व्यक्तीला सापडण्यासारखंच ठेवलं पाहिजे.
अगदी प्रत्येकाला!"
एक देवदूत म्हणाला, "मला वाटतंय, प्रत्येक व्यक्तीच्या
हृदयातच ठेवावं- कारण
तिथे डोकावून बघणारच नाही कोणी।।
"हो, हो!" परमेश्वर म्हणाला, "प्रत्येकाच्या हृदयातच"
आणि तसंच झालं.
जीवनाचं रहस्य आपल्या सर्वांच्यातच दडलेलं आहे।।

∎

अज्ञात
'The Secret of Life'

## स्वर्ग-नरकाची रहस्ये

एक वृद्ध संन्यासी रस्त्याच्या कडेला मांडी घालून बसलेले होते. डोळे मिटलेले व दोन्ही हातांची घडी करून मांडीवर ठेवलेल्या अवस्थेत ते ध्यान करत होते.

अचानक एका सामुराई (जपानी युद्धकला) योद्ध्याच्या जोरदार ओरडण्याने त्यांच्या ध्यानात व्यत्यय आला. दमदार आवाजात त्या योद्ध्याने मागणी केली. ''अरे ए म्हाताऱ्या, मला जरा स्वर्ग व नरकाबद्दल थोडी माहिती दे आधी. काय फरक असतो दोन्हीत ते सांग.''

जणू काही ऐकलंच नाही असं भासवून प्रथम त्या संन्यासी व्यक्तीने काहीच प्रतिसाद दिला नाही. नंतर हळूहळू त्यांनी डोळे उघडले. ओठ मुडपून स्मितहास्य

करत त्यांनी त्या योद्ध्याकडे पाहिलं, पण तो मात्र अधीर होऊन चिडायच्या मार्गावर होता. क्षणाक्षणाला त्याचा क्रोध वाढत होता.

"तुला स्वर्ग-नरकाची रहस्यं जाणून घ्यायची आहेत नं?" अखेर त्या संन्यासी बाबांनी त्याला विचारलं. "अरे, तू स्वत: किती अस्वच्छ, अव्यवस्थित आहेस! तुझे हात पाय घाणीने बरबटले आहेत, तुझे विस्कटलेले केस, तोंडाची दुर्गंधी, तुझी ही गंजलेली तलवार– एकूणच तुझा अवतार फार घाणेरडा दिसतोय. आईने तुला किती चित्रविचित्र कपडे घालायला दिलेत आणि तू काय रे मला स्वर्ग-नरकाबद्दल विचारणार?"

त्या सामुराईच्या तोंडातून अर्वाच्य शब्द बाहेर पडले. त्याने म्यानातून तलवार काढून हवेत उंच धरली. रागाने त्याचा चेहरा लालबुंद झाला व त्याच्या गळ्यावरच्या शिरा तट्ट फुगल्या कारण संतापून तो तलवार उगारून त्या संन्यासीबाबांचं डोकं उडवायच्या तयारीत उभा होता.

आता तलवार त्यांच्यावर कोसळणार तितक्यात वृद्ध संन्यासी उत्तरले,

"अरे हेच, हेच ज्याला नरक म्हणतात!"

त्या क्षणी तो योद्धा अचंबित झाला व त्या प्रेमळ संन्यासीबाबांसाठी त्याच्या हृदयात अनुकंपा, आदर, प्रेम दाटून आलं. त्याला चांगली शिकवण देण्यासाठी ते आपलं जीवन गमवायला देखील तयार होते. सामुराईची तलवार हवेतच राहिली व पश्चात्तापाने त्याच्या डोळ्यांत अश्रू उभे राहिले.

"आणि हे– हे तुझे पश्चात्तापाचे अश्रू म्हणजेच स्वर्ग आहे बरं का!" संन्यासी सामुराईला म्हणाले.

■

फादर जॉन डब्ल्यू ग्रॉफ (ज्युनिअर)<br>
'The secrets of Heaven and Hell'

# धैर्याची व्याख्या (परिभाषा)

धैर्य म्हणजे काय ह्याची मला कल्पना आहे. सहा वर्षांपूर्वी एका विमानप्रवासात असामान्य धैर्याचं मला दर्शन झालंय आणि आता त्या आठवणीने डोळ्यांत पाणी न आणता मी शांतपणे त्याबद्दल बोलू शकतेय.

ओरलँडो विमानतळावरून आमचं एल १०११ हे विमान जेव्हा त्या सकाळी निघालं तेव्हा त्यात आमचा एक उत्साहाने भारून गेलेला आनंदी ग्रुप होता. अगदी सकाळी निघणाऱ्या विमानातून जाणारे बरेचसे प्रवासी हे व्यावसायिक लोक असतात. अटलांटा शहरात एक-दोन दिवसांसाठी जाऊन ते ऑफिसची कामं उरकून परत येतात. विमानात आजूबाजूला नजर टाकल्यावर मोठमोठ्या ऑफिसेसमधे उच्च पदावर काम करणारे बरेच प्रवासी दिसत होते. अंगावर उत्तम प्रतीचे किमती सूटस्, लेदर्सच्या बॅग्ज्, अद्ययावतपणे केस कापलेले अशा खास व्यावसायिक वर्गाच्या राहणीमानाचं दर्शन होत होतं. आमच्या त्या छोट्या प्रवासात मग मी शांतपणे बसून पुस्तक वाचू लागले.

विमान आकाशात झेप घेत असताना काहीतरी बिनसलंय असं स्पष्टपणे जाणवत होतं. विमान जोरजोरात खाली-वर, उजवीकडे-डावीकडे होत होतं. नेहमी प्रवास करणारे व त्यापैकी मी देखील, आम्ही एकमेकांकडे बघून हसत होतो. कारण असे थोडेफार यांत्रिक बिघाड होतातच. अशा प्रसंगी घाबरून न जाता कसं वागावं हे नेहमी विमानप्रवासाची सवय असलेल्यांना माहिती असतं.

पण त्या दिवशी मात्र आम्ही त्या घटनेकडे फार दुर्लक्ष करू शकलो नाही. विमान पूर्णपणे उडायला लागल्यावर ते झटक्यात एका क्षणी खाली येत होतं तर दुसऱ्या क्षणी वर जाऊ लागलं होतं. विमानाचा एक पंखा खालच्या दिशेने वाकून गेला होता. विमान जास्त उंची गाठू बघत होतं पण तसं होत नव्हतं. तेवढ्यात विमानचालकाने धोक्याची सूचना घोषित केली.

''आपल्यासमोर काही अडचणी उभ्या ठाकल्या आहेत.'' तो म्हणाला.

''विमानातली हायड्रॉलिक सिस्टिम निकामी झाल्याची सूचना मिळाली आहे. आपण परत ऑरलँडो विमानतळावर जात आहोत. विमान धावपट्टीवर उतरल्यावर ब्रेक लागायची शक्यता कमी झाल्याने मदतनीस त्यावेळी तुम्हाला मदत करतील.

आता तुम्ही विमानाच्या खिडकीतून बाहेर बघितलंत तर तुम्हाला विमानातलं जास्तीचं इंधन (तेल) आम्ही ओतून देत आहोत असं दिसेल. विमान धावपट्टीवर उतराना कमीत कमी ज्वालाग्राही पदार्थ विमानात असावेत, कारण प्रचंड धक्क्यासह आपण खाली उतरणार आहोत.''

थोडक्यात सांगायचं म्हणजे आमचं विमान कोसळण्याच्या बेतात होतं. शेकडो गॅलन तेल विमानातून पाईपद्वारे बाहेर पडताना बघणं फार भीतीदायक दृश्य होतं. विमानातले मदतनीस प्रत्येक प्रवाशाला सुरक्षित स्थितीत बसवत होते व घाबरून गेलेल्यांना धीर देत होते.

माझ्या व्यावसायिक सहप्रवाशांकडे बघून तर मी स्तंभितच झाले. बहुतेक सगळे भीतीने उघड उघड थरथरत होते. दांडग्या शरीरयष्टीचे काही जण भीतीने पांढरे फटक पडले होते. खरंच, त्यांचे चेहरे बघवत नव्हते. अपवादाला देखील त्यांच्यापैकी एकजणही कणखर मनाचा वाटत नव्हता. ''न भिता कोणी मृत्यूला सामोरं जाऊ शकत नाही.'' मी मनात म्हटलं. प्रत्येकाच्या मनाचा तोल कमी-जास्त प्रमाणात ढळलेला होता.

त्या गर्दीत एखादा तरी शांतचित्ताने संकटाला सामोरं जाणारा, कणखर मनाचा धैर्यशील किंवा देवावर पूर्ण श्रद्धा ठेवून शांत बसलेला दिसतोय का ह्याचा मी शोध घेत होते पण छे, एकही शूरवीर नव्हता तिथे.

माझ्या डाव्या बाजूच्या रांगांमधून मी एका बाईचा धीरगंभीर आवाज ऐकला. अगदी नेहमीच्या सुरात ती बोलत होती. तिच्या आवाजात कंप नव्हता की भीतीचा लवलेशही नव्हता. तिचा स्वर अतिशय शांत व गोड वाटत होता. मी उठून ती कोण बाई आहे हे बघू लागले.

सगळीकडे रडण्याचा आवाज येत होता. कोणीतरी मोठमोठ्याने किंकाळ्या मारत होते. काही पुरुष आपल्या सीटचे हात घट्ट पकडून, दात ओठ आवळून न घाबरल्याचा आव आणून बसले होते परंतु चेहऱ्यावरून त्यांच्या भयभीत अवस्थेची चांगलीच कल्पना येत होती.

माझ्या मनातल्या श्रद्धेमुळे मी भीतीचं फार प्रदर्शन करत नव्हते. तो शांत, आश्वासक आवाज मी ऐकला नसता तर मी देखील अशी शांतपणे बोलू शकले नसते. अखेर मी तिला बघितलं.

त्या कल्लोळात ती आई आपल्या लहानग्या मुलीशी अखंड बोलत होती. साधारणपण तिशीतली ती दिसायला चारचौघींसारखी होती. तिच्या चार वर्षांच्या छोट्या मुलीकडे ती एकटक बघत होती. ती लहानगीही आईच्या तोंडून बाहेर पडणारं महत्त्वाचं बोलणं पूर्ण लक्ष देऊन ऐकत होती. आईच्या आवाजातली कळकळ तिला समजत असावी. आईच्या एकटक दृष्टीने ती जणू खिळून गेली होती आणि

आजूबाजूचं भीतीचं, दु:खद वातावरण जणू तिच्या गावीच नव्हतं.

नुकत्याच घडलेल्या एका भयानक विमानअपघातातून वाचलेल्या एका दुसऱ्या मुलीचा चेहरा अचानक माझ्या मनात आला, अपघातानंतर असा अंदाज करण्यात आला होता की तिच्या आईने स्वत:ला तिच्या अंगावर पट्ट्याने बांधून तिच्याभोवती सुरक्षित आवरण तयार केलं होतं. त्यामुळे ती वाचू शकली. बिचारी आई मात्र वाचू शकली नाही. अपघातानंतर त्या मुलीवर मानसोपचारतज्ज्ञ कित्येक आठवडे उपचार करत होते. कारण अपघातातून वाचलेल्यांच्या मनात उगाचच एक अपराधीपणाची भावना व आपली जगायची लायकी नाही अशी हीन भावना घर करते. अशा भावनेने ती पछाडली जाऊ नये म्हणून त्यांच्या प्रयत्नांची सविस्तर माहिती वृत्तपत्रे छापत होती. त्या मुलीची आई जिवंत राहिली नाही ह्यात तिची काही चूक नाही असं तिच्या मनावर सगळे सतत बिंबवत असत. ह्याच घटनेची आता पुनरावृत्ती होऊ नये अशी मी आशा करू लागले.

ती आई लेकीला काय सांगतेय हे मी कान देऊन ऐकायचा प्रयत्न करत होते. मी तिचं बोलणं ऐकणं अत्यंत आवश्यक होतं कारण त्यावाचून मी स्वस्थ राहू शकले नसते.

शेवटी वाकून मी ऐकू लागले आणि काय आश्चर्य, मला अगदी स्पष्टपणे तिचा प्रेमळ, आश्वासक आवाज ऐकू येऊ लागला. आई परत परत आपल्या लेकीला सांगत होती. "राणी, तू खूप खूप लाडकी आहेस माझी. तुला माहिती आहे ना की सगळ्यांपेक्षा तुझ्यावर माझं सर्वात जास्त प्रेम आहे."

"हो आई, मला माहिती आहे ते." ती छोटी उद्‌गारली.

"अगदी काहीही झालं तरी हे कायम लक्षात ठेव की मी नेहमीच तुझ्यावर असंच प्रेम करणार. तू शहाणी मुलगी आहेस मला माहिती आहे. कधी कधी एखादी अशी घटना घडते जिच्यात तुमचा काही दोष किंवा चूक नसते. तू नेहमीच शहाण्यासारखी वागणार आहेस आणि माझं प्रेम, माझी माया नेहमीच तुझ्या पाठीशी राहणार आहे."

नंतर मग आईने स्वत:चं शरीर मुलीच्या शरीरावर टाकून सीटबेल्ट दोघींना मिळून बांधला व अपघातातून सुरक्षितपणे वाचण्यासाठी त्या खाली वाकून पडून राहिल्या.

काय घडलं ते कळलं नाही पण विमान धावपट्टीला लागताना नीटपणे थांबलं आणि जी काही शोकांतिका घडायची होती ती टळली. एका क्षणातच सगळं घडलं.

त्या दिवशी ऐकलेला तो आवाज एकदाही कंप पावला नव्हता की त्यात कोणत्याही शंकेला जागा नव्हती. त्या आवाजातली एकसुरता खरं म्हणजे भावनिक व शारीरिक तऱ्हेने अशक्य कोटीतली होती. आमच्यासारखे हाडाचे व्यावसायिक

कापऱ्या आवाजातच बोलू शकले असते. एक अनोखं धैर्य, ज्या धैर्याला प्रेमभावनेने वेढून टाकलं होतं अशा धैर्याच्या बळावरच ती आई भीती व गोंधळाच्या वातावरणाच्या वरच्या पातळीवर राहू शकली.

त्या मातेने मला धैर्य म्हणजे काय असतं हे दाखवून दिलं. आणि त्या काही क्षणासाठी मी धैर्याचा आवाज ऐकला. धैर्याच्या आवाजाशी माझी नव्यानेच ओळख झाली.

■

कॅसी हॉले
'What Courage Looks Like'

## जगण्याचे नीति-नियम

जर काही उघडून पाहिलंत, तर बंद करा.
जर काही लावून पाहिलंत, तर आठवणीने काढूनही घ्या.
जर काही बाहेर काढलंत, तर आत टाकायला विसरू नका.
जर तुमच्या हाताने काही तुटलं-फुटलं, तर तसं कबूल करा.
जर तुमच्या हातून दुरुस्त होत नाहीये, तर जाणकाराला बोलवा.
जर उसनं घेतलंत, तर परत करा.
जर बहुमोल गोष्ट असेल, तर काळजीपूर्वक वापरा.
जर तुम्ही पसारा केलात, तर आवरायला विसरू नका.
जर जागेवरून वस्तू उचललीत, तर परत जागेवर ठेवा.
जर दुसऱ्या कोणाची वस्तू वापरायचीय, तर आधी परवानगी घ्या.
जर एखादी वस्तू हाताळता येत नसेल, तर कारभार करू नका.
जर तुमचा संबंध नसेल, तर अशा बाबतीत प्रश्न करू नका.
जर तुटलंच नसेल, तर जोडत बसू नका.
जर कोणाला आनंद मिळणार असेल, तर कौतुक करा.
आणि जर बोलून कोणाच्या इभ्रतीला धक्का लागत असेल,
तर गप्प बसण्यातच हशील असतं.

■

अज्ञात
'Golden Rules for Living'

# लाल हॅटमधली देवदूत

मेयो क्लिनिकच्या समोर असलेल्या कॉफी शॉपमधे मी बसलेली होते. खरं म्हणजे मी मनातून खूप घाबरून गेले होते, पण तसं कबूल मात्र करत नव्हते. उद्या त्या क्लिनिकमधे माझ्या पाठीच्या मणक्याचं ऑपरेशन होणार होतं. एक रुग्ण म्हणून मी तिथे आज भरती होणार होते. ऑपरेशनमधे बराच धोका होता पण माझी निष्ठा अचल होती. एक आठवड्यापूर्वीच माझ्या वडिलांच्या अंत्यविधीत सहभागी झाले होते. माझे मार्गदर्शक बाबा स्वर्गवासी झाले होते. ''देवा, आजच्या या बिकट प्रसंगी मला दिलासा देण्यासाठी कृपाकरून एखाद्या देवदूताला पाठव माझ्याकडे.'' मी मनात म्हटलं.

कॉफी पिऊन मी उठत असताना एका वयस्कर बाईंकडे माझं लक्ष गेलं. त्या अतिशय सावकाशपणे चालत नोंदणीकक्षापर्यंत पोहोचल्या. मी पण रांगेत त्यांच्या मागे जाऊन उभी राहिले. त्यांच्याकडे न्याहाळून बघत मी मनात त्यांच्या व्यवस्थित राहणीचं कौतुक करू लागले. लाल व जांभळ्या रंगाची नाजूक नक्षी असलेला छानसा ड्रेस, गळ्याभोवती स्कार्फ, ड्रेसवर एक छानशी नक्षीदार पिन लावलेली आणि डोक्यावर लालचुटुक हॅट बघून त्यांच्या चोखंदळ आवडीची प्रचिती येत होती. ''एक मिनिट आजी, मला मनापासून तुम्हाला सांगावंसं वाटतंय की तुम्ही खूप सुरेख आहात. तुम्हाला बघून आजचा माझा दिवस सार्थकी लागलाय.''

आजीने माझे हात हातात घेत म्हटलं, ''अगं मुली, देव तुझं भलं करो. पण हे बघ, माझा एक हात नकली आहे तर दुसऱ्या हातात लोखंडी कांब घातलेली आहे. माझा एक पाय खराखुरा नाहीये. माझा नाहीच तो. बसवलेला आहे. कपडे चढवून तयार होण्यास मला खूप वेळ लागतो, पण तरी माझ्यापरीने मी छान राहाण्याचा प्रयत्न करत असते, साधारणपणे एकदा वय झालं की बहुतेकांना ह्याचं महत्त्व वाटेनासं होतं. आजचा दिवस माझ्यासाठी किती अमूल्य आहे! तू तर माझं कौतुक करून मला अगदी हरभऱ्याच्या झाडावर चढवलं आहेस. आकाशातून देव तुझ्याकडे बघून आशीर्वाद देतोय बघ तुला, कारण तू तर त्याची छोटीशी देवदूतच आहेस.'' एवढं बोलून त्या आजी तिथून निघून गेल्या. मी एकही शब्द बोलले नाही कारण

त्यांनी माझ्या हृदयाला हात घातल्याचं जाणवत होतं. असं सत्कृत्य करून माझं बळ वाढवणारी तीच देवदूत होती माझ्यासाठी!

तीच ती लालचुटुक हॅटवाली आजी!!

■

टॅमी फॉक्स

'Angel with a Red Hat'

## केलेल्या चुकीच्या कबुलीचं महत्त्व

बऱ्याच वर्षांपूर्वी मी परस्परसंबंध या विषयावरचा एक कोर्स केला होता. तेव्हा एकदा तिथे माझी एका वेगळ्याच कार्यपद्धतीची ओळख झाली. आमच्या अध्यापकांनी प्रत्येकाला एक यादी करायला सांगितली. त्या यादीमधे पूर्वायुष्यात कधी काही लज्जास्पद प्रसंग ओढवला असेल किंवा कधी स्वत:ला कशासाठी तरी दोषी मानलं असेल, कधी स्वत:बद्दल अपूर्णतेची हीन भावना निर्माण झाली असेल किंवा कशाचा तरी पश्चाताप झाला असेल अशा सगळ्या घटनांचा समावेश करायचा होता. तसं बघायला गेलं तर हे काम जरा खासगी, वैयक्तिक बाबीमधे मोडतं, पण ग्रुपमधे नेहमी एखादी धीट व्यक्ती असते जी आपणहून पुढे येते. प्रत्येकजण आपली यादी वाचून दाखवत होता तसतशी इकडे माझी यादी वाढत चालली होती.

तीन आठवड्यानंतर माझ्या यादीत एकूण १०१ घटनांची नोंद झाली होती.

नंतर अध्यापकांनी आम्हाला सांगितलं की त्यातून आता मार्ग शोधायचा. चुकीची भरपाई करायची, दुसऱ्याची माफी मागायची, स्वत:ला सुधारायचं. हे सगळं करून दुसऱ्याशी माझे संबंध कसे काय सुधारतील हा मला पेच पडला व मी जरा साशंकच झाले. मी सर्वांशी संबंध तोडून टाकत आहे असा मला भास होऊ लागला.

पुढच्याच आठवड्यात माझ्या शेजारी बसलेल्या एकाने हात वर करून खालील गोष्ट सांगण्याची तयारी दर्शवली.

"माझी यादी करताना मला हायस्कूलच्या दिवसांतली एक घटना आठवली. आयोवा राज्यातल्या एका लहानशा गावात मी लहानाचा मोठा झालो होतो. आमच्या गावचे शेरीफ आम्हा मुलांना अजिबात आवडत नसत. एका रात्री शेरीफ ब्राऊन ह्यांची फिरकी घ्यायची असं मी व माझ्या दोन मित्रांनी ठरवलं. आधी एकत्र बसून आम्ही बिअर प्यायलो, जरा धम्माल केली. नंतर आम्हाला एक लाल पेंटचा डबा मिळाला. डबा, ब्रश हातात घेऊन आम्ही गावच्या मध्यवर्ती भागात असलेल्या पाण्याच्या उंच टाकीवर चढलो. टाकीवर लालभडक रंगाने आम्ही लिहिलं की शेरीफ ब्राऊन ही एक महामूर्ख व्यक्ती आहे. (खरं म्हणजे यापेक्षा जरा अर्वाच्य भाषेतच लिहिलं होतं) दुसऱ्या दिवशी सकाळीच गावात हे सगळ्यांना कळलं. दोन तासाच्या आतच तपास करून शेरीफ ब्राऊनने आम्हा तिघांना त्यांच्या ऑफिसमधे बोलावलं. माझ्या मित्रांनी गुन्हा कबूल केला पण मी मात्र खोटं बोललो. खर सांगायला नकार दिला. शेवटी ते कसं घडलं हे कोणालाच कधीच कळलं नाही.

जवळ जवळ वीस वर्षांनंतर शेरीफ ब्राऊन ह्याचं नाव माझ्या यादीत समाविष्ट झालं होतं. आता ते जिवंत आहेत की नाहीत हेही मला माहिती नव्हतं. मागच्याच शनिवार-रविवारच्या सुटीच्या दिवशी आयोवाला त्या छोट्या गावातल्या चौकशीकेंद्राला मी फोन लावला. फोन-डिरेक्टरीमधे अजूनही एक रॉजर ब्राऊन नाव आहे असं मला सांगण्यात आलं. नंबर घेऊन मग मी त्या नंबरवर फोन केला. थोडा वेळ फोन खणखणल्यावर कोणीतरी उचलला व मला ऐकू आलं, "हॅलो." मी विचारलं "शेरीफ ब्राऊन?" क्षणभर शांतता. "हो, मीच बोलतोय." "अच्छा, मी जिमी कॅलकिन्स बोलतोय आणि मी ते कृत्य करण्यात सामील होतो ह्याची मला आत्ता तुमच्याजवळ कबुली द्यावीशी वाटतेय." परत शांतता. "मला माहिती होतं ते." त्यांनी जरा ओरडून सांगितलं. त्यानंतर आम्ही दोघं मनमोकळेपणाने हसलो. मग खूप गप्पा झाल्या. फोन ठेवायच्या आधी त्यांनी उच्चारलेले बोल होते. "जिमी, तुझ्या मित्रांनी त्याच वेळी गुन्हा कबूल करून छातीवरचं ओझं हलकं करून टाकलं होतं पण मला तुझ्याबद्दल वाईट वाटलं होतं. गेली वीस वर्षं तू तुझ्या चुकीचं ओझं शिरावर घेऊन जगत आलास. मला फोन केल्याबद्दल मनापासून आभार – तुझ्याच भल्यासाठी!"

शेवटी जिमीने मला मदत केली, माझ्या १०१ गोष्टींचं मनावरचं ओझं उतरवण्यात. मला ती यादी संपवायला दोन वर्षं लागली. पण ओझं उतरवलं की मिळणारा आनंद म्हणजे मला नव्याने मिळालेली स्फूर्ती! ह्या स्फूर्तीमुळेच मी एक उत्कृष्ट दर्जाची, कोणत्याही वादाच्या प्रसंगातली मध्यस्थ म्हणून काम करू लागले. वादविवादाचा, संकटाचा प्रसंग असो की एखादी अवघड परिस्थिती असो आपला भूतकाळ विसरून नव्याने सुरुवात करण्याचा निश्चय करण्यास कधीच उशीर झालेला नसतो.

■

मेरिलिन मॅनिंग

'It's Never Too Late

# स्टेशन

दूर, खोलवर आपल्या सुप्त मनामधे कुठेतरी एखादी छानशी कल्पना घर करून बसलेली असते. त्या कल्पनेत कधी आपण लांबच्या प्रवासावर निघून पूर्ण पृथ्वी पालथी घालत असतो. प्रवास मात्र आगगाडीने करत असतो. खिडकीतून बाहेर डोकावून बघताना मोठमोठे द्रुतगतीमार्ग, त्यावर पळणाऱ्या गाड्या, शाळेत जाणारी मुलं, दूर डोंगरावर गवत चरणाऱ्या गायी, गुरे, विजनिर्मिती करणाऱ्या यंत्रातून निघणारा धूर, शेतातले गहू-मक्याचे ढीगच्या ढीग, पठारं, दऱ्याखोरी, डोंगराळ उतार, शहराचं क्षितिज अशी अनेक दृश्यं आपलं मन हरवून टाकत असतात.

पण मनात असते मात्र एकच जागा. स्टेशन. उतरण्याचं, थांबण्याचं ठिकाण! अमूक दिवशी, अमूक वेळेला आपण आपल्या स्टेशनवर पोहोचणार, तिथे स्वागताला बँड वाजत असणार, रंगीबेरंगी झेंडे लावलेले असणार. एकदा का त्या स्टेशनवर पोहोचलो की मग तिथे माझी कितीतरी स्वप्नं पुरी होतील व आयुष्य कसं आखीव-रेखीव चौकटीत बसेल. स्टेशन येईपर्यंत आपण किती अस्वस्थ असतो. फेऱ्या मारत. स्टेशनची प्रतीक्षा करण्यात किती वेळ जातो!

"हं, एकदाचं स्टेशन आलं की बस्. हीच ती जागा." आपण म्हणतो.

"मी १८ वर्षांचा झालो की, एकदा का मी मर्सिडीज बेंझ गाडी घेतली की, माझा धाकटा मुलगा कॉलेजमधून बाहेर पडला की, एकदा का मी गहाण ठेवलेलं सोडवून आणलं की, एकदा का मला बढती मिळाली की, एकदा का मी निवृत्त झालो की, मग सुखाने राहीन."

जितक्या लवकर लक्षात येईल तेवढं चांगलंच आहे की, असं स्टेशन वगैरे काही नसतं. कायमचं एका ठिकाणी येऊन थांबण्यासारखी जागा कुठेच नसते. आयुष्याचा खरा आनंद आहे जीवनाच्या प्रवासात! स्टेशन हे एक स्वप्न आहे. ते सतत आपल्याला मागे टाकून पुढे पुढे जात असतं.

"आलेला क्षण जगा– त्याचा आनंद लुटा." किती छान बोधवाक्य आहे. बायबलमधेही म्हटलं आहे की, "आजच्या दिवसाची निर्मिती खुद्द परमेश्वराने केली आहे. आम्ही आजचा दिवस साजरा करू व आनंदी राहू." आजच्या समस्या, दुःखं आपल्याला कधी त्रास देत नाहीत. कालच्या दिवसासाठी होणारा पश्चात्ताप, उद्याची

काळजी, भीती, विवंचना आपल्या मागे लागतात एखाद्या ब्रह्मराक्षसाप्रमाणे! पश्चात्ताप व भीती ह्या दोन्ही गोष्टी भावना आजच्या दिवसाला हिरावून घेतात आपल्यापासून.

तेव्हा प्रतीक्षेत येरझारा करणं व किती अंतर कापलं हे मोजत बसणं सोडून द्या. त्यापेक्षा खूप पर्वतांवर चढा, अजून जास्तीचं आईस्क्रीम खा, बऱ्याच वेळा अनवाणी चाला. अनेक नद्यांतून पोहून बघा, नियमितपणे सूर्यास्ताचं दर्शन करा. हसा, खूपखूप हसा व कमी अश्रू ढाळा. वयाने पुढे सरकताना पूर्णत्वाने जीवन जगा. 'स्टेशन' तर येईलच की लवकर!

■

रॉबर्ट जे. हेस्टिंग्ज
'The Station'

Contact : © 020-24476924 / 24460313
Website : www.mehtapublishinghouse.com
info@mehtapublishinghouse.com
production@mehtapublishinghouse.com
sales@mehtapublishinghouse.com

All rights reserved. No part of this publication may be reproduced, stored in a retrieval system or transmitted, in any form or by any means, without the prior written consent of the Publisher and the licence holder. Please contact us at **Mehta Publishing House,** 1941, Madiwale Colony, Sadashiv Peth, Pune 30.

- या पुस्तकातील लेखकाची मते, घटना, वर्णने ही त्या लेखकाची असून त्याच्याशी प्रकाशक सहमत असतीलच असे नाही.

मानवी मनोगुणांचा शोध घेणाऱ्या कथा

लेखन व संकलन
जॅक कॅनफिल्ड । मार्क व्हिक्टर हॅन्सन

# चिकन सूप फॉर द सोल

अनुवाद
उषा महाजन

जॅक कॅनफिल्ड आणि मार्क हॅन्सन या अमेरिकेतल्या सर्वप्रिय, सुप्रसिद्ध अशा दोन वक्त्यांनी मिळून संकलित केलेल्या या कथा जगाच्या कानाकोपऱ्यातल्या जनमानसाच्या मनाला जाऊन भिडल्या आहेत, भावल्या आहेत.
या कथांमधील आशावाद, बुद्धीवाद तुम्हाला येणारं नैराश्य झटकून टाकायला मदत करेल.
अतिशय विचारपूर्वक निवडलेल्या या कथा म्हणजे
'अशक्य' शब्दप्रयोगाला झुगारून देऊन आपल्या आयुष्याचा मार्ग उजळून टाकणाऱ्या आहेत.
जेव्हा कधी तुम्हाला तुमचा मुद्दा ठामपणे मांडावासा वाटेल, एखाद्या मित्र-मैत्रिणीला स्फूर्ती द्यावीशी वाटेल किंवा लहान मुलाला शिकवण द्यावीशी वाटेल, तेव्हा या पुस्तकातील अनेक हृदयस्पर्शी कथांचा हा ठेवा नक्कीच उपयोगी पडेल.

स्त्री मनोगुणांचा शोध घेणाऱ्या कथा

# चिकन सूप
## फॉर द
# वुमन्स सोल

लेखन व संकलन
**जॅक कॅनफिल्ड । मार्क व्हिक्टर हॅन्सन**
**जेनिफर रीड हॉथॉर्न । मार्सी शिमॉफ**

अनुवाद
**श्यामला घारपुरे**

---

स्त्रीची व्याख्या अनेक प्रकारांनी करता येईल. विद्यार्थिनी, कन्या, मैत्रीण, पत्नी, आई, गृहिणी, व्यावसायी! प्रत्येक रूप हे खास व अलौकिक असे असते. तरी त्यांतही एक असा सामान्य धागा असतो. तो प्रत्येकीच्या स्वभावात असतो. प्रेमाचे बंध हळुवारपणे जपणारी, आजीवन मैत्री किंवा नाते निभावणारी, निवडलेल्या क्षेत्रांशी बांधिलकी घट्ट करणारी ही स्त्री! कौटुंबिक जीवनात फुलोरा फुलवणारी त्याचबरोबर सामाजिक जीवनही सुसह्य करणारी!

New York Times च्या Chicken Soup for the Soul ह्या मालिकेत वेगवेगळ्या शीर्षकांखाली भावभावनांचे खास मिश्रण आहे!

या पुस्तकामध्ये स्त्रीशी निगडित असलेल्या साऱ्या गुणवैशिष्ट्यांचे मार्मिक चित्रण आढळते. स्त्रीच्या आत्म्याची मंगलता व सौंदर्य इथे प्रगट होते!

तुम्ही व्यावसायिक असा की गृहिणी, बालिकेपासून वृद्ध स्त्रीपर्यंत सगळ्यांना हे अनुभव भावतील. ह्यातून त्यांना स्फूर्ती, आनंद मिळेल इतकेच नव्हे; तर स्वतःचीही ओळख होऊ शकेल. ह्या अनुभवांची सोबत दीर्घकालपर्यंत स्त्रियांना मिळू शकेल.

www.ingramcontent.com/pod-product-compliance
Lightning Source LLC
LaVergne TN
LVHW032008070526
838202LV00059B/6344